கலகத்தின் மறைபொருள்

கௌதம சன்னா

BLACK TOWN PUBLISHERS
SINCE 2024

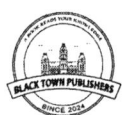

முதல் பதிப்பு 2019
இரண்டாம் பதிப்பு 2022
மூன்றாம் பதிப்பு 2024
உரிமை ஆசிரியருக்கு

நூல் - கலகத்தின் மறைபொருள் / ஆசிரியர் - கௌதம சன்னா / பதிப்பு - 3ஆம், சூலை 2024 / அட்டை வடிவமைப்பு - சன்னா / ஒளியச்சு - கோ.பார்த்திபன் (ஜிகேபி எண்டர்பிரைசஸ், அரக்கோணம்) / அச்சிட்டோர் - மாணவர் நகலகம் / வெளியீடு - பிளாக் டவுன் பதிப்பகம் / விலை - ரூ.245/-

Book Title -Kalakathin Maraiporul / Author - J.Gowthama Sannah / Edition - 3rd, July 2024 / Cover designed by - Sanna / Laser typeset by G.Parthiban (GKP Enterprises, Arakkonam), / Printed by - Student Xerox, Chennai / Published By - Black Town Publication / Price - Rs.245/- Euro 5/-

- Contact - blacktownpublisher@gmail.com

ISBN 9 788197 337499

Note : All rights reserved to the Auther / Editor of this book. No part of this publication may be reproduced or transmitted in any form or by any means, elctronic or machanical. including photocopy, recording, or any information storage and retrievel system, without prior permission in writing from the publisher.

தியாகத்தையும், அறிவாற்றலின் உள்ளார்ந்த
செயல் இயக்கத்தை மதிக்காத எந்த ஒரு
சமூகமும் தன்னுடைய அடிமைத் தனத்தையும்
உணர்ந்துக் கொள்ளாது என்பது சமூகத்திற்கு
மட்டுமல்ல, தனி மனிதனுக்கும் துல்லியமாகப்
பொருந்தும்

பேராசான்கள்

டாக்டர்.கார்ல் மார்க்ஸ் - டாக்டர்.பீ.ரா.அம்பேத்கர்

ஆகியோருக்கு

பொருளடக்கம்

மூன்றாம் பதிப்பின் முன்னுரை	6
நுழைவாசல்	7

இயல் ஒன்று - தலித் கருத்தியல்

1. தலித் அரசியல் - இனி எதிர்கொள்ளும் பிரச்சனைகள் — 17
2. சாதி - தீண்டாமை உள்நாட்டுப் பிரச்சனையா..? — 53
3. கீழ்வெண்மணியிலிருந்து யார் குரல்..? — 60
4. பட்ஜெட் -2001
   - ஒரு தலித்துக்கு 12 பைசா - ஓர் அலசல் — 67
5. கலகத்தின் மறைபொருள் — 79
6. இந்திய அரசமைப்புச் சட்டத்தை எழுத அம்பேத்கர் இசைந்தது ஏன்? — 101
7. போபால் பிரகடனம் அறிவுஜீவிகளின் தோல்வியா? — 109

இயல் இரண்டு - தலித் கருத்தியல் - விவாதம்

8. தலித் தல்லாதார்! - இடைவெளி முகிழ்க்கும் வினாக்கள். 118
   - அ. முகிழ்க்கும் வினாக்களும் மூழ்கடிக்கப்படும் விடைகளும் - மயில்வாகனன். 133
   - ஆ. கோட்பாடு அற்றதா - தலித் கருத்தியல். 141
   - இ. கோட்பாடு இல்லாதவர்களிடம் சிக்கியிருக்கும் கோட்பாடு - மயில்வாகனன். 149

ஈ. சாதி எதிர்ப்பின் ஊடாட்டம்.	155
உ. ஊடாட்டமா? தள்ளாட்டமா? மயில்வாகனன்.	163
ஊ. தலித் தல்லாதார் இடைவெளி.	168

இயல் மூன்று - இட ஒதுக்கீடு

9. காவியின் நிழலில் இட ஒதுக்கீடு.	180
10. எதிர்கால அரசமைப்பு.	189

மூன்றாம் பதிப்பின் முன்னுரை

சனாதன சக்திகள் தலைத்தூக்கி அரசதிகாரத்தில்அமர்ந்துள்ள இந்நேரத்தில் இந்நூல் மறுவெளியீடு காண்கிறது. தலித் அரசியலின் பார்வையில் மிகுந்த தொலை நோக்கோடு எழுதப்பட்ட பல கட்டுரைகள் இந்நூலில் தொகுக்கப்பட்டுள்ளன. அவை, தற்கால அரசியலுக்குப் பொருந்தும் தீர்வுகளையும், பிரச்சனைகளின் மூலங்களையும் தத்துவார்த்த அடிப்படையில் அலசுகிறது. குறிப்பாக இந்திய அரசமைப்புச் சட்டத்தை பாஜக உள்ளிட்ட சனாதன சக்திகள் மாற்றிவிடுவார்கள் என்று நாடு முழுதும் பதட்டம் எழுந்தது. இப்படி ஒரு நிலை ஏற்படும் என்று 20 ஆண்டுகளுக்கு முன்பு எழுதிய இரண்டுக் கட்டுரைகள் இதில் துல்லியமாகப் படம்பிடித்துக் காட்டுகின்றன. அவை தலித் அரசியலின் எதிர்காலம் மற்றும் கலகத்தின் மறைபொருள் ஆகியக் கட்டுரைகள். அரசமைப்புச் சட்டத்தின் பின்புலத்தை அம்பேத்கரிய பார்வையோடு அணுகும் எனக்கு அதில் பெரும் அச்சம் இல்லை. சனாதனச் சக்திகள் எவ்வளவுதான் முயன்றாலும் அதை உடைக்க முடியாது என்றும், அப்படி முயன்றால் இந்தியத் துணைக்கண்டம் கொந்தளித்துவிடும் என்று முன் அனுமானித்தேன். இது இன்று நடைமுறையில் காணும்போது எனது பார்வை சரி என்பது துலங்கியது. அதேபோல, அரசமைப்பு நிறுவனங்களை அவர்கள் தமது கட்டுப்பாட்டில் கொண்டு வருவார்கள். அதுவும் நீண்டகாலம் நிலைக்காது என்பது எனது பார்வை. ஏனென்றால் அரசமைப்பின் அடிப்படைகளை டாக்டர் அம்பேத்கர் கட்டமைத்தபோது எதிர்காலத்தில் சனாதனிகள் நேரடியாக ஆட்சியில் அமர்வார்கள் என்று கணித்திருந்தார். அதன்படியே இன்று நடந்தது. எனவே அதற்கான முன்னேற்பாடுகளை அவர் அரசமைப்பில் பொதித்து வைத்தார். அது குறித்த விரிவான பின்புலத்தைப் பெற வேண்டுமானால் இந்நூலை முழுமையாகப் பயில வேண்டும் எனக் கேட்டுக் கொள்கிறேன். காலத்தின் தேவைக் கருதி இந்நூலை வெளியிடும் பிளாக் டவுன் பதிப்பகத்தாருக்கு எனது நன்றி.

24.06,2024

அன்புடன்

கௌதம சன்னா

நுழை வாசல்

இரும்புக் கையுறையை வீசி எறிகிறேன்,
உலகின் அகன்ற முகத்தை
அருவருப்பாகப் பார்க்கிறேன்,
அரக்கி பூமிக்குள் ஓடுகிறாள்,
என் மகிழ்ச்சியை நசுக்க முடியாது,
அழிந்த நாட்டில் கடவுளைப் போல
வெற்றி முரசொலிக்க வருகிறேன்,
ஒவ்வொரு சொல்லும் செயல், நெருப்பு,.
என் மார்பும் கடவுளைப் போன்றதே...!

- கார்ல் மார்க்ஸ்

பிறப்பிற்கும் இறப்பிற்கும் இடையில், மனித வாழ்கையின் நிலையற்ற ஓட்டத்தில், தன் இருப்பை மட்டுமே காத்துக் கொள்ளக்கூடிய பொதுவான மன வோட்டத்திலிருந்து விலகி நிற்கக் கூடியவர்கள் மட்டுமே மனித குலத்தின் மாண்பையும், அதன் ஆன்மீக நலன் களையும் ஓர் உன்னத நிலைக்கு உயர்த்தி இருக்கிறார்கள். இவர்களைக் கலகக்காரரர்களாகவும், புரட்சியாளர் களாகவும் இந்தப் பொது மனம் அடையாளப் படுத்திக் கொள்கிறது. பொது மனத்திற்கும், கலக மனத்திற்கும் இடையிலான போராட்டம்தான் மாபெரும் புரட்சி களைத் தோற்றுவித்து உலகத்தின் வரலாறுகளைப்

படைத்துள்ளன என்பதற்கு ஏராளமான வரலாற்றுச் சான்றுகள் உள்ளன.

இந்தக் கலகக்காரர்கள் இல்லையென்றால் இந்த மனிதக் குலமும், உலகமும் இப்போது நாம் காணும்படி இருக்குமா என்பதைக் கற்பனைக்கூட செய்ய முடியாது. அந்த மாபெரும் புத்தன் தன்னுடைய கலக வாழ்க்கையை முன்னெடுக்காமல் போயிருந்தால் இந்தியத் துணைக் கண்டத்தின் சமூக ஆன்மீக நலன் எப்படி இருந்திருக்கும்? கலகக்காரர்களால் மட்டுமே இந்தப் பூவுலகு அழகாய் மாற்றப்பட்டிருக்கிறது. ஆனால் இந்தப் பொதுமனம் என்ன செய்கிறது? கலகக்காரர்களை தன் இருப்புக்கு இழுக்கிறது. தன் ஒட்டுமொத்த தலைமுறைச் சுயநலத்தையும் அவர்கள் மீது திணிக்கிறது, முத்திரை குத்துகிறது, ஈவிரக் கமின்றி சபிக்கிறது, பட்டினி போடுகிறது, வறுமையில் தள்ளுகிறது, வாய்ப்புக் கிடைத்தால் கொன்றொழிக்கிறது, அதனால் தான் மார்க்ஸ் "தர்க்கத்திலேயே பயங்கரமான தர்க்கம் சுயநலன்தான்" என்று துல்லியமாவே சுட்டிக் காட்டினார்.

இந்தத் தர்க்கத்தைத்தான் தலித் விடுதலையை முன்னெடுத்துச் செல்ல மனச் சுத்தியோடு விரும்பும் எவரும் எதிர்கொள்ள வேண்டும். இந்தச் சுயநலத் தர்க்கம் தலித்துக்கும் தலித்தல்லாதாருக்கும் இடையில் மட்டுமல்ல, இவர்கள் இரண்டு பேரிடமும் சேர்த்து இதை எதிர்கொண்டு தான் ஆகவேண்டும். தவிர்க்க முடியாத, கடக்க முடியாத விதி இது. இந்த விதியை எதிர்கொள்ள மனம் துணிபவன், அதை மாற்ற முயல்பவன்தான் இங்கே கலகக்காரன். அதற்காக தன்னை பலப்படுத்திக் கொள்ளவும், தனித் திறமைகளைக் கூர்மைப்படுத்திக் கொள்ளவும் உழைக்க வேண்டும். இதன் விளைவாய் வாய்த்த எல்லாத் திறன்களையும் பயன்படுத்த வேண்டும், அதிலொன்றுதான் எழுத்துத் திறனும்.

எனினும், ஓர் எழுத்தாளனாக தன் வாழ்க்கையை முன்னெடுக்கக் கூடியவர்கள் தலித் சமூகத்தில் வெகு சிலரே இருக்கிறார்கள், அதிலும் சமூக அறிவியல் தளத்திலும் பண்பாட்டுத் தளத்திலும் எழுதுபவர்கள் வெகு சிலரே. தலைமுறைத் தலைமுறையாய் புதைக்கப்பட்ட, மறைக்கப்பட்ட ஒடுக்கப்பட்ட மக்களின் அடையாளங்களை, அவர்களின் வரலாறுகளை மீட்டெடுக்க அந்தச் சிலரும் போராடும் களம் மிகவும் குரூரமானது, அங்கு அவர்களுக்கு நண்பர்கள் யாரும் இல்லை, ஆதரிப்பவர்கள் யாரும் இல்லை. வரலாறு கைமாற்றிக்

கொடுக்கப்படா விட்டால் போராட்டமும் அடுத்தத் தலைமுறைக்கு கைம்மாறாது என்ற உண்மையை உணர்ந்து துணியும் அவர்களைத் துளியும் உணர்ந்துக் கொள்ளாமல், அவர்களது முயற்சிகளின் உன்னதத்தை புரிந்துக் கொள்ளாமல் இருக்கும் போக்கு மிகவும் அருவெறுப்பான ஆபத்தான போக்காகும். களத்தில் நிற்பவர்களாக தம்மை அடையாளப் படுத்திக் கொள்ளும் சுயநலப் பேர்வழிகளால் இந்தக் குரூரக் களம் தொடர்ந்து நிலைத்திருக்கிறது. இது ஒரு சாபக்கேடு. இவர்களையும் இவர்களைப்போல் தலைமுறை ஒடுக்குமுறை கற்றுக் கொடுத்த விடுதலை உணர்வு, போராட்ட உந்துதல் எனும் தார்மீகக் கடமைகளை வாழ்வாகக் கொண்டுச் செயல்படுபவர்களையும் பிழைக்கத் தெரியாதவர்களாக முத்திரையும் குத்தப்படுகிறது. இதுதான் இச்சுயநலத்தின் கேடு கெட்ட வடிவம்.

எனவே, சுயநலனின் கோரத்தோடும் கேடுகெட்ட நத்தித் திரியும் புத்தியோடு பிழைக்கத் தெரிந்து அலையும் கும்பலாலும், அப்படி திரிந்தலையும் அதன் பின்னே அலையும் உதிரிக் கூட்டத்தினாலும் காலங்காலமாய் வஞ்சிக்கப்பட்ட, ஒடுக்கப்பட்ட இந்தச் சமூகத்திற்கு விளைந்த கேடுகள் ஈடுசெய்ய முடியாதன. எனவே இவர்களுக்கும், அமைப்பவர்களுக்கும், பிறருக்கும் சொல்ல வருவது என்னவெனில்:

> எழுத்தாளன் தன்னுடைய எழுத்தை ஒரு சாதனமாக நினைப் பதில்லை. அது ஒரு குறிக்கோளாக இருக்கிறது. அது அவனுக்கும் மற்றவர்களுக்கும் மிகக் குறைந்த அளவிலேயே ஒரு சாதனமாக இருப்பதால், அவசியம் ஏற்படுகின்ற பொழுது அவன் அதன் இருத்தலுக்காகத் தன்னுடைய இருத்தலை தியாகம் செய்கிறான்.

காரல் மார்க்சின் இந்த வரிகள் சுயநலப் பேர்வழிகளுக்கு பதிலும், தலித் சமூக விடுதலைக்குப் போராட வரும் எழுத்தாளர்களுக்கும் மட்டுமல்ல, நீதியின் பேரால், விடுதலையின் பேரால், போராட்ட உணர்வில் உந்தப்பட்டு நம்பிக்கையின் அடிப்படையிலோ, கருத்தியல் தெளிவின் அடிப்படையிலோ களத்திற்கு வரும் தோழர்களுக்கு ஒளியாகவும் இருக்கும் என நம்புகிறேன்.

மேலும், தலித் சமூகத்தின் விடுதலைக்கும், அதன் மூலம் ஒட்டு மொத்த மனிதக் குல விடுதலைக்கும் உண்மையாகவே போராட மனம் உள்ளவர்கள் கவனத்தில் கொள்ள வேண்டியது என்னவெனில், வரும் காலங்களில் அறிவார்ந்தப் பங்களிப்புகளின்

எண்ணிக்கைகள் குறையும், நகர்சார் வாழ்க்கைமுறை உருவாக்கும் தாக்கம் தலித் சமூகத்தின் மீது ஒரு நடுத்தர வர்க்கத்து மனப்போக்கும், போலித்தனத்தின் பகட்டும் பெருகக் காணலாம். இதனால் விளையப்போகும் கேட்டினை நினைத்துத்தான் மனம் மிகவும் சஞ்சலப்படுகிறது. ஏனெனில் எங்கேயோ தூரத்தில், கிராமத்தின் மூலையில், சேரியில், மலை முகடுகளின் மறைவிடங்களில் இந்தப் போக்குகளின் தாக்கத்தையோ, அனுகூலங்களையோ எதைப் பற்றியும் அறியாமல் வாழும் மக்களின் வாழ்க்கைத் தரம் அப்படியேத்தான் இருக்கப் போகிறது. இன்னும் கூடுதலாக மோசமாக்கூடப் போகலாம்.

'தியாகத்தையும், அறிவாற்றலின் உள்ளார்ந்த செயல் இயக்கத்தை மதிக்காத எந்த ஒரு சமூகமும் தன்னுடைய அடிமைத் தனத்தையும் உணர்ந்துக் கொள்ளாது என்பது சமூகத்திற்கு மட்டுமல்ல, தனி மனிதனுக்கும் துல்லியமாகப் பொருந்தும்'. எனவே, சமூகப் பணியினை ஆற்ற விருப்பம் உள்ளவர்களின் களம் கடுமையானதாகவே தொடர்ந்து இருக்கும், கூடவே சுயநலக் கூட்டத்தின் கொட்டமும் அதிகமாக இருக்கும் என்பதையும் சொல்லத் தேவையில்லை. எனினும் இவற்றையெல்லாம் புறந்தள்ளி முனைப்புடன் முன்னேற வேண்டும் என்பது தார்மீக பலத்தைப் பொருத்தது. இந்தச் சூழலில் அம்பேத்கர் அவர்கள் சுட்டிக் காட்டியப் பழமொழி நினைவிற்கு வருகிறது: "நாய்கள் குரைத்தாலும் வண்டிகள் நிற்கக்கூடாது" என்பதுதான். இந்த உணர்வுக் கட்டமைப்பின் மன வோட்டத்தை, சமூக அரசியல் புரிதலை இந்நூலின் நெடுகக் காணலாம்.

மேலும், தற்போதைய தலித் அரசியல் புதிய திசையை நோக்கி அடியெடுத்து வைத்து, தனது தேக்க நிலையிலிருந்து விடுபட்டுக் கொள்ள முனைகிறது. எனவே இதுவரை இல்லாத ஒரு வரலாற்றுப் பாத்திரத்தை தலித் அரசியல் எடுக்கும் சூழலின் தொடக்கமாகவும் இருக்கிறது. இது திடீரென நிகழக் கூடியதல்ல. தலித் முன்னோடிகள் உருவாக்கி வைத்திருக்கும் அடிப்படையின் மீதுதான் இந்தப் பெருமுயற்சியும்கூட வாய்க்கிறது. ஆனால் இது எந்த அளவிற்கு அங்கீகரிக்கப் படும் என்பதுதான் இப்போது உள்ளக் கேள்வி.

இதில் அங்கீகாரம் என்பது இருவகையில் பார்க்கப்பட வேண்டும், முதலாவதாக, தலித் மக்கள் தங்களைத் தாங்களே ஓர் அரசியல் சக்தியாக அங்கீகரித்துக் கொள்வது. இரண்டாவதாக

தலித் அல்லாதார் தலித் அரசி யலை ஓர் ஆக்கச் சக்தியாக அங்கீகரிப்பது. இந்த இரண்டையுமே வென்றெடுப்பதுதான் தலித் அரசியலின் ஆதார அம்சம்.

தலித் மக்கள் தம்முடைய அரசியல் ஆற்றல் எப்படிப்பட்டது, எவ் வகைப்பட்டது என்பதைப் பற்றி ஓரளவு உணர்ந்திருக்கிறார்கள் என்றாலும் அவர்கள் ஒருங்கிணைந்த ஆற்றலாய் திரளும் வாய்ப்புகளைப் பற்றி அறியாமல் இருக்கிறார்கள். இதற்காகச் சில முயற்சிகள் எடுக்கப் பட்டாலும் அவை கடுமையான இடையூறுக்கு உள்ளாவது தொடரத்தான் செய்கிறது. திட்டமிடப்பட்ட சீழறுப்புகள் இதன் பின்னணியில் இருக்கின்றன என்பது வெட்ட வெளிச்சமான உண்மை. அதனால்தான் தலித் மக்களை அரசியல் படுத்துவதற்கானத் தேவை தொடர்ந்து கூடுதலாகிக் கொண்டே போகிறது. எனவே, தலித் அரசியலின் கருத்தியல் தளத்தில் பணியாற்றுபவர்கள் இன்னும் முனைப்பாகச் செயலாற்ற வேண்டியக் காலம் இது. தொடர்ந்த விடாப்பிடியான பங்களிப்புகள்தான் தலித் கருத்தியல் தளத்தையும், அரசியல் தளத்தை யும் வலுவுள்ளவையாக்கும்.

நம்முடைய அறிவார்ந்த சூழலில் இலக்கியம் என்ற பொதுவான சுட்டுப்பெயருக்குள் வெறும் கதை இலக்கியத்தை மட்டும் திணிக்கும் போக்கு மிகுந்த கவலையைத் தருகிறது, இதற்கு தலித் சிந்தனையாளர் களும் பலியாகியுள்ளனர் என்பது கவலையைக் கூட்டுகிறது. மார்க்ஸ் குறிப்பிட்டப் பொருளாதார இலக்கியங்களைப் பற்றியோ, அம்பேத்கர் ரஸ்ஸலின் நூலினை ஆய்வு செய்த போது சுட்டிக் காட்டிய போரிலக் கிய வகையைப் பற்றியோ நமது பழைய பாணி இலக்கியவாதிகள் அறிய மாட்டார்கள். அவர்களுக்குத் தெரிந்ததெல்லாம் கதை இலக்கி யம் மட்டும்தான் இலக்கியம், அதுதான் படைப்பிலக்கியம். அதனால் தான் விமர்சனத்தை படைப்பிலக்கியத் தரத்திற்கு உயர்த்த அரும்பாடுபட்டார்கள். எனவே இது போன்ற கவனக்குறைவான தடுமாற்றங் களிலிருந்து விடுபட்டு தலித் விடுதலை எனும் தளத்தில் மனித குல விடுதலைக்கான அல்லது எதிர்கால உட்டோப்பியா என்று கூறப்பட்டாலும் கூட அதற்குத் திறம்பட தம் பங்கைச் செலுத்த வேண்டும். அந்நிலையில் தலித் சிந்தனைப் போக்கு தன்னைத் தானே அங்கீகரிக்கும் நிலையில்தான் அனைத்துத் துறைகளுக்குமான இலக்கியங்களை அது படைக்க முடியும். அப்படி எல்லாத் தளங்களிலும் தன் முத்திரையை வெளிப்படையாய்ப் பதிப்பதானது பெரும் நம்பிக்கையையும்

உத்வேகத்தையும் தலித் அரசியலுக்கு வழங்கும்.

இரண்டாவதாக, தலித்தல்லாதார் தங்களது அங்கீகரிப்பை எப்படி சாத்தியப்படுத்துவது. ஏற்கெனவே தலித் கருத்தியலை வடிவமைக்கும் மித மிஞ்சிய வேகத்தில் அவர்கள் ஏற்படுத்திய தடுமாற்றமான சிந்தனைகளிலிருந்து விடுபட்டுத் தம்மைத் தாமே பரிசீலனை செய்து கொள்ள வேண்டும். இந்த எதிர்பார்ப்பு எழுந்தக் கட்டத்தில்தான் தலித் அல்லாதாரிடமிருந்து வரும் பங்களிப்புகள் வெகுவாக அருகிவிட்டன. வெறும் பகட்டான, போலித் தனமான பம்மாத்துகள் தற்போது அரங்கேறி வருகின்றன. இதனால் ஓர் அசட்டுத் துணிச்சலுடன் தலித் கருத்தியலை வளைய முயல்கிறார்கள். எனவே அந்த அசட்டுத்தனமான முயற்சிகளை அவர்கள் தூர வீசி எறிந்துவிட்டு தலித் அல்லாதாரின் சாதி அரசியலையும். அதன் அதிகார மையங்களையும் மக்களிடையே அம்பலப்படுத்துவதுடன், அந்த அதிகார மையங்களை ஒழிப் பதற்கு முனைப்பான கருத்தியல் வடிவங்களை அவர்கள் உருவாக்க வேண்டும், அதனூடே தலித் அரசியலுக்குப் பங்களிப்புச் செய்தால் அதுவே தலித் மக்களுக்கு வழங்கும் பெரிய அங்கீகாரமாக இருக்கும்.

இருந்த போதிலும் நம் காலத்திலேயே விடுதலையடைந்த ஒரு சமூகத்தைப் பார்த்துவிட வேண்டும் என்ற அவசரம் பல பேரை செயலற்ற நிலைக்குத் தள்ளி இருக்கிறது என்பதையும் கவனத்தில் கொள்ள வேண்டும். ஏனெனில் நமது பணி நமக்கான தார்மீகத்தையும் அதன் உள்ளார்ந்த அறநெறியையும் சார்ந்திருக்கிறது என்பதையும், நெடுங்காலந்தொட்டு வரும் இப்போராட்டத்தின் தொடர்ச்சியைத் தான் நாம் முன்னெடுத்துக் கொண்டிருக்கிறோம் என்பதை உணர்ந்தால் கலக மனத்தின் நீடித்த செயலாற்றலோடு நாம் செயல்படுவோம். நம்மை நாம் எப்போதும் ஆயத்தமாகவே வைத்திருப்போம்.

எனவே, சமூகத்தில் நிலவும் ஒடுக்கு முறைக்கு எதிரான கலகத்தின் ஊற்றுகள் மறைவான, அறிய முடியாத இடத்தில் எல்லாம் இருப்பதில்லை. அது எங்கும் நிறை ஆற்றலாக, மறைபொருளாக சிந்தனைகளில் இருந்து வருகிறது. விடுதலைச் சிந்தனையின் மீது ஆர்வம் உள்ளவர்கள் கலக ஊற்றுக்களின் கண்கள் மீது மூடியிருக்கும் தூசி தும்புகளை நீக்கினாலே கலகச் சிந்தனைகளின் தொடர்ச்சி மீண்டு விடும். அந்த வகையில் கலகத்தின் மறைவிடங்களைக் கண்டு அதன் மீட்சியையும், நீட்சியையும் முன்னெடுக்கும் சிறியப்

பங்களிப்பாகத்தான் இந்த 'கலகத்தின் மறைபொருள்' கட்டுரைத் தொகுப்பு உங்கள் கைகளில் இருக்கிறது. 1997க்கும் 2005க்கும் இடைபட்ட காலங்களில் பல்வேறு இதழ்களில் நான் எழுதின கட்டுரைகளின் தொகுப்பு இது. பல்வேறு காலகட்டத்தில், சூழ்நிலைகளில் எழுதப்பட்டிருப்பதால் இயல்பாகவே அதற்குரிய எழுத்தோட்ட நடைமாறுபாடுகளை வாசகர்கள் காணலாம். எனவே வாசகர்களிடத்தில் நான் கேட்டுக்கொள்வதெல்லாம் இந்த நடையோட்டத் தடைகளை பொருத்தருளுங்கள் என்பதுதான்.

மேலும், உலகின் கோர முகத்தின் மீது தனது இரும்புக் கையுறையை வீசி எறிந்த கார்ல் மார்க்ஸ், இந்து சாதியச் சமூகத்தின் மூல வேரையே தோண்டி எடுத்து அதன் கழுத்தில் தன்னுடைய பூட்ஸ் காலால் அழுத்தி சிதைத்த அம்பேத்கர் ஆகியோரைப் பயிலும் ஒரு மாணவனாய், அவர்களின் தாக்கத்தினால் உருவான சிந்தனைகளின் விளைவுகள்தான் இந்தக் கட்டுரைகள், எனவே அந்த மாபெரும் ஆசான்களுக்கு என்னுடைய நன்றியையும் வணக்கத்தையும் செலுத்த என்றும் கடமைப்பட்டவன்.

இனி, இந்நூலின் ஆக்கத்திற்கு உதவியவர்களுக்கு நன்றிகளைச் செலுத்த விழைகிறேன்.

1993ம் ஆண்டு 'குடிசை குரல்' மாத இதழில் 'உலகம் உன்னைச் சுற்றத் தொடங்கும்' என்ற தலைப்பில் துப்புறவுத் தொழிலாளர் பற்றி நான் எழுதிய கவிதையை முதன்முதலில் வெளியிட்டு எழுத்துலகில் எனக்கு ஆர்வத்தை ஏற்படுத்தி, சமூகப் பணியில் தொடர்ந்த ஆர்வத்தை உருவாக்கியவருமான வே.போதி தேவவரம் அவர்களுக்கும், கட்டுரைகளை எழுதும் போது ஊக்கப்படுத்தியதோடு ஆர்வத்தோடு ஆரோக்கியமான விவாதங்களையும் மேற்கொண்ட எழுத்தாளர் சிவகாமி அவர்களுக்கும். தோழமையோடு என்னை ஊக்கப்படுத்திய க.குடியரசு, புனிதப் பாண்டியன், ஓவியர் சந்ரு, வேட்டை சொ.கண்ணன், பிரதிபா ஜெயச்சந்திரன், பேரா. கல்யாணி, ஜவகர், துரைக்கண்ணு, விஞ்ஞானி கோபு, பேரா.அமைதி அரசு, காட்டூர்.கோபி, ஓவியர். சீ.வெங்கட், ஓவியர் நட்ராஜ், ஆரணி.புருசோத், பேரா.மாரிமுத்து, வழக்கறிஞர்கள் சு.பாண்டிமா தேவி, கவிதா, நண்பர்கள் மூசா.நாசர், டாக்டர்.சி.வெங்கட்ராமன், இரா.சிவசங்கரன், எல்லன்.பத்மநாபன், பால.ரஜினிகாந்த், வழக்கறிஞர்கள் ரா.மதுரை வீரன், மற்றும் ப.ரமேஷ் ஆகியோருக்கும்

என்னை ஊக்கப்படுத்தியதுடன், எழுத்தாளர்களாகவும் சிறந்தச் சமூக சிந்தனையாளர்களாவும் வாழ்ந்து மறைந்த பாஸ்கர் ராய், மு,பா. எழிலரசு, ஜோதி பிரகாசம் மற்றும் ஏ.பி.வள்ளிநாயகம் அவர்களுக்கும், மெய்ப்பு திருத்திச் செப்பனிட்ட பேராசிரியர் பு.ஜார்ஜ் மற்றும் வழக்கறிஞர் தமிழினியன் அவர்களுக்கும், இத்தொகுப்பில் சேர்த்த கட்டுரையொன்றின் மூலப் படியை கடைசி நேரத்தில் கண்டுபிடித்து உதவிய தோழர்.பாவை (தலித் ஆதார மையம்,மதுரை), தம்பி சாக்ய சக்திவேல், நான் பிறந்தப் பகுதியில் தலித் இயக்கத்தினைக் கட்டமைக்கவும், மற்றப் பணிகளுக்கு உதவியாகவும் இருந்த மறைந்த தம்பிகள் பழனி, ரவி ஆகியோருக்கும்.

இதே பகுதியில் தொடர்ந்து இயக்கப் பணிகளில் எனக்கு உதவியாக இருந்து வரும் மு.ம.ஸ்டாலின், பாளையத்தேவன், கா.ஆல்பர்ட், அப்பன்(எ)ஸ்டீபன் ராஜ் , சாமுவேல், க.உதயக்குமார் மற்றும் தோழர் களுக்கும்.

இந்நூலினை ஒளியச்சு செய்து வெளியிட்ட ஆழி பதிப்பகம் மற்றும் ஆழி செந்தில்நாதன் அவர்களுக்கும். முன்னட்டை ஓவியத்தை வரைந்து ஓவியர் சந்ரு அவர்களுக்கும், அழகுற அச்சிட்ட அச்சகம் மற்றும் செதன் பணியாளர்கள் ஆகியோருக்கும் என் நன்றிகள் பல.

ஒருவன் எவ்வளவுதான் விருப்பப் பட்டாலும் குடும்பத்தினரின் ஒத்தாசை இல்லையெனில் நூலினை எழுதுவதுச் சிரமம். அந்த வகை யில் என் குடும்பத்தினர் அனைவருக்கும் என் நன்றிகளைத் தெரிவித்துக் கொள்வது வெறும் சம்பிரதாயமல்ல, எத்தனை இடுக்கண்களிலும் அவர்கள் என் அரசியல் பணிகளுக்கும், எழுத்துப் பணிகளுக்கும் உறுதுணையாய் இருக்கிறார்கள் எனவே அவர்களுக்கு என் அன்பும், நன்றிகளும்.

இவண்.

6 டிசம்பர் 2018 **ஜா. கௌதம சன்னா**

இயல் ஒன்று
தலித் கருத்தியல்

சிறு பரப்பில் நூறாயிரக் கணக்கானோர் நெரிசலாய் அடைத்து கொண்டு எவ்வளவுதான் நிலத்தை உருக் குலைக்க முயன்றாலும், எதுவுமே முளைக்காதவாறு எவ்வளவுதான் கற்களைப் பரப்பி நிலத்தை முடினாலும், பசும்புல் தளிர்க்க முடியாமல் எவ்வளவுதான் மழித்தெடுத் தாலும், நிலக்கரியையும் எண்ணெயையும் எவ்வளவுதான் எரித்துப் புகைத்தாலும், எவ்வளவுதான் மரங்களை எல்லாம் வெட்டி அகற்றியும், விலங்குகளையும் பறவைகளையும் விரட்டியடித்து வந்தாலும் - வசந்தம் வசந்தமாகவே இருந்தது.

- லியோ டால்ஸ்டாய்
'புத்துயிர்ப்பு' புதினத்தில்

தலித் அரசியல்
இனி எதிர்கொள்ளும் பிரச்சினைகள் ஒரு விவாதம்*

தலித் அரசியலின் நோக்கம்

நீண்ட நெடுங்காலம் ஆழ்ந்த குரூர அமைதியோடு நிலவிவரும் இந்திய சமூக அமைப்பின் செக்குச் சுழல் நுகத்தடியோடு பிணைக்கப்பட்டிருக்கும் தலித்துகள், இறுகியுள்ள சாதிக் கட்டமைப்பை ஒழிப்பது, சுதந்திர, சகோதரத்துவ, சமதர்ம சமூகம் நிறுவுவது ஆகிய இந்த இலக்குகள் தான் தலித் அரசியலின் அடிப்படையாக இறுதி வரை இருக்கும். தற்கால தலித் அரசியலுக்கான நடைமுறை சார்ந்த நோக்கங்கள் இந்த அடிப்படைகளை யொட்டியே அமையும். அவை தீண்டாமையிலிருந்து விடுதலை, சாதி எதிர்ப்பு ஆகியன.

தலித் விடுதலை இவ்விரண்டு நடைமுறை நோக் கங்களை எவ்வாறு சார்ந்திருக்கிறதோ, அதே விகிதத்தில் பெண்களின் விடுதலையையும் சார்ந்திருக்கிறது. இது குறித்து அம்பேத்கர் கூறுகிறார் :

> தீண்டத்தகாதாரின் விடுதலை என்பது பெண்கள் விடுதலை பெறாத வரை சாத்தியமில்லை.

எனவே, தலித் விடுதலைக்குப் பெண் விடுதலை என்பது முன் நிபந்தனையாக இருக்கிறது. சாதி இந்துப் பெண்களுக்கும், தலித் பெண்களுக்கும் இடையில் உள்ள ஏற்றத்தாழ்வான ஒடுக்குமுறை வேறுபாடுகளைக் கணக்கிலெடுத்துக் கொண்டால் இன்னும் கூடுதல் ஒளி கிடைக்கும். எனினும் பெண் விடுதலை என்பது போராடும் எல்லா இனத்திற்கும் அடிப்படையான

ஒன்று என்பதை சமத்துவச் சிந்த னையாளர்கள் அனைவருமே ஏற்றுக் கொள்ளுகின்றனர். எனவே தலித் அரசியல் இதை தவிர்க்க முடியாது. தலித் சமூக விடுதலைக்கான குறிக்கோளை இப்படி நாம் வரையறை செய்து கொண்டாலும் இந்த நோக்கத்தை அடையக்கூடிய தளம் எது? அதுதான் அரசியல் தளம்.

'அனைத்துச் சமூகத்தின் முன்னேற்றத்திற்கும் திறவுகோல் அரசியல் அதிகாரமே' என்று அம்பேத்கர் துல்லியமாக வரையறுத்தார், எனவே அம்பேத்கர் வரையறுப்பின் அடிப்படையிலும், தற்காலத்தில் நிலவும் அரசியல் சூழலின் அடிப்படையிலும் தலித் மக்கள் அரசியல் அதிகாரத்தைக் கைப்பற்றுதல் என்பது அவசியம் மட்டுமல்ல, இந்த அவசியம் வரலாற்றுக் கடமையாகவும் இருக்கிறது.

இந்த நோக்கங்களின் அடியொற்றி தலித் அரசியல் இந்நூற்றாண்டில் என்ன தன்மையில் இருக்கும். இதுவரை பேசி வந்த, போராடி வந்த கூறுகள் புதிய விளக்கத்துடன் அணுகப்பட வேண்டுமா? எனக் கேள்விகள் எதிர்பட தலித் அரசியலின் எதிர்காலச் சிக்கல்கள் குறித்து விவாதிப்பதுதான் ஆரோக்கியமாக இருக்கும்.

தத்துவப் பின்னணி: வழிமுறைகளுக்கான அணுகுமுறை

> 'எப்பொழுதும் இயக்கம்தான் முக்கியமானது. அதன் பின்புதான் தத்துவம் வளர்ந்து அதை நியாயப்படுத்துகிறது.'

என்று இயக்கத்திற்கும் தத்துவத்திற்கான உறவை அம்பேத்கர் விளக்குகிறார். தலித் அரசியலின் தத்துவார்த்த பின்னணியை அம்பேத்க ரிடமே பெறுகிறோம். மார்க்சியத்தைப் போலவே, கீழை புரட்சிகர தத்தவ வெளிப்பாடாகவே அம்பேத்கரைக் காண வேண்டும். ஒரு புரட்சிகர தத்துவம் என்ற வகையில் மார்க்சியம் அதன் வீச்சை இழக்கவில்லை. இந்தியாவைப் பொருத்தவரையில் சாதிய முரணியக்கத்தோடு அதன் புரட்சிகர இயக்கவியல் அம்சங்கள் இங்கு ஒளிபெற முடியவில்லை. எனினும் அம்பேத்கர் தனது ஆய்வுகளின் மூலம் மார்க்சியத்திற்கு ஒளியூட்டியுள்ளார் என்பதை பல மார்க்சியர்கள் காணவில்லை, அதுமட்டுமல்ல அவரும் இந்தியாவின் புரட்சிகர தத்துவ ஸ்தாபகர்.

எனவே, தலித் அரசியலுக்கான புரட்சிகர தத்துவப் பின்னணியை அம்பேத்கரிடமிருந்தே தலித் மக்கள் பெறுகின்றனர். அதே வேளையில் 'புரட்சிகரம்' என்ற அம்சத்தை 'தீவிர ஆர்வம்' உள்ளவர்கள்

தங்களின் 'அதிதீவிர' சாகச உணர்விலேயே புரிந்துகொள்கின்றனர். இதனால் வெற்று வரட்டு வாதம் தலையெடுத்து தலித் அரசியலில் அம்பேத்கர் மீதான விமர்சனத்தில் இரண்டு அணுகுமுறைகள் ஏற்பட்டுள்ளன.

ஒன்று : அம்பேத்கரை எந்தவித விமர்சனத்திற்கும் ஆட்படுத் தாமல் அவரை ஓர் அடையாளமாகவே ஏற்றுக் கொள்ளும் போக்கு.

இரண்டு : அவரின் புரட்சிகர விளக்கங்களை மட்டும் முன்னி றுத்தி அதைப்ற்றின விவாதங்களை மட்டுமே மேற்கொண்டு அவரின் பௌத்த ஏற்பு குறித்து மவுனம் சாதிக்கும் போக்கு.

இந்த இரண்டு போக்குகளுமே அவரைத் தவறாகச் சித்தரிக்கின் றன. இதில் முதல் போக்கு அரசியலில் அணைந்த விளக்காக ஆகிவிட்டது. இரண்டாவது போக்குதான் இப்போதைய கட்டம். இது தலித் அரசியலை 'கலக அரசியல்' என்று அடையாளப்படுத்தி - அம்பேத்கரின் பவுத்தத் தழுவலை விமர்சிக்கின்றது. இது அம்பேத்கரை சாந்தி நிலை வழி பாட்டின் ஆதரவாளர் என்று கூட கூறியது.

தீவிர போக்குள்ள இந்தப் பிரிவினர் மார்க்சியம் மற்றும் பெரியார் ஈ.வெ.ரா. சிந்தனை பாதிப்புடன் இவற்றை எதிர்கொள்கின்றனர். மனிதனின் ஆன்மீக நலன்கள் மீது மார்க்சுக்கு ஒரு அக்கறை இருந்தது என்பதை யாருமே கவனத்தில் எடுத்துக்கொள்வதில்லை. பெரியாரிட மும் அந்த அடிப்படை இல்லை என்ற வரையறையை உருவாக்கிக் கொண்டுருக்கின்றனர். அதேபோலத்தான் அம்பேத்கரும் இருப்பார் என்ற மூடநம்பிக்கையின் அடிப்படையில் பார்த்ததால்தான் இந்தக் கோளாறு ஏற்படுகிறது. கூடுதலாக தலித்தின் குணத்தை தலித் அரசியலின் குணத்தை கலகக் குணமாக மட்டும் முன்னிறுத்த வேண்டு மென்பதால் அவை அம்பேத்கரின் புத்த மதத் தழுவலை விமர்சிக்கின்றன.

நிகழும் இந்த நூற்றாண்டின் மிகப் பெரிய பண்பாட்டுச் சிக்கலைச் சந்திக்கும் போது இந்தச் சிந்தனை அவர்களுக்குத் தடையாக இருக்கும்.[1] அம்பேத்கரின் சிந்தனை வெறும் சாந்திநிலை வழிபாடல்ல. 'நான் கலகக் கூட்டத்தைச் சார்ந்தவன்' என்று தன்னை அவர் அறிவித்துக் கொண்டது மட்டுமின்றி அதைத் தன் வாழ்க்கையின் கடைசிக் காலம் வரையில் அவர் கடைபிடித்தார் என்பதை நினைவுப்படுத்திக் கொள்ள வேண்டும்.

தலித் குணம்

அம்பேத்கரின் தத்துவ வழியிலேயே நாம் தலித் குணத்தைக் காண்போம் :

பிறக்கும் ஒவ்வொரு சுய சிந்தனையும் நிலைத்த இவ்வுலகில்
ஒரு பகுதியை ஆபத்தில் ஆழ்த்துகிறது.

சாதி ஒழிப்பு நூலில் காணும் அம்பேத்கரின் இந்தச் சிந்தனைக் கீற்று தலித்தின் குணத்திற்குப் பொருந்தும். இதுநாள் வரையில் தன் சமூக நிலைமை குறித்து சிந்திக்கத் துணியாத தலித் மக்கள் இருந்த நிலை மாறி, தம்மைக் குறித்துச் சிந்திக்கத் துணிவதே கலகத்தின் தன்மையைக் கொண்டிருக்கிறது. தம்மைப் பற்றினச் சிந்தனை எப்போதும் ஒப்பீடுகள் மூலம் வருகின்றது. ஒப்பீடு மூலம் கிடைக்கும் வேறுபாடுகளை உணரும் போதுதான் தனித்தன்மையான சிந்தனைகள் வெளிப்படக் காண்கிறோம். இது தனக்கு உடன்படாத சிந்தனைக்கு எதிராகத்தான் இருக்கும் என்பது யதார்த்தம். இதுதான் சுயசிந்தனை ஆகும். இந்த சுயசிந்தனை தமக்கு உடன்படாத சிந்தனையைச் ஆதிக்கச் சிந்தனையை கருதி அதை உதற முயலும் முயற்சியே கலக மாக காட்சியளிக்கும். எதிலும் ஒரு நிலைத்த தன்மையை போதிக்கும் இந்து மதம், இந்துக்கள் ஆகியோருக்கு தலித் மக்கள் தங்களைப் பற்றியும் தமது நிலையைப் பற்றியும் வெளிப்படுத்திக் கொள்வதே கலகமாக, கலவரமாகத் தெரியும். அது வன்முறையாகக்கூட சித்தரிக்கப்படும் என்பது கூடுதல் கவனத்திற்குரியது.

'உன்னை நீ அறிவாய்' என்று புத்தர் சொன்னதும், 'அவன் அடிமையென்று அவனுக்குச் சொல், அவனே கிளர்ந்தெழுவான்' என அம்பேத்கர் சொன்னதும் இவற்றிற்கு பொருந்தக்கூடியவை. தம்மைப் பற்றி ஒரு சமூகம் புரிந்துக் கொள்ளாமல் எப்படி விடுதலைப் பெற முடியும் என்பதைத்தான் இவை விளக்குகின்றன..

எனவே, கலகமனம் கொண்ட பொது சமூக மற்றும் தலித் மக்களின் சூழலில் வரலாற்றுக் கட்டத்தில் நாம் இருக்கிறோம். இங்குக் குறிப்பிடும் 'கலகமனம்' மிகுந்த சமூக உளவியல் தன்மையும் முக்கியத்துவமும் வாய்ந்ததாகும். இந்தக் கலக மனத்தினைத் தீவிர உணர்வுகள் கொண்டோர் வழிநடத்த முயல்வதானது மிகுந்த அபாயத்தைத் தரும். ஏனென்றால் தீவிரத்திற்கும் கலகத்திற்கும் அடிப்படையில் வேறுபாடுகள் அதிகம்.

செயலில் தீவிரத்தை உணர வேண்டும் என்பதும், சிந்தனையில் தீவிரம் வேண்டும் என்பதும் இணையக்கூடிய கால கட்டமல்ல இது. புதுவிதமான அரசியல் பொருளாதாரச் சூழலில் ஏற்படக்கூடிய குழப்பத்தின் விளைவுகளே இந்தத் தீவிர குணம். எனினும் எதிர்காலத்தில் இதற்கான தேவை உறுதியாக எழலாம். ஆயினும், இந்த தீவிர அரசியல் உணர்ச்சி என்பது வரலாற்றில் முன்பு நடந்த புரட்சிகளில் மாபெரும் எழுச்சிகளில் புரட்சியாளர்கள் நிகழ்த்திய சாகச நிகழ்வுகளின் மீதான ஏக்க உணர்வுகளே. வரலாறும் காலமும் களமும் உருவாக்கிக்கொடுத்த வாய்ப்புகளினால் புரட்சிகள் நடைபெற்றன என்ற அறிவியல் வரலாற்று பார்வை இல்லாமல், புரட்சிகளைச் வாய்வித்தைகளால் சமைத்துப்போட முடியும் என்ற வரட்டுத் தனத்தில் தலித் அரசியல் குணத்தை வரையறுத்துவிட முடியாது. எனினும் இன்றைய காலகட்டம் உணர்த்துவது என்னவென்றால் தலித் மக்களின் அரசியல் குணம் என்பது கலகக் குணமேதான், சந்தேகமில்லை! கலகம்தான் புரட்சிகளின் தாய். நவீன இந்தியச் சூழலில் இதற்கு தத்துவ, அரசியல் அடித்தளத்தை அமைத்துத் தொடங்கி வைத்தவர் புரட்சியாளர் அம்பேத்கர்தான். தலித் அரசியலின் வழிமுறைகளின் கருத்து வேறுபடுகின்றவர்கள் இந்த அம்சத்தைக் கணக்கில் கொள்ள வேண்டும்.

இந்த 21ஆம் நூற்றாண்டில் தலித் அரசியலின் போக்கு 'கலக மனத்தின்' வெளிப்பாடாக இருக்கும். இந்த அடிப்படைகளை ஏற்றுக் கொள்பவர்கள் அதற்கான செயல் வடிவங்கள் எப்படி இருக்கும் என்பதையும் அவதானிக்க வேண்டும். முக்கியமாக முரண்களை அவதானிக்க வேண்டும். அப்போதுதான் அவை அனைத்துச் சமூக அரசியல் துறைகளுக்கும் பரப்ப முடியும்

1. எதிரிகளை அணுகும் முறை குறித்து:

1. தலித் மக்களின் அரசியல் செயற்பாட்டில் எதிர்கொள்ள வேண்டிய இரண்டு அம்சங்களை டாக்டர் அம்பேத்கர் குறிப்பிட்டார். அவை பார்ப்பனீயம் மற்றும் முதலாளித்துவம் ஆகும்.

இந்த இரண்டும் தலித் மக்களுக்கு மட்டுமான எதிரிகள் அல்ல. அவை பிற்பட்ட சமூகத்தினருக்கும் எதிரிகள். தற்போதைய சூழலில் தலித் மக்களின் எதிரிகள் குறித்து இந்த அணுகுமுறையை மட்டும் நாம் எடுத்துக் கொள்ள முடியாது. ஏனெனில் நிர்ணயிக்கப்பட்ட

இந்த எதிரிகளைத் தவிர, இந்த எதிரிகளை எதிர்ப்பதற்கு, ஒழிப்பதற்குத் தடையாக இருக்கும் எதிரிகளையும் நாம் கணக்கில் கொள்ள வேண்டும்.

2. தலித் பிரச்சினை அணுகுமுறை :

தலித் பிரச்சினையை அணுகும்போது அது ஒரு சமூகப் பிரச்சினையா அல்லது அரசியல் பிரச்சினையா என்ற கேள்வி அடிப்படையானதாகும்.

இந்தப் பார்வையை ஒரு வரலாற்றுத் தெளிவோடு வரையறுப்பது அவசியம். ஏனெனில் பத்தொன்பதாம் நூற்றாண்டின் தொடக்கம் முதலே இதுதான் பிரச்சினையாக இருக்கிறது. அரசும் - ஆதிக்க சாதிகளும் தலித் மக்களின் பிரச்சினை என்பது ஒரு சமூக அவலம் என்றும் எனவே அது சமூகப் பிரச்சினை தான் என்றும் ஓயாமல் கூறி வந்தன (இப்போதும் அப்படித்தான் கூறிவருகின்றன. ஆ.ர்). சமூகத் தளத்திலேயே அந்தப் பிரச்சினைத் தீர்க்கப்பட வேண்டும் எனக் கூறின. இது பிரச்சினையை முழுமையாக திசை திருப்பும் போக்காகும். இது குறித்து அம்பேத்கர் கூறுகிறார்.

> எங்களின் பிரச்சினை வெறும் சமூகப் பிரச்சினையல்ல. முதன்மையாக அது அரசியல் பிரச்சினை. அது அவ்வாறே அணுகப்பட வேண்டும் என்று உறுதியாகக் கூறுகிறேன். (1930 வட்டமேசை மாநாட்டில், லண்டன்)

3. உடனடிப்பணி :

தலித் மக்கள் விடுதலைக்காக அம்பேத்கர் முக்கியமாகக் கருதியது அரசதிகாரமாகும். அனைத்துச் சமூகத்தினரின் முன்னேற்றத்திற்கான திறவுகோல் அரசதிகாரம் என்று கூறியது மட்டுமின்றிக் குறிப்பாக தலித் மக்களின் பிரச்சினைகளுக்கு

> அரசியல் அதிகாரம் எங்கள் கைகளுக்கு வந்தால் தவிர இவர்களால் மட்டுமல்ல பிறர் எவராலும் கூட எங்கள் பிரச்சினை களைத் தீர்க்க முடியாது (20.11.1930 லண்டன்).

என்று கூறியுள்ளார். - எனவே அரசியல் அதிகாரத்தைக் கைப்பற்றுதல் என்பது தலித் மக்களின் உடனடிப் பணி. அதை எவ்வாறு கைப்பற்றுவது என்பதில் உள்ள கருத்து வேறுபாடுகள் தள்ளிவைக்கப்பட்டு குறிக்கோள் ஒன்று மட்டுமே இங்கு முதன்மைப் படுத்தப்பட வேண்டும்.

தற்போதைய நிலையில் இந்திய அரசியல் மற்றும் தலித் அரசியல்

ஒட்டு மொத்த இந்திய அரசியலின் தன்மை தேக்க நிலையில் உள்ளது. அது ஒரு முழுமையான பாய்ச்சலில் எப்போதும் இருந்த தில்லை என்றாலும் ஓர் அச்சின் சுழற்சியின் விளைவாகவே இருந்து வருகிறது. இதனுடைய மாற்றங்கள் எல்லாம் வெளியிலிருந்து கொண்டு வரப்பட்டதால், இயல்பாகவே ஒரு மாற்றத்திற்குப் பிறரைச் சார்ந்திருக் கக்கூடிய நிலையில் இருக்கிறது. தற்போது வேகமாக மாற்றங்கள் பெறும் தோரணை யில் இந்திய அரசியல் இருக்கிறது. இது வெறும் பார்வை மயக்கமே. ஆனால், ஒரு பெரும் மாற்றத்திற்கான அறிகுறி இப்போது தென்பட ஆரம்பித்துள்ளது. தேக்க நிலையின் வீழ்ச்சிக்கு இது தொடக்கமாக அமையும்.

இந்தச் தேக்க நிலையை எப்படி அறிகிறோம். முதலாவதாக, வெளிப்படையாகப் பார்ப்பனியமும் - முதலாளித்துவமும் கைக்கோர்த் துக் கொண்ட சம்பவம் இப்போதுதான் நிகழ்ந்திருக்கிறது. (பாரதிய ஜனதா கட்சி முதன்முறையாக அப்போது 1997ல் ஆட்சிய மைத்திருந்தது -ஆ.ர்) இதற்கு முன்பு பார்ப்பனர்கள் ஆட்சியில் இருந்தாலும் சோசலிச முகமூடியோடு முழுவதுமாக வெளிப்படாமல் இருந்தார்கள். சர்வதேச அரசியல் சூழல் அப்படி இருக்கும்படி அவர்களை நிர்ப்பந் தித்து வந்தது.

பின்பு சோவியத் கூட்டமைப்பின் வீழ்ச்சியோடு இந்தியச் சமுக ஏகாதிபத்தியம் வெளிப்படையாகத் தன்னைத் தகவமைத்துக்கொண்டு முதலாளித்துவ ஏகாதிபத்தியத்திடம் இடம்பெயர்ந்தது நிலைநிறுத்திக் கொண்டது. இந்த வெளிமாற்றத்தினால் பார்ப்பனர்கள் முகமூடியை உதறி வெளிப்படையாய்த் தமது பிற்போக்குக் கருத்தியல்களைச் சந்தைக் குக் கொண்டுவந்து விட்டார்கள். எந்த ஒரு நாட்டில் பிற்போக்கு இயக்கம் அதிகாரத்தைக் கையிலெடுக்கிறதோ அந்த அரசியல் தேக்க நிலையின் உச்சத்திற்கு வந்து இருக்கிறது என்று புரிந்துக்கொள்ள வரலாற்றில் நிறையப் படிப்பினைகள் இருக்கின்றன.

தேக்க நிலையை அடையாளம் காண நான்கு அம்சங்கள் தேவை:

1. பிற்போக்குச் சக்திகள் அரசதிகாரத்தைக் கைப்பற்றுதல்,
2. தொடர்ச்சியான அரச - சமூக வன்முறைகள்,
3. கருத்து முதலின் மீதான பற்று அதிகரித்தல் (எ.கா. இந்துத் தேசியம்),

4. வணிக - பொருளாதார நலன்கள் சுயசார்பற்றுப் போகுதல்.

இந்த நிலைமையை இப்போது கண்கூடாகப் பார்க்கிறோம். இதில் சமூக இயக்கங்கள் முதல் மூன்று பிரச்சினைகள் மீதே கவனத்தைக் குவிக்கும் படி திசை திருப்பப்படும். இதன் மூலமாக நான்காவது அம்சமான பொருளாதாரச் சுயசார்பின்மையை வலுப்படுத்தும், உலகச் சந்தையாளர்களுக்கு இந்தியாவை தாரை வார்ப்பதையும், அதற்கு தேவைபடும் தரகையும் எளிதாக நிறைவேற்றிக் கொள்ள முடியும்.

எனினும், மேற்கண்டவற்றில் இரண்டாவது காரணியும் கூடுதல் வலுபெறும். இதன் விளைவாய் அரசியலில் தமது தீர்க்கமான பங்கை தலித் இயக்கம் ஆற்ற முடியாதபடி இது தடுக்க முடியும். அரசியல் அதிகாரத்தின் சுவையை தலித்துகள் உணர்ந்துக்கொள்வதற்கு பதில் அதன் மீது தீராத வெறுப்பையும் அவநம்பிக்கையும் தலித் மக்கள் எளிதில் பெறமுடியும். இது தலித் அரசியல் கட்சிகளை நீர்த்துப் போகச் செய்யும். இது தலில் அரசியல் தேக்கம் என்றால் அது மிகையல்ல!

தலித் அமைப்புகளும் அரசியலும்

தற்போது, அமைப்புகள் மற்றும் கட்சிகள் என இரண்டு விதமாக தலித் இயக்கங்கள் உள்ளன. இதில் கட்சிகள் என்பவை தேர்தல் பாதையை ஏற்றுக் கொண்டவை. அமைப்புகளில் சில தேர்தல் பாதையை ஏற்றுக் கொண்டவை / சில ஏற்றுக் கொள்ளாதவை. இவற்றில் அமைப்புகளைப் பற்றி முதலில் பார்ப்போம்.

தலித் கட்சிகள் தேர்தலை சந்திக்கும்போது தலித் அமைப்புகளில் சில தேர்தலை எதிர்த்து மக்களிடம் பிரச்சாரம் செய்கின்றன. அதேவேளை அமைப்புகளில் சில தம்மைப் பெரிய தலித் கட்சிகளாகக் கருதிக் கொண்டு பெரிய ஆதிக்கக் கட்சிகளாக தாம் கருதுகின்றவைகளுடன் தேர்தல் கூட்டு வைத்துக்கொள்கின்றன. கெடுவாய்ப்பு என்ன வென்றால் தேர்தலில் கூட்டுச்சேரும் அந்த தலித் அமைப்புகளால் அரசியல் அதிகாரத்தை வென்றெடுக்கும் வகையில் இதுவரை எந்த நெருக்கடிகளையும் தாக்கத்தையும் உருவாக்க முடியவில்லை.

ஒரு முரண் விதியோடு செயல்பட்டு, கட்சிகள் செய்ய வேண்டிய

பணிகளை அமைப்புகளும், அமைப்புகள் செய்ய வேண்டிய பணிகளை கட்சிகளும் செய்து வருகின்றன. இந்த முரண்நிலை தலித் அரசியலுக் குப் பெரும் குறையும், குழப்பமுமாய் நிலவி வருகின்றன.

அமைப்புகளின் பணிகள் எவை? தலித் கட்சிகளின் பணிகள் எவை? என்பன குறித்து எந்த வரையறைகளையும்கூட அவை வைத்துக் கொள்வதில்லை. இந்த முரண் பொருத்தமானதல்ல. ஏனெனில் சமூக அமைப்புகள் எப்போதும் ஒரே அமைப்பாக திரளவோ, நிலவவோ வாய்ப்பில்லை. சொல்லப்போனால் பல அமைப்புகள் தேவை. ஏனெனில் அவைகளின் செயல் எல்லையும் குறுகியது. ஆனால், கட்சிகளின் நிலை அப்படியல்ல. அதற்கான அடித்தளம் அமைப்புகளுக்கு உள்ளும் ஊடுருவி நிற்கும்.

கெடுவாய்ப்பாக, தலித் கட்சிகளின் நிலையும் இப்படித்தான் இருக்கிறது. தேர்தல் நேரத்தில் மட்டும் பல கட்சிகள் ஊடகங்களின் பார்வைக்குத் தெரிகின்றன. வெறும் தனி நபரை முதன்மைபடுத்தும் போக்கினை விடாமல் பின்பற்றி வரும் பழக்கத்தில் அவை இருப்பதால் விரைவிலேயே மறைந்து விடுகின்றன. உறுதியான பரந்த அளவில் கட்சியை நிர்மாணிக்க உகந்த செயல்திட்டங்களும் முயற்சிகளும் அவைகளிடம் இல்லை. தெளிவற்ற இந்த சமூக அரசியல் நிலைமையானது கட்சி எது? அமைப்பு எது? என்பது குறித்த குழப்பத்தினை மக்களிடத்தில் உருவாக்குகிறது.

அதிலும் குறிப்பாக. அமைப்புகளின் இந்த அரசியலற்றச் செயல் தலித் மக்களிடம் பெரும் குழப்பத்தை உண்டு பண்ணுகிறது. இதனால் மக்கள் எந்த முடிவினையும் எடுக்க முடியாமல், தலித் கட்சிகளிடத்தில் ஒற்றுமையில்லை எனக் கருதி, பெரிய கட்சிகளையே சார்ந்து இருக்கும் மனநிலைக்குத் தள்ளப்படுகின்றனர். அமைப்பு மற்றும் கட்சி குறித்த தெளிவான வேறுபாடுகளை மக்கள்முன் வைக்காத தலித் இயக்கங்களுக்குள் ஒத்திசைவான அணுகுமுறை இல்லை என்பதை இது காட்டுகிறது. இதனால் ஒரே நேரத்தில் மக்களிடமும் இயக்கங்களிடமும் விரக்தி ஏற்பட்டு தேக்கநிலை உருவாகிறது.

தற்போதைய இந்தத் தேக்க நிலை பல தலித் அமைப்புகளைக் மறைந்துப் போகச் செய்து விட்டது. இது பெரும் அவலமல்லவா? எனவே, இப்போது செய்ய வேண்டிய பெரும் பணி சுயவிமர்சனம்

ஆகும். அமைப்புகள் இதைக் கண்டிப்பாக செய்ய வேண்டும். ஏனெனில் புதியதாய் அதிகாரத்தை நோக்கி நகரும் எந்தச் சமூகத்திற்கும் அமைப்புகள், கட்சிகள் புற்றீசல் போலக் கிளம்புவது வரலாற்று நிகழ்வே. வரலாறே அதைத் துடைக்கும் என்பதும் உண்மை.

எனவே, தலித் அரசியல் இயக்கங்கள் (கட்சி மற்றும் அமைப் புகள்) தலித் அரசியல் தேக்கநிலை அடைந்துள்ளதையும் அது உடையும் காலகட்டத்தில் இருக்கிறது என்பதையும் உணர வேண்டும். இதை ஒத்துக் கொள்வதில் எந்தத் தயக்கமும் கூடாது.

இந்த நூற்றாண்டில் தலித் அரசியல்

அரசதிகாரத்தைக் கைப்பற்றப்போகும் ஒரு வரலாற்று நிகழ்வு காத்துக் கொண்டிருக்கும் தருணத்தில், தலித் கட்சிகள், அமைப்புகள் தங்களதைத் தயார்படுத்திக் கொள்ள வேண்டும். அரசு அதிகாரத்தை கைப்பற்றுவது உடனடிப் பணி என்பதால் தலித் அமைப்புகள் கீழ்க்கண்ட பிரச்சினைகளைக் கவனத்தில் கொள்ள வேண்டும்.

1. தலித் அமைப்புகள் குறித்து

தலித் அரசியல் கட்சிகள் / அமைப்புகள் தங்களது செயல் எல்லை குறித்து தெளிவான திட்டங்களையும் வரையறைகளையும் முன்வைக்க வேண்டும்.

தேர்தல் காலங்களில் மட்டுமல்லாது, அடிப்படையான, ஊசலாட்ட மில்லாத கொள்கை முடிவுகளை அதில் அறிவிக்க வேண் டும். ஏனென்றால் பெரும்பாலான தலித் கட்சி / அமைப்புளுக்குத் தன் 'அமைப்பு அறிக்கை களும் செயல்திட்டங்களும்' கிடையாது. மக்களிடம் தங்களை அறிமுகப்படுத்துவதற்கு இவை மிக அவசியம், அதிலே அவைகளின் அரசியல் வழி முறைகளையும், செயல் திட்டங்களையும் அறிவிக்க வேண்டும். செயல்திட்டமற்ற ஒரு கட்சி அல்லது இயக்கம் உள்ளீடற்ற ஒன்றாகவே இருக்கும். அதனால் மக்களிடத்தில் எந்த நம்பிக்கையும் பெற முடியாது. தன்னம்பிக்கையுள்ளச் கட்சிதான் தமது செயல் திட்டத்தை வெளிப்படையாக மக்கள் முன்வைக்கும். அதிகாரத்தைக் கைப்பற்றும் நம்பிக்கையற்றக் கட்சி எப்போதும் வரட்டு விவாதத்திலும், வெற்று முழக்கங்களிலும் தமது ஆற்றலை வீணடித்து விடும் என்பதற்கு ஏராளமானப் படிப்பினைகளை வரலாற்றில் காணமுடியும்.

2. நாடாளுமன்ற ஜனநாயகம் குறித்து

தலித் இயக்கங்களின் செயல்பாட்டில் பெரும் குழப்பமாய் இருப்பது நாடாளுமன்ற ஜனநாயகம் குறித்ததாகும். சில கட்சிகள் இம்முறையை ஏற்றுக் கொள்கின்றன. சில ஏற்கவில்லை. நாடாளுமன்ற அமைப்பானது ஒடுக்கப்பட்ட மக்களது விடுதலைக்கு ஒன்றும் உதவவில்லை. இதில் தலித் மக்களின் நிலையோ மிகமோசம் என்று விமர்ச்சனம் வைக்கப்படுகிறது. இது உண்மையாக இருந்தாலும், இப்படி விமர்ச்சனத்தின் மூலம் குறைகூறுவது மட்டுமே ஒரு தீர்வாகி விடாது. ஏனென்றால் பெருவாரியான மக்களுக்கு நாடாளுமன்ற அமைப்பின் இயங்குத்தன்மை குறித்து ஏதும் தெரியாத நிலை இருக்கிறது. அது குறித்த அறிவை அவர்கள் பெறாததாலேயே அதன்மீது மாயையான நம்பிக்கையும் இருக்கிறது. குறிப்பாக, தலித் மக்கள் வாக்களிக்கத் தவறுவதே இல்லை. தலித்துகளில் உள்ள நடுத்தர வர்க்கம் மட்டுமே சில நேர்வுகளில் விதிவிலக்கு.

இந்த நிலையை உணர்ந்துக்கொள்ளாமல் நாடாளுமன்ற அமைப்பைக் குறை கூறுவதால் மட்டுமே மக்களிடம் அதன் மீதுள்ள நம்பிக்கையைத் தகர்க்க முடியாது நாடாளுமன்ற அமைப்பு முழுமையாக அம்பலப் படுத்தப்பட வேண்டும் என்ற தேவை இன்னும் கூடுதலாகிறது. நாடளுமன்றத்தினை அம்பலப்படுத்த வேண்டும் என்ற முழக்கத்தை முன்வைத்து நாடாளுமன்றத்திற்குச் சென்ற இடதுசாரிகள் அங்கேயே உறைந்துப்போய் விட்டனர். சிறந்த நாடாளுமன்றவாதிகள் என்று கூட பட்டம் வாங்கும் நிலைக்கு அவர்கள் சென்று விட்டார்கள் என்றால் நிலைமையின் தீவிரம் புரியும்.

எனவே, இவ்வமைப்பை அம்பலப்படுத்த வேண்டிய பணி தற்போது தலித் மக்களிடமும் - பெண்களிடமும் உள்ளது. அம்பேத்கர் நாடாளுமன்ற முறையை ஏற்றுக் கொண்டார். அதனால், அதை அம்பலப்படுத்த முடியாது என்று சில தலித் கட்சிகள் கூறலாம். ஆனால், அம்பேத்கர் தற்போதைய ஊழல் மலிந்த ஒற்றை ஜனநாயக நாடாளுமன்ற பாணியை ஏற்றுக்கொண்டவரல்ல. நாடாளுமன்றத்தை மிகுந்த ஜனநாயகம் மிளிரும் அமைப்பாக மாற்ற விரும்பினார்.

ஜனநாயகம், அரசு சோசலிசம் ஆகியன சர்வாதிகாரம் மூலமன்றி இந்த நாடாளுமன்ற அமைப்பின் மூரமாக நடைமுறைப்படுத்தப்பட

வேண்டும் போராடினார். அது நடந்ததா? இல்லை. நடக்க காங்கிரஸ் விடவேயில்லை. எனவேதான் தத்துவார்த்த அடிப்படையில் தம் இறுதி மூச்சு இருந்த காலம்வரை அம்பலப்படுத்தினார் அம்பேத்கர். இந்த அடிப்படையைத் தவற விடாமல் நாம் தொடர வேண்டும்.

தலித் மக்களிடம் நாடாளுமன்ற அமைப்பின் மீதான நம்பிக்கையை தற்போது தகர்க்க முடியாது. ஏனென்றால் தங்களுக்கான சுயபங்கை அவர்கள் அதில் ஆற்றவே இல்லை. பெரிய கட்சிகளின் முக மூடியுடன் அவர்களால் இதுவரை எதையுமே சாதிக்க முடிய வில்லை. ஒன்றைப் பற்றி தெரிந்துக் கொள்ளாதவரை அதன் மீதான ஈர்ப்பு எப்படி குறையும். அப்படித்தான் நாடாளுமன்றத்தின் மீதான ஈர்ப்பும். எனவே, தம் சொந்த முகத்தினை பயன்படுத்தி, பங்கேற்று அவ்வமைப் பில் எதுவும் நடக்காது என்று தெரிந்தால் தவிர அதுவரை நம்பிக் கொண்டிருப்பார்கள். இதுதான் பெண்களுக்கும் பொருந்தும். எனவே, நாடாளுமன்ற அரசியலைத் தங்களின் சொந்த அடையாளத்தோடு தலித் மக்களும் பெண்களும் கைப்பற்ற வேண்டும்.

தலித் மக்களின் பலமும் எதிரிகளும்

எண்ணிக்கையளவில் தலித் மக்களைப் பார்த்தால் இந்திய மக்கள் தொகையில் 1/5 பாகம் அதாவது 28 கோடி பேர் என்பது வெளிப்படையானது.

மேலும் எதிரிகள் என்று பார்ப்பனீயத்தையும், முதலாளியத் தையும்தான் அம்பேத்கர் குறிப்பிடுகிறார். இரண்டும் கருத்தளவில் மட்டுமல்ல நடை முறையிலும் ஆதிக்கம் செலுத்துபவை. ஆனால் எண்ணிக்கையளவில் இரண்டுமே மிகச் சிறியவை.

மிகப் பெரும் எண்ணிக்கை கொண்ட தலித் மக்களால் ஏன் இந்த மிகச்சிறு எதிரிகளைத் தகர்க்க முடியவில்லை? தன்னளவில் தலித் மக்கள் பல கூறுகளாகப் பிளவுண்டும் சிதறுண்டும் சிறு சிறு பிரிவுகளாக இருப்பதுதான் முதன்மையானக் காரணம். இந்தியா முழுமைக்கும் தலித்துகள் சிதறுண்டு கிடப்பதை அரசியல் மொழியில் சொல்வதானால் 'சிதறிய பெரும்பான்மை என்ற சிறுபான்மை' என்பதாகும்.

அதனால்தான் அம்பேத்கர் தீண்டாதோரை 'சிறுபான்மைப் பிரிவினர்' என்று வரையறுத்தார். இந்த வரையறுப்புதான் அரசியல்

அனுகூலங்கள் பெறுவதற்கு எப்போதும் பயன்படும். தற்போதும் இதே வரையறுப்பு அவசியம். பெருவாரியாக உள்ள முஸ்லீம்கள் தங்களை பலமுள்ளவர்களாக ஆக்கிக் கொண்ட பிறகும், இந்துக்களின் எதிர்ப்பிலிருந்து தப்பிக்க அவர்களைச் சிறுபான்மையினர் என்று அழைத்துக் கொள்கின்றனர். அதேவேளை பெரும்பான்மை இந்துக்கள் தங்களுடன் தலித் மக்களை சேர்த்துக்கொள்கிறார்கள். இதன் விளைவாக இந்துச் சமூகம் தன்னை பெரும்பான்மைச் சமூகமாக, ஆகவே அரசியல் பெரும்பான்மையாகக் கட்டமைத்துக் கொள்கின்றது. இது தலித்துகளுக்கு எதிராக பின்னப்பட்ட அப்பட்டமான சமூக அரசியல் துரோகமாகும். இதனால் தலித் மக்களுக்கு தமது எதிரிகளைக் குறித்த மயக்கம் எப்போதும் இருந்துவருகிறது. அவர்கள் தமது அரசியல் எதிரிகளை வீழ்த்துவதற்கான பலத்தையும் சிதைத்து வருகிறது.

அதேநேரம், பார்ப்பனீயத்தைப் பெரும்பான்மையாகக் கட்டமைத்துக் காப்பதில் பெரும்பான்மையான பிற்பட்ட இடைச்சாதி வகுப்பினருக்கு அரசியல் மற்றும் பொருளாதார அனுகூலங்கள் நிறையவே இருக்கின்றன. இவற்றை அவர்களால் விட முடியாது. துணைக்கண்டம் முழுமைக்கும் இதை நாம்மால் தெளிவாகக் காண முடியும். நேரடி சான்று தேவையெனில், தென் மாநிலங்களில் நேரடியான பார்ப்பனர் அரசியல் சமூக ஆதிக்கம் குறைந்த பிறகு அந்த இடைவெளியை பிற்பட்ட இடைச்சாதிகளின் ஆதிக்கம் நிறைத்து விட்டது.

இந்த நிலை தலித் மக்களுக்கு மிகவும் சிக்கலானதாகும். ஒரே நேரத்தில் பார்ப்பனீயம், முதலாளித்துவம், இடைநிலைச் சாதிகளின் ஆதிக்கம் என மூன்று எதிரிகள். ஆனால் எதையும் தவிர்க்க முடியாது. தன் குடிசையிலிருந்து கோட்டைவரை இவற்றை தலித்துகள் சந்தித் துதான் ஆக வேண்டும். எனவே, இவைகளை அரசியல் ரீதியான பொது எதிரிகளாகவே தலித் மக்கள் தமது அரசியலுக்குள் கவனப் படுத்திக் கொள்ள வேண்டும். இப்போது உண்மையான பெரும்பான் மையயை எதிர் கொள்ளும் வேளையை தலித் அரசியல் அடைந்துள்ளது.

இதற்குத் தீர்வு என்ன? முதலில் குறிப்பிடப்பட்ட அரசியல் எதிர்கூறுகளின் அடிப்படைகளை ஆராய வேண்டும். அப்படி பார்க்கும்போது அந்த எதிர் அம்சங்களும் பிரிந்துதான் நிலவுகின்றன என்பதை உணர்ந்துக் கொள்ள முடியும். பிரிந்து இருப்பவை

அதிகாரத் திற்காக ஒன்றினையும்போது, அதிகாரத்தைக் கைப்பற்ற முயலும் தலித்துகள் தம்மைக் ஓர் சக்தியாக கட்டமைத்துக் கொள்ள முடியாதா? அப்படி தம்மைக் கட்டமைத்துக் கொள்வதின் மூலம் தலித் சமூகம் தன்னைப் பெரும்பான் மையாக மாற்றிக் கொள்ள முடியும். அதற்குத் தங்களின் சிதறுண்ட நிலை குறித்து அனைத்து தலித் தலைவர் களிடமும் தலித் அறிவு ஜீவிகளிடமும் தெளிவான முடிவுகள் எட்டப்பட வேண்டும். அதன்மூலம் குறைந்த பட்சம் தலித் அரசியல் அமைப்புகளுக்குள் கூட்டணியாவது உருவாக்கப்பட வேண்டும். இதன் அடிப்படைகள் மீது பெண்களை அமைப்பாக்கிக் அரசியல்படுத்தி அவர்களை முன்னிலைப் படுத்த வேண்டும். இது தலித் மற்றும் பெண்களின் அரசியல் எழுச்சிக்கும், அதிகாரத்தைப் பெருவதற்கான வாய்ப்பிற்கும் வழி வகுக்கும். தொடர்ந்தப் போராட்டம் ஒருங்கி ணைப்பை உருவாக்கும். எனவே இந்நூற்றாண்டில் இது குறித்து சரியான செயல்திட்டத்தோடு செயல்பட வேண்டி இருக்கும்.

இந்துக்களிடமிருந்து...:

ஒடுக்கப்பட்டோராகிய நாங்கள், எங்களுக்கும் இந்துக்களுக்கும் இடையே முழுப் பிரிவினை வேண்டும் எனக் கோருகிறோம். இது தான் முதலாவதாகச் செய்யப்பட வேண்டியது. அரசியல் காரணங்களுக்காக நாங்கள் இந்துக்கள் என்று அழைக்கப் படுகிறோமே தவிர, இந்துக்கள் அவர்களுடைய சகோதரர்களாக எங்களைக் கருதுவதில்லை. எங்களுடைய எண்ணிக்கையாலும், எங்களுடைய ஓட்டுரிமை பலத்தாலும் கிடைத்த அரசியல் பலன்களை அவரவர்கள் தங்கள் நலனுக்காகப் பயன்படுத்திக் கொண்டார்கள்: ஆனால், அதற்குக் கைமாறாக நாங்கள் பெற்றது ஒன்றுமில்லை! அவர்கள் இந்துக்கள் என்று அழைக்கப்படாத மற்ற சமூகத்தினரை நடத்துவதை விட மிக மோசமான நிலை யில் எங்களை இந்த இந்துக்கள் நடத்துவதைத் தான் கண்டிக்கி றோம்: ஆகவே, இந்தப் பிரிவினையே முதலாவதாகச் செய்யப் பட வேண்டியதாகும். (31.12.1930 வட்டமேசை மாநாட்டின் மூன்றாம் துணைக் குழுவில், லண்டன்.)

வட்டமேசை மாநாட்டில் டாக்டர்.அம்பேத்கர் முன் வைத்த இந்த வரையறை எவ்வளவு அரசியல் முக்கியத்துவம் வாய்ந்தது என்பதை இன்றைய தலித் மக்களின் சமூக அரசியல் நிலையைக்

ஒப்பிட்டு கவனித்தாலே புரிந்துக் கொள்ள முடியும், அதனால் அம்பேத்கரின் வரையறை இன்னும் ஒளி மங்காமலே உள்ளது. எனவே இந்துக்களிடமிருந்து கறாரான பிரிவினையை தலித் மக்களும் - பெண்களும் பிரகடனப்படுத்த வேண்டும். இந்தப் பிரகடனமானது அரசியல் ரீதியி லும், சமூக ரீதியிலும் உறுதியாக இருப்பதானது விடுதலை அரசிய லுக்கு வழி தரும். ஏனெனில், இந்திய அரசியல் என்பது எண்ணிக்கை அடிப்படையில் அமைந்த ஒரு அதிகார விளையாட்டாகும். இந்த விளையாட்டில் சிறுபான்மை எப்போதும் வெற்றி பெறும். இந்த அரசியல் சகடத்தை ஒடுக்கப் பட்டோரும் உருட்ட முடியும். ஒரு புரிதலுக்கு பார்ப்போமாயின்:

முஸ்லிம் மற்றும் கிறித்துவ சிறுபான்மையினரை எதிரிகளாக நிறுத்தி, தலித்துகள், பெண்கள், இடைநிலைச் சாதிகளான பிற்படுத்தப் பட்டோர் ஆகியோரை இந்துக்களாக உணர வைத்து அதன்மூலம் இணைக்கப்பட்ட ஒரு மாயப் பெரும்பான்மையைப் பார்ப்பனியம் கட்டமைத்துக் கொண்டு அதிகாரத்தை நிலைநாட்டி வந்துள்ளது. இது வெள்ளையர் காலத்திலிருந்து பார்ப்பனர்கள் கடைப்பிடித்து வரும் தந்திரம். இந்தத் தந்திரத்தைத்தான் சிறுபான்மை மக்களின் உட்பிரிவு களை உடைக்கும் வகையிலும் கட்டமைத்ததில்தான் அவர்களின் நீடித்த வெற்றியென்பது சாத்தியப்பட்டது. உதாரணத்திற்கு தலித் மக்களின் பெரும்பான்மை பலத்தைச் சிதைக்க, தலித் மக்களுக்குள் இந்து எதிர் கிறித்தவர் என்ற பிரச்சினை 1956இல் திணிக்கப்பட்டது. இது தெளிவான ஒரு விளைவை அன்று உருவாக்கியது. அதன் மூலம் உடனடி பலனை அப்போதே பெற்றார்கள். அதாவது தலித் மக்களுக்குக் கிடைக்க வேண்டிய இட ஒதுக்கீட்டின் அளவைக் குறைத்தது. இதனால் தலித் மக்களின் அரசியல் பலம் மேலும் மிகச் சிறுபான்மையாகியது.

ஆயினும் தலித் கிறித்துவர்கள் குறித்தும் தெளிவான அரசியல் நிலைபாட்டை எடுக்க தலித் அரசியல் இன்னும் தடுமாறி வருகின்றது என்பத எவ்வளவு அவலம். தலித் கிறித்துவரையும் கிறித்தவர் எனப் பிரிக்கும் சதியை முறியடிக்க அவர்களையும் அட்டவனைச் சாதிகள் பட்டியலுக்குள் கொண்டு வர வேண்டும். மட்டுமின்றி தலித் மக்களின் மதத் தகுதியைச் சட்டப்படி தனிநபர் விருப்பம் சார்ந்ததாக இருக்கத் தகுந்த காப்புகளை அரசமைப்புச் சட்டத்தில் உருவாக்க வேண்டும்.

இந்துக்களிடமிருந்து அரசியல் பிரிவினைப் பிரகடனப் படுத்தும் தேவையை இன்னும் அதிகப்படுத்தும் காரணிகள் நிலவுகின்றன என்பதைத்தான் இவைக் காட்டுகின்றன. ஆனால் தற்போதைய தலித் அரசியல் சூழல் இதை எதிர் கொள்ளக்கூடிய அளவில் தன்னை தயார்படுத்திக் கொண்டுள்ளதா?

கலாச்சாரம் குறித்து

அம்பேத்கரின் பவுத்த தழுவல் குறித்து தொடர்ச்சியான மௌனம் சாதிப்பதின் மூலம் தலித் அரசியல் மாபெரும் தவறை தொடர்ச்சியாகச் செய்து வருகிறது. இந்த மௌனம் இந்துத்துவச் சக்திகளுக்கு மறைமுக பண்பாட்டு அனுகூலத்தையும், நேரடி அரசியல் அனுகூலத்தினையும் வழங்குகிறது.

மனிதர்கள் கலாச்சார வெறுமையுடன் இருக்க முடியாது என்பதை வரலாறு காட்டுகிறது. இதை அம்பேத்கர் உணர்ந்திருந்தார். மார்க்ஸ் கூட மதம் மனித மனிதனுள் செயல்படுவதைக் குறித்துக் கூறும்போது, 'அது நம்பிக்கையற்ற மற்ற உலகத்தின் நம்பிக்கை' என்று கூறுவதை கவனத்தில் கொள்ள வேண்டும்.

தலித் அரசியலுக்குச் சார்பான, இந்துத்துவத்தை முழுவதும் எதிர்க்கும் ஒரு கலாச்சாரக் கூற்றினை இந்த நூற்றாண்டில் தலித் அரசியல் இயக்கமாகவே கட்டமைக்க வேண்டும். இல்லையெனில் தலித் மக்களின் கலாச்சாரத் தேவையை இந்துத்துவமும் ஏகாதிபத்திய மயக்க மருந்தும் கிறித்தவத்தின் புதிய கிளையுமான பெந்தகோஸ்தே மற்றும் ஜெகோவா பிரிவுகள் பூர்த்தி செய்துவிடும். தலித் மக்கள் இவைகளுக்குத் தொடர்ச்சியாக ஆட்பட்டு வருவது பெருகும். இதனால் தலித் மக்களின் அரசியல் வீரியம் குறைவது தொடரும். தலித் அரசியலுக்கு பெரும் பலவீனமாக அமைந்துவிடக் கூடிய ஆபத்து இதைவிட வேறென்ன இருக்கிறது?

இந்தப் புதிய மதப் போக்குகள் தலித் மக்களின் ஆன்மீகத் தேவையைப் பூர்த்தி செய்வதற்கு முக்கிய காரணம், தலித் மக்கள் எப்போதும் உருவ வழிபாட்டைத் தவிர்த்து, ஆரவாரமான வழிபாட்டு முறைகளையே பலகாலமாகக் கடைப்பிடித்து வருகின்றனர். தங்களைத் தாங்களே கடவுளின் கருவியாகக் கருதிக் கொள்கின்ற உளவியல் பாங்கும் நிலவி வருகிறது. இந்த வகைப் போக்குகளில் மாற்றம் தேவைபடும் இடங்களில் இவ்வகை கிறித்தவம் பூர்த்தி செய்கின்றது. தலித் மக்களின் இந்த பலவீனத்தை

அறிந்துள்ள இந்துத்துவம் தொடர்ச்சியாக தலித் மக்களை ஆரவாரச் சடங்குகளுக்குள் கொண்டு வருகிறது. ஆரவாரச் சடங்குகளின் பண்பாட்டு அரசியல் தலித் அரசியலுக்கு கடும் நெருக்க டிகளை எதிர்காலத்தில் தரும் என்ற நம்பலாம். (எ.கா. அய்யப்பன் - முருகன் மாலை, மேல் மருவத்தூர்).

இந்த நிலைமையின் தீவிரத்தை உணராமல் இந்து மதத்தை எதிர்க்க முனைவது, தலித் மக்களிடையே எதிர்ப்பை உருவாக்கி, அரசி யல் அந்நியமாகக்கூடிய அபாயம் நிறையவே இருக்கிறது. எனவே இது தலித் அமைப்புகளின் வளர்ச்சிக்கு இது தடையாக இருக்கும். இதையும் எதிர்கொண்டுதான் ஆகவேண்டுமாயின் மாற்றுதான் என்ன?

பார்ப்பனீய அரசியலின் நீடித்த தன்மைக்குப் பலமே அது கலாச் சாரத்தை அரசியலுக்குப் பயன்படுத்துவதுதான். அந்த அரசியல் கட்டு மானத்தை உடைக்காத வரையில், பார்ப்பனீயத்தை ஒழிப்பது கடின மான காரியம். எனவே, கலாச்சாரப் பிரச்சினைக் குறித்து மவுனம் சாதிக்காமல் சரியான ஒரு நிலைப்பாட்டை எடுக்க வேண்டும்.

ஒரு பக்கத்தில் ஏகாதிபத்தியங்கள் மூன்றாம் உலக நாட்டு மக்களைச் சொந்த வேர்களைத் தேடுங்கள் என்று கூறிக்கொண்டே தங்களது பண்பாட்டுத் திணிப்பை வேகமாகச் செய்து வருகின்றன. மறுபக்கம் பார்ப்பனீய பண்பாட்டுத் திணிப்பு. இந்த கடும் சூழலில் இருதலைக் கொல்லி எறும்புபோல தவிக்கும் தலித் மக்கள் ஆரவார மதச் சடங்கில் பலியாவதை தவிர்க்க முடியாது. யாவரையும் விட தப்பிக்கும் மனோ பாவம் ஒடுக்கப்படும் மக்களிடம் எப்போதும் இருக்கும். ஒடுக்கு முறையை உணரக்கூடியத் தருணம்தான் எதிர்ப்பு உணர்வைத் தூண்டும். இதை உணராத வகையில் தப்பிக்கும் மனோ பாவத்திலேயே வைத்திருக்க ஆதிக்கச் சக்திகள் திட்டமிடுகின்றன. தப்பிக்கும் மன நிலையின் அடிப்படைக் காரணி தாழ்வு மனப்பான்மை தான். ஆனால் இதற்கு ஓர் அரசியல் அனுகூலமும் உண்டு. அதாவது தாழ்வு மனம் ஓர் இறுக்கமான எதிர்ப்பில் இருக்கும். எதிரியைக் குறித்த தெளிவு கிடைத்த பிறகு அது விசையாகச் செயல் புரியும், இல்லை யெனில் தப்பிக்கும் மனோ நிலையிலேயே நிலைத்துவரும்.

தப்பிக்கும் மனநிலையினைத் தகர்க்க வேண்டுமெனில்,

தாழ்வு மனப்பான்மையை எதிர்ப்புச் சக்தியாக மாற்ற வேண்டும். அதற்கு எதைக் குறித்து தாழ்வு மனம் உருவாகியுள்ளதோ அதற்கு மாற்றான ஒன்றை சுட்டிக் காட்டியாக வேண்டும். இந்தச் சமூக உளவியலின் அடிப்படைதான் கலாச்சாரத்திற்கும் பொருந்தும். அதற்கு, கலாச்சாரம் குறித்த தன் மௌனத்தை தலித் அரசியல் கலைப்பதோடு அம்பேத்கரின் பவுத்த தழுவல் இயக்கம் குறித்தும், அதனுடைய சாதக அம்சங்கள் குறித்தும் ஆக்கக்பூர்வமான பரிசீலனையை மேற்கொள்ள வேண்டும்.

பெண்கள் அமைப்பு

தலித் அரசியல் பெண்கள் பிரச்சினையில் அவ்வளவாக அக்கறை கொள்வதில்லை என்ற குற்றச்சாட்டு பொதுவாகவே உள்ளது. பெண்கள் அமைப்புகளைச் சார்ந்தவர்கள் இதை மறைமுகமாகவும் சில வேளைகளில் வெளிப்படையாகவும் கூறிவருகின்றனர். அப்பெண்கள் அமைப்புகள் தலித் அரசியலின் பாத்திரத்தைப் புரிந்து கொள்ளாததின் விளைவு தான் இது. தலித் அரசியல் தீவிரமாக எதிர்ப்பவைகளான..

1. இந்து மதம் சாதி அமைப்பு - இதன் கருத்துருவமான பார்ப்பனீயம்.
2. முதலாளித்துவம் / ஏகாதிபத்தியம்

ஆகிய இரண்டுமே ஆண் ஆதிக்கச் சமூக அடிப்படையின் வெளிப்பாடுகள் என்பதை உணர வேண்டும்.

தன்னிலைவாதம் பேசும் பெண்கள் இவைகளோடு திருப்தி அடைவதில்லை. வரலாற்றின் வழியாகப் பெறப்பட்ட அடிமைத்தனம் வரலாற்றின் வழியாகத்தான் தீர்க்கப்படும் என்பதையும் அவ்வளவாக ஏற்றுக் கொள்வதில்லை. ஆனால், ஆண்களிடமிருந்து உடனடி விடுதலை வேண்டும் என்பது அடிமைப்பட்ட ஆண்களிடமிருந்து எப்படி சாத்தியமாகும். இதில் தலித் அரசியலை, அதன் தன்மையை சீர்தூக்கிப் பார்க்காமல், குறைகூறுவது மட்டுமே தீர்வாகிவிடாது.

ஏனென்றால் தலித் மக்களுக்கு எவை எதிரிகளோ அவைகளே பெண்களுக்கும் சமூக அரசியல் எதிரிகள். அதனால்தான் பெண்களின் விடுதலையும் அரசியலைச் சார்ந்திருக்கிறது என்பதை உணரப்பட வேண்டும். குறைந்த பட்சம் பெண்களுக்கான அரசியல் அமைப் பொன்று நம் சூழலில் அவசியமாக இருக்கிறது. இது தலித் மக்கள் உடன் இணைந்து பணியாற்றும் அமைப்பாக இருக்க வேண்டும்.

அரசியல் ரீதியாக எதிர்கொள்ளும் பிரச்சினைகள்

தலித் அரசியலின் உடனடிப் பணியாக, அரசதிகாரத்தைக் கைப்பற்றும் நோக்கில்கூட எதிர்ப்பு அம்சங்களை (பார்ப்பனீயம், முதலாளித்துவம்) கவனத்தில் கொண்டாலும் ஏகாதிபத்திய நெருக்கடியால் இந்திய அரசியலில் ஏற்பட்டுள்ள தேக்க நிலையானது அனைத்துத் துறைகளிலும் பிரதிபலிக்கிறது. இது தலித் அரசியலையும் விட்டு வைக்காது. இந்நிலையில், தலித் அரசியல் தீர்க்கமாக எதிர்கொள்ளக் கூடிய மேலும் சில பிரச்சினைகளைக் குறித்து இனி பார்ப்போம்.

தலித் அரசியலானது இனியும் ஒரு உள்நாட்டுப் பிரச்சினையாக இருக்கப் போவதில்லை. அது சர்வதேச அரசியலோடு பிணைக்கப் படவுள்ளது என்பதைக் கவனத்தில் கொள்ள வேண்டும். அம்பேத்கர் தலித் பிரச்சினைகளை உலக அரங்கில் கொண்டு போவதற்கு முயற்சிகளை எடுத்த போது அவை ஆங்கில காலனிய ஏகாதிபத்திய அரசியலோடு பிணைக்கப்பட்டிருந்தன. அந்த வகையில்கூட டாக்டர் அம்பேத்கர் இங்கிலாந்தையும், இந்திய பார்ப்பனீயத்தையும் சர்வதேச நாடுகளிடையே அம்பலப்படுத்தினார். மேலும் பன்னாட்டு அவையத்திடம் முறையிட அவர் முயன்றபோது இந்திய ஆதிக்க வர்க்கம் எப்படி பதைபதைத்தது என்பதை வரலாறு பதிவுசெய்துள்ளது. கெடுவாய்ப்பாக தகவல் தொடர்பு ஒரு மாபெரும் தடையாக இருந்த அக்காலம் சரியான வீச்சைக் காண உதவவில்லை. இப்போது நிலைமை மாறி விட்டது. அனைத்து தகவல் மற்றும் தொடர்புகளும் பலப்பட்டு இருக்கும் நிலையில் தலித் பிரச்சினை ஏகாதிபத்திய எதிர்ப்பு அரசிய லோடு கொண்டு செல்லப்பட வேண்டும். எனவே, ஏகாதிபத்தியம் குறித்த இந்தியப் பிரதிபலிப்பை நாம் கீழ்க்கண்ட வகைகளில் பார்க்கலாம்.

1. அரசு பலவீனமடைதல்

தற்போது கடைபிடிக்கப்பட்டு வரும் உலகமயமாதல் மற்றும் தனியார் மயப் பொருளாதாரக் கொள்கையானது, எந்த வலிமையான அரசதிகார அமைப்பையும் அனுமதிப்பதில்லை. எந்த ஓர் அரசும் எதில் வலிமையாக உள்ளதோ அதைக் குறைத்துக் கொள்ள நிர்பந்திக்கிறது. இதனால் அரசின் பலமானது கடுமையாகச் சுருங்கி வருகிறது. வேறு வார்த்தையில் சொன்னால் இறுகி வருகிறது. இந்த அதிகாரமானது தொடர்ச்சியாக ஏகாதிபத்தியத்தின் கைகளில் குவிந்து

வரும். வரும் காலங்களில் இதனது தாக்கத்தை வெளிப்படையாகவே காண முடியும்.

'பலவீனப்பட்ட அரசு' வெறும் பராமரிப்பு எந்திரமாக உருமாறி இருக்கும். இதன் விளைவால் பணியானது பிரச்சினைகளை உண்டு பண்ணுவது, அவற்றைப் பராமரிப்பது அல்லது அடக்குவதுமாக என ஒரு குறிப்பிட்ட வட்டத்திற்குள் சுருங்கி இருக்கும். இப்படி சுருங்கும் அரசு மிகவும் ஆபத்தானது. அது தனது தார்மீகத்தை இழந்துவிடுவதால் மக்களாட்சிக்கான குறைந்தப்பட்ச கூறுகளையும் இழந்துவிடும்.

இப்படிப்பட்ட பலவீனமான ஒரு அரசு எந்திரத்திற்குச் சமூகத் தில் பிரச்சினைகள், மோதல்கள் இருந்தால்தான் அது எந்திரம் எனும் நிலையில் சுதந்திரமாக செயல்பட முடியும். இந்தப் பலவீனச் சுதந்தி ரத்தைக் காத்துக் கொள்ள அது மக்களுக்குள் கலவரங்களைத் தூண்டி விடும். அரசு வன்முறைகளை தொடர்ச்சியாய் பிரயோகிக்கும். வன்முறைகள் எந்த சமூகத்தில் கடுமையாக அதிகரிக்கிறதோ அங்கு அரசின் தன்னியல்பும் சுதந்திரமும் இறுகி விட்டது என்று தெளிவாகப் புரிந்து கொள்ளலாம்.

பலவீனப்பட்ட அரசினைக் காக்க தொழில் முறை அரசியல்வாதிகள் தேசப்பற்று எனும் மாய உணர்வை ஊதிப் பெரிதாக்குவார்கள், நாட்டைக் காக்க வேண்டும் என முழங்குவார்கள். தேசப்பற்றுதான் அவர்களது கடைசி கருத்தியல் பிரச்சாரமாவும், புகலிடமாகவும் இருக்கும்.

பலவீனமான ஒரு அரசு வெகு மக்களுக்கு ஆபத்தானது. அரசு பலவீனமடைவதை இந்தியச் சூழலில் தொழில் துறை தனியார் மய மாதல் / இட ஒதுக்கீடு என்ற நமக்கு பரிச்சையமான செயல்தளங்க ளில் எப்படி செயல்படுகிறது என்பதை கூர்ந்து கவனித்தால் அவற்றின் எதிர்காலத்தைப் புரிந்துக் கொள்ளலாம்.

2. தொழில் துறைகளில்

இந்தியத் தொழில் துறையானது பன்னாட்டுச் சந்தைக்குத் திறந்து விடப்பட்டுள்ளது. உள்நாட்டுத் தொழில்களை இல்லாமல் செய்வது; பொதுத்துறை நிறுவனங்களைத் தனியார் மயமாக்குவது ஆகிய இரண்டு அம்சங்கள் முக்கியமானவையாகும்.

ஏற்கனவே பெருந்தொழில்கள் அரசின் கட்டுப்பாட்டில் இருந்து

வருகின்றன. தேவையான உள்கட்டுமான அமைப்புக் கொண்ட இவை கள் தனியாருக்குத் தாரைவார்க்க எந்த தேவையும், நியாயமும் இல்லாத நிலையிலும் தனியாருக்குக் கொடுக்கப்படும். அவை ஒரு கொள்கையா கவே அறிவிக்கப்பட்டாலும் ஆச்சரியப்படத் தேவையில்லை. எனினும் இந்தப் போக்குகளினால் திரளும் நிதி லாபங்கள் கண்டங்களைத் தாண்டிப் போய்விடும். இவை ஒரு புறமிருந்தாலும் இதில் தலித் மக்களை நேரடியாக பாதிக்கும் இடம் எதுவென்றால் இட ஒதுக்கீடா கும். தற்போது அரசு மற்றும் அரசின் பொதுத்துறை நிறுவனங்களில் மட்டுமே இடஒதுக்கீடு உள்ளது. இடஒதுக்கீட்டின் எதிர்காலம் கேள்விக்குறிதான்.

- அரசு தன் பணி எல்லையைத் தொடர்ச்சியாகக் குறைத்துக் கொண்டு வருவதின் மூலமும், பணிகளில் நவீன கருவிகளை ஈடுபடுத்து வதின் மூலமும் அது ஆட்குறைப்பை அதிகரிக்கச் செய்யும்.

- மேலும் புதிதாக எந்தப் பொதுத்துறை நிறுவனங்களையும் இனி அது தொடங்கப் போவதில்லை. இதனால், புதிதாகப் பணி இடத்தை அது உருவாக்காது.

- பொதுத்துறை நிறுவனங்கள் தனியார்மயமாகிவிட்ட பிறகு, அவைகளில் இட ஒதுக்கீடு கடைபிடிக்கப்பட வேண்டும் என்பது குறித்து எந்த அரசாணையும் இல்லை. ராணுவத்தில் ஏற்கனவே இடஒ துக்கீடு இல்லை. உயர்கல்வித்துறை மற்றும் உயராய்வு நிலைகளில் இட ஒதுக்கீடு கைவிடப்பட்டுள்ளது.

எனவே, மூன்று நிலைகளில் தலித் மக்கள் இட ஒதுக்கீட்டினைப் பெற முடியாத நிலை. இது தலித் மக்களுக்கு மட்டுமல்ல, பிற சமூகத் தவருக்கும் பாதிப்பை உருவாக்கும் என்றாலும், அவர்களைவிட தலித் மக் கள்தான் இதனால் பெரிதும் பாதிக்கப்படுவார்கள்.

ஏற்கனவே இரண்டாம் நிலை தொழில்துறை (secondary sectors) அமைப்புகளில் இட ஒதுக்கீடு எஸ்.சி. 9.83% எஸ்.டி. 3.86% என்ற அளவில்தான் இருக்கின்றது. அப்படி இருந்தும் இது கடுமை யாகக் குறையும். தலித் மக்களின் வேலை வாய்ப்பு இனி அதிகரிக்கப் போவதில்லை. அவர்களின் அன்றாட வாழ்க்கை மிகவும் கேள்விக் குறியாகும். இதுவுமின்றி மொத்த தலித் மக்கள் தொகையில் 52% பேர் வேலையின்றி வறுமையில் வாடுகின்றனர்

....கௌதம சன்னா)(37

என்பது மேலும் பிரச்சினை யின் தீவிரத்தைக் காட்டுகிறது. எனவே, இட ஒதுக்கீடு குறித்து தெளிவான கொள்கையை தலித் அரசியல் வகுக்க வேண்டும். தனியார் துறையில் இட ஒதுக்கீட்டை எழுப்புவது மட்டும் இதற்கு ஒரு தீர்வாகி விடாது.

3. விவசாயத் துறையில் :

விவசாயத் துறையில் தலித் மக்களின் பங்கானது கூலி விவசாயிகள், சிறு குறுவிவசாயிகள் என்ற அளவில் மட்டுமே இருக்கின்றது - நிலச்சுவான்தார்கள் என்ற வர்க்கம் தலித் சமூகத்திற்குள் இல்லை.

1971இல் கூலி விவசாயிகள் 84.74%

1991இல் கூலி விவசாயிகள் 81.75%

இந்த இடைப்பட்டக் காலத்தில் 3% குறைந்துள்ளது. இந்த வித்தியாசம் குறைந்தது குறித்து இது குறைவான அளவுதான் என்று இதை அலட்சியப்படுத்த முடியாது. ஏனெனில் இந்த 3% பேர் வேறு தொழிலுக்கு மாறியதை அது குறிக்கவில்லை. அது அவர்கள் விவசாயத் தொழிலில் இருந்து விலக்கப் பட்டதைக் குறிக்கிறது. அவர்கள் வேலை வாய்ப்பை இழந்தது இரண்டு காரணங்களில்:

1. விவசாயத்தில் நவீனமயம்.
2. முதலாளித்துவ விவசாய முறை.

விவசாய சாகுபடியில் பழைய கால முறைகளைக் கடைபிடிக்கும் தலித் மக்கள், வெறும் உழவுக் கருவிகளைக் கொண்டு காலந்தள்ள முடியாது. நவீன கருவிகள் தொடர்ச்சியாக ஆள்குறைப்பை கட்டாயப் படுத்தும் நிலையில் அவர்கள் நிலத்தை விட்டு வெளியேறியாக வேண்டும். நவீன விவசாயக் கருவிகளின் சவாலை தலித் அரசியல் எப்படி எதிர்கொள்ளப் போகிறது.

விவசாய முதலாளித்துவ முறைகளின்படி மனித உழைப்பு குறைவான பணப்பயிர் சாகுபடிகளுக்கும் - நிலத்தைப் பெரும் பரப்பில் பயிரிடும் முறையையும் குறிக்கும் - பெரும் பரப்பில் பணப்பயிரை சாகுபடி செய்வதற்கு நவீன கருவிகள் அவசியமானது. இந்த இரண்டு அம்சங்களாலும் இன்னும் தொடர்புடைய காரணிகளாலும் தலித் மக்கள் கூலி வேலையினை இழந்து வருவது அவர்களது வாழ்க்கைத் தரத்தை கடுமையாகப் பாதிக்கும்.

4. குறுநில விவசாயிகள்

தலித் / தலித் அல்லாதாரைக் குறித்துப் பார்த்தோமானால் விவசாயத்தில் தோன்றிய முன்பு கண்ட இரண்டு முறைகளும் குறு விவசாயத்தை அழித்து விடும். ஏனென்றால் நிலத்தடி நீரின் விலை, விவசாயக் கருவிகளின் வாடகை போன்றவற்றை அவர்களால் அளிக்க முடியாததுடன், வேலையற்று இருக்கும் கூலி விவசாயிகளுக்கு அதிகக் கூலியும் வழங்க முடியாத நிலையில் குறுநில விவசாயி நிலத்தைத் தரிசாகவும் போட முடியாது. எனவே, அவர்கள் கிடைக்கும் லாபத்திற்கு நிலத்தை விற்க வேண்டும். போதாத குறைக்கு ரியல் எஸ்டேட் வியாபாரத்தில் அந்நிய முதலீடு அனுமதிக்கப்பட்டுள்ளதால் நிலங்களைத் தரிசாக்கவும் அவைகளை வளைத்துப் போடவும் எழும் போட்டியில் குறுநில விவசாயிகள் பலியாவார்கள். கடைசியில் அவர்களும் கூலிகளாக மாறி விடுவார்கள் அல்லது வேலையற்றவர்களாக மாறிவிடுவார்கள். தொடர்ச்சியாக விவசாயத்தில் வேலையற்றவர்களின் எண்ணிக்கை அதிகரிக்கும்.

எனவே சமூக விடுதலை மட்டும் பேசிக்கொண்டிருப்பது போதாது. தலித் அரசியல் பொருளாதாரச் சிந்தனைகளில் இனி தீவிரம் காட்ட வேண்டும். புதிய திட்டங்களை வகுக்க வேண்டும். மேற்கண்ட இந்த நிலைகளால் தோன்றக்கூடிய எதிர்விளைவுகள் கடுமையானவையாக இருக்கும் என்பதால் அவற்றை எதிர்கொள்ளும் திராணியை வளர்த்துக் கொள்ள வேண்டும்.

5. வன்முறையும் - திசை திருப்பலும்

அதிகார இட மாற்றங்களால் இங்குப் பெரும் கொந்தளிப்புகள் ஏற்படும் என்பதை முன்பே விளக்கியுள்ளோம். இந்தக் கொந்தளிப்புகளால் ஏற்படக்கூடிய விளைவுகளைப் பார்ப்போம்.

சாதியத் தீண்டாமையின் மூலமாக வரும் வன்முறைகள் எப்போதையும்விட அதிகமாக இனி இருக்கும்.

இந்த சாதிய மோதல்களை அரசின் கருவிகளான கட்சிகள் தூண்டி விட்டு அதன் மூலம் அரசதிகாரத்தைச் சார்ந்து அரச வன்முறையைச் செலுத்தும், திரும்பவும் அரசை எதிர்த்த வன்முறை - திரும்ப அரச வன்முறை இப்படி ஒரு சுழற்சியாக அரச வன்முறையைத் தூண்டும் நிலையில் அது சமத்துவத்தையும், முற்போக்கையும்

பேசிய படி தலித் மக்களை சமூகக் களத்தில் குற்றவாளிகளாகவே நிறுத்தும். தலித் தலைமைகளுக்கு இவைகளைச் சமாளிப்பதே பெரும் வேலையாக இருக்கும்.

அவர்கள் எந்த நிலையிலும் ஆக்க வேலைகளில் ஈடுபட்டு விடாமல், நிகழ்கால மற்றும் எதிர்கால சந்ததியினரிடம் குற்றவாளி யைப் போலச் சித்திரிக்கும் அவலத்தை இந்த வன்முறை அரசு செய்யும்.

வேலையற்றவர்களின் எண்ணிக்கை தொடர்ச்சியாக அதிகரிப் பது வன்முறையைத் தூண்டுவதற்கு மற்றொரு வழி. அதாவது அவர்களுக்கு இட ஒதுக்கீடு மூலம் வேலைக்குப் போனவர்கள்தான் எதிரிகளாக இருப்பார்கள். இட ஒதுககீடு மூலம் சிறு வேலை பெற்று வாழ்க்கை நடத்தும் தலித் மக்களுக்கு பொருளாதாரத்தில் நசிந்து பிற ஜாதியினரில் வேலையற்றவர்கள் இயல்பாகச் சாடும் வெறுப்பினால் வன்முறையில் இறங்குவது தொடர் கதையாகி விடும். பல ஆய்வுகள் சாதிக் கலவரங் களுக்கு வேலையின்மையே முக்கியக் காரணம் என்று கூறியுள்ளன.

இவைகள் மாநில அளவில் இருந்தாலும், தேசிய அளவில் தற்போது இந்து உணர்வை வளர்த்து வருவதால் பார்ப்பனீய சக்திகள் மதக்கலவரங்களைத் தூண்டுவதை நாம் அறிந்திருக்கிறோம். பார்ப்பனீய சக்திகள் அதிகாரத்தில் நீடித்திருக்க தேசிய அளவில் அதற்கு வன்முறை நிலவும் சூழ்நிலை தேவை. எப்படியும் அது இந்து உணர்வை வளர்க்க இசுலாமிய நாடுகள் மீதான தொடர் வன்முறை பிரச்சாரத்தைக் மேற் கொண்டபடி இருக்கும். இது, தன்னுடைய வன்முறையைத் தேசப் பற்றை ஊக்கு விப்பதாக கூறி வளர்க்கும்.

தேசப்பற்றின் வன்முறையை எதிர்க்கும் தலித் தலைவர்களானாலும், பிற தலைவர்களானாலும், அவர்களும் சமூக வன்முறையாளர் களாக, பிரிவினைவாதிகளாகக் காட்டப்பட்டு அந்நியப்படுத்தப்படுவது ஏற்கனவே நடந்து கொண்டுதானிருக்கிறது எனவே அது இன்னும் கூடுதலாகத் தொடரலாம். உலக மயமாக்கலின் தீமைகளை எதிர்ப்பதிலோ அதன் நன்மைகளைப் பகிர்ந்து கொள்வதிலோ தலித் அரசியல் தன் பங்கை ஆற்ற விடாமல் தடுக்கும் மோசமான சூழ்ச்சியிது. இந்த திசை திருப்பலை எதிர் கொள்வதற்கு நடைமுறைத் திட்டம் ஒன்றினை உருவாக்க வேண்டும்.

6. அதிகார வடிவ மாற்றம்

இந்தக் கடும் சூழலில் - அரசு எனும் கருவி தன் உள்ளார்ந்த பலத்தை இழந்துவிடும். இனி, அரசின் வடிவம் ஒரு ஜனநாயகப் போர்வையில் இருக்க முடியாது. அதற்காக அது தன் வடிவத்தை மாற்றியாக வேண்டும். குறைந்தப் பட்சம் வடிவத்தின் உள்ளடக்கத்தி லாவது இந்த மாற்றம் அதற்கு அவசியத் தோன்றும். இந்த வடிவ மாற்றம் இந்திய நலனுக்கானதல்ல மாறாக அது ஏகாதிபத்திய நலனுக்கானது. இதை மறைக்க இங்கு நடைபெறும் அனைத்து வன்முறை நடவடிக்கைகளும் சுய நடவடிக்கைகளாக இருக்காது, அவை ஏகாதிபத்தியத்தின் தூண்டுதல்கள். அதற்கு உகந்த அதிகார வடிவத்தையே இங்கு அறிமுகப் படுத்தப் பட வேண்டியத் தேவை உருவாகியுள்ளது.

மேலும், அரசு அதிகார அமைப்பின் வடிவம் மாற்றப் பட வேண்டும் எனப் பல காலமாக ஆர்.எஸ்.எஸ். அமைப்பு கோரி வருகின் றது. அதாவது ஜனாதிபதி ஆட்சி முறை தேவையென்று. ஜனாதிபதி ஆட்சி முறையை இங்கு ஏற்படுத்த வேண்டிய தேவை பார்ப்பனீயம் மற்றும் ஏகாதிபத்தியத்திற்கு உள்ளது.

பார்ப்பனீயம் தனியுடைமையைப் பாதுகாக்கும் தன் கருத்திய லுக்கு ஏற்ப ஏகாதிபத்திய நலனோடு இதைச் சிந்திக்கிறது. ஒரு பாசிச வடிவம் என்ற அளவில் அது இதை முன்னெடுக்கும். தொடர்ந்து, இந்து பயங்கரவாதம் தன் கொள்கையை நிலைநிறுத்த எல்லை தாண்டிய போர்களை மக்கள் முன் நிறுத்தவும் தயங்காது. ஏனென்றால் பாகிஸ்தானில், கார்கில் போரினைத் தொடர்ந்தது (அதாவது அமெரிக்கா, பாகிஸ்தான், இந்திய பார்ப்பனிய பா.ஜ.க சக்திகளால் நன்கு திட்டமிட்டு உருவாக்கப்பட்ட கார்கில் போர் நாடகம்) - பாகிஸ்தானில் அதிபர் ஆட்சியை உருவாக்கத் தான். போரினைத் தொடர்ந்து ஒரு ராணுவப் புரட்சி ஜனாதிபதி ஆட்சி முறையை அங்கு சாத்தியப் படுத்தியது. அந்த வகையான அரங்கேற்றத்தை ஏற்படுத்த இங்குப் பார்ப்பனீய சக்திகளுக்கு இந்திய அரசமைப்பு முறை அனுமதிக்க வில்லை. (இதன் நன்றியினை அம்பேத்கருக்குச் செலுத்த வேண்டும். அரசமைப்பின் வடிவம் ஓர் அரசு புரட்சிக்கு வழி கோளாது) எனவே அரசமைப்பின் மூலமே அது ஜனாதிபதி முறையைக் கொண்டு வரமுயலும்.

இது தவிர பாகிஸ்தான் சீனா, இலங்கை, ஆப்கானிஸ்தான் போன்ற நாடுகளில் அதிபர் ஆட்சி முறை இருந்து வருகிறது. இந்தச் சூழலானது அமெரிக்கத் தேவைக்கு நன்மை தரக்கூடியது. அதேவேளை அது சீனாவிற்கு இணையான ஓர் அதிகார சமநிலைப் பலத்தை இங்கு உருவாக்க வேண்டும். இந்தியாவில் ஜனாதிபதி ஆட்சி முறையை உருவாக்குவது அதற்கு மிகுந்த நன்மையைத் தரும்.

இது வெறும் அரசியல் அனுகூலத்தை மட்டும் கொண்டிருப்ப தில்லை. ஜனாதிபதி ஆட்சி முறையிலும்கூட அது அமெரிக்க மாதிரியை இங்குக் கொண்டு வர வாய்ப்பிருக்கிறது. அதாவது, ஜனாதிபதி ஆட்சி முறையின் மூலம், இந்திய அரசமைப்பில் இருக்கும் நிர்வாகத் துறைப் பிரிவுகள் ஓரளவு ஜனநாயகத் தன்மையும், மக்கள் நல அரசுக் கொள்கையும் வாயந்தவை. ஆனால், அமெரிக்க பாணி அப்படியல்ல. இந்திய அரசமைப்பின்படி சுயேச்சையான அதிகார அமைப்புகள் குறைவு, அமெரிக்க அரசமைப்பில் அதிகம். இந்திய அரசமைப்பின் படியான அரசு நிர்வாகத்திற்கும், அமெரிக்க அரசமைப்பின்படியான அரசு நிர்வாகத்திற்குமான வேறுபாடுகளைப் புரிந்துக் கொள்ள பின்வரும் ஒப்புமைகள் விளக்கும்:

அமெரிக்க அரசமைப்பின்படி, ஜனாதிபதிக்கு ஆலோசனை சொல்ல நியமிக்கப்படும் செயலர்கள் (அமைச்சர்கள்) மக்களால் தேர்ந்தெடுக்கப்பட வேண்டும் என்பது கட்டாயமல்ல. அவர்கள் சுயேச் சையாகச் செயல்படும் அமைப்புகள் பரிந்துரைக்கும் நபர்களாகவோ, முதலாளிகள் பரிந்துரைக்கும் நபர்களாகவோ இருப்பார்கள். இவர்கள் நாடாளுமன்றத்தின் இரு அவைகளுக்கும் கட்டுப்பட்டவர்கள் அல்ல. ஜனாதிபதிகூட நாடாளுமன்றம் தீர்மானம் செய்த முடிவுகளை ஏற்க மறுக்கலாம் அல்லது நீக்கலாம்.

சுயேச்சையான அமைப்புகளைப் பொருத்த வரையில் அவற்றை அரசாங்கமோ, நாடாளுமன்றமோ கட்டுப்பட்டுத்த முடியாது, அரசமைப்பிலிருந்து அவை அதிகாரத்தைப் பெற்றாலும் அவை தன்னிச் சையான அதிகாரம் வாய்ந்தவை. அவ்வமைப்புகளின் உதாரணத்திற்கு ஒன்று 'அமெரிக்க வணிக நிறுவனம்.'

நிர்வாகத் துறையில் மக்களாட்சி அரசியலைப் பின்பற்றாத இந்தப் பாணி வெகு மக்களின் கருத்தைப் பிரதிபலிக்காது. இந்த நிர்வாக அமைப்பு முறையானது பார்ப்பதற்கு மக்களாட்சி போலத்

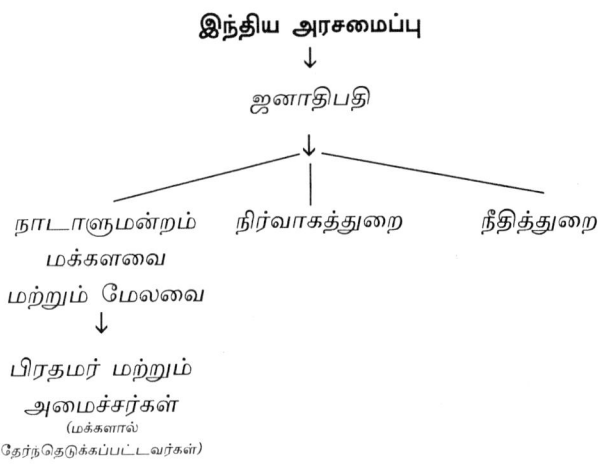

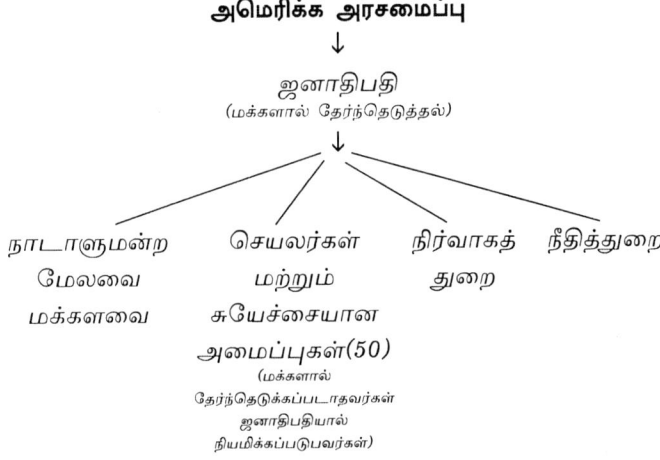

இந்திய அரசமைப்பு

↓

ஜனாதிபதி

↓

நாடாளுமன்றம் | நிர்வாகத்துறை | நீதித்துறை

நாடாளுமன்றம்
மக்களவை
மற்றும் மேலவை

↓

பிரதமர் மற்றும்
அமைச்சர்கள்
(மக்களால்
தேர்ந்தெடுக்கப்பட்டவர்கள்)

அமெரிக்க அரசமைப்பு

↓

ஜனாதிபதி
(மக்களால் தேர்ந்தெடுத்தல்)

↓

நாடாளுமன்ற
மேலவை
மக்களவை

செயலர்கள்
மற்றும்
சுயேச்சையான
அமைப்புகள்(50)
(மக்களால்
தேர்ந்தெடுக்கப்படாதவர்கள்
ஜனாதிபதியால்
நியமிக்கப்படுபவர்கள்)

நிர்வாகத்
துறை

நீதித்துறை

தோன்றினாலும் வல்லாட்சிக்கான கூறுகள்தான் அமெரிக்க அரசு நிர்வா கத்தில் உட்கிடையாக உள்ளது. இதனால் அரசாங்கத்தை நிரந்தரமாக ஆட்டிப் படைக்கும் சக்திகள் தமக்கு சாதகமாக முடிவுகளை எடுப்பதற் கும், தேவைப்படும் போது மாற்றியமைத்துக் கொள்வதற்கும் வசதியாய் இருக்கிறது. அதனால்தான் பார்ப்பனர்கள் அமெரிக்க மாதிரி அரசமைப்பு வேண்டுமெனத் தொடர்ந்து முயற்சிகளை மேற்கொண்டு வருகின்றனர். அதற்கு வாய்ப்புகள் இனி அதிகமாகவே உள்ளது.

உலகமயமாக்கலின் நலனுக்காக நேரடி ஆட்சி முறை கொண்டு வரப்பட வேண்டுமென்பதால் அதற்கான சிந்தனைகளை மக்கள் மனதில் தோன்றச்செய்ய அதன் மீதான விவாதங்களோடு, வன்முறையானச் சமூகச் சூழலும் தேவைப்படுகிறது. இந்தச் சூழல் எப்போதும் போல் தலித் மக்களுக்குக் கடும் நெருக்கடிகளைத் தரும் என்பதில் ஐயமில்லை.

மக்கள் நல அரசு என்ற கொள்கை முதலாளிகளால் உருவாக்கப் பட்டதுதான். பொது மக்களின் நலனைப் பேணுவது அரசின் கடமை என்பதுதான் மக்கள் நல அரசுப் பணி. ஆனால் அரசானது அதிகாரம் குறைந்தும் இறுகியும் வரும் நிலையில் அதற்கான நிதி ஆதாரமும் சுருங்கத் தொடங்கும். இதனால் பொது நலத் திட்டங்களைக் கைவிடும் போக்குத் தொடங்கிவிடும். எனவே அரசு மக்கள் நலனைக் காப்பாற்ற முதலாளிகளிடமும், ஏகாதிபத்தியத்திடமும் கையேந்தி தர்மப் பணியினை மேற்கொள்ளும், பணக்காரர்கள் தர்மகர்த்தாக்களாக அவதாரம் எடுப்பார்கள்.

7. தொழிலாளர் வர்க்க நிலை

தொழில் துறையில் ஏற்படும் மாற்றங்களில் ஒன்று தொழிலாளர்களின் வர்க்கக் குணத்தை அதாவது தொழில் துறையில் உருவாக்கப்படும் நவீனத் தொழில் நுட்பங்கள் குறைந்த அளவு தொழிலாளர் களைத்தான் கோரும். குறைந்த தொழிலாளர்களுக்கு அதிகச் சம்பளத்தை அளிப்பது போன்ற ஒரு தோற்றத்தை உருவாக்கி அதன்மூலம் அவர்களிடம் நடுத்தர வர்க்க உணர்வு உருவாக்கப்படும், இதனால் அவர்கள் தொடர்ந்த ஊசலாட்டத்தில் நிலைத்து தங்களது வர்க்கக் குணத்தை இழந்து விடுவார்கள். மேலும் வசதி மிக்க தொழிலாளர்களுக்கும் குறைந்த கூலி பெரும் தொழிலாளர்களுக்கும் உள்ள வேறுபாடு அதிகரித்து தங்களுக்குள் அந்நியப்பட்டு போய் நீர்த்துப் போவார்கள். கூடுதலாக உருவாகப்போகும் வேலையற்ற பெரும் மக்கள் தொகைக்கு எதிரிகளாகவும் கட்டமைக்கப் படுவார்கள்.

முதலாளித்துவம் சந்தையை உருவாக்கி விரிவாக்கக் கூடிய நிலையில் மக்களின் வருமானத்தை உயர்த்தக்கூடிய பணியினையும் செய்யும், எனவே, அது தன்னை நிலைநிறுத்திக் கொள்ள மக்களிடம் வாங்கும் சக்தியை அதிகரிக்கப் பல பணிகளை மேற்கொள்ளும். ஆனால் ஏகாதி பத்தியத்திற்கு அந்தத் தேவைக்கூட இல்லை.

ஏனெனில் உலக ஏகாதி பத்தியத்திற்கு இந்தியத் துணைக் கண்டம் உற்பத்திக்கான ஒரு களம் மட்டுமே! மற்றபடி விற்பனை மற்றும் சந்தைக்கான களத்தை அது 30 விழுக்காடு உள்ள நடுத்தர வர்க்கங்களை மட்டுமே இலக்காகக் கொண்டு இயங்குகிறது.

எனவே, "முதலாளித்துவத்திற்குத் தான் பெற்ற தொழிலாளர்கள் எப்படி எதிரியோ அதே போல் ஏகாதிபத்தியத்திற்குத் தான் பெற்றெடுத்த வேலையற்றத் தொழிலாளர்கள், புரட்சிக் குணம் கொண்ட தொழிலாளர்கள், பண்பாட்டு பாதிப்பினை உணரும் மூன்றாம் உலக மக்கள் ஆகியோர் எதிரிகளாக இருப்பார்கள்".

இந்த நிலை தலித் அரசியலுக்கு மிகுந்த சாதகமான அம்சமாகும். ஏனெனில் தலித் மக்களிடையே பெருகி வரும் வேலையற்றோர் தொகையும், கலக அரசியல் குணமும், பண்பாட்டு நெருக்கடியும் ஏகாதிபத்தியத்தின் எதிரிகளாக அவர்களை உருவெடுக்க வைக்கும்.

8. ஏகாதிபத்தியக் கலாச்சாரம்

முதலாளித்துவக் கலாச்சாரம் ஒரு புரட்சிகரமான கலாச்சார மாகும். அது தன் சந்தைக்காக சமூக அமைப்பை முற்போக்குடன் மாற்றம் செய்யும் என்பது வரலாறு, ஆனால் ஏகாதிபத்தியம் அபபடி இருக்காது. மாறாக ஏகாதிபத்தியம் என்பது முதலாளித்துவத்தின் சீரழிந்த வடிவம். எனவே அதில் எந்த முற்போக்கு அம்சமும் இருக்காது அதனால் சமுகத்தின் பிற்போக்குத் தனங்களைப் பேணுவதில் எந்தத் தயக்கமும் காட்டாது.

ஏகாதிபத்தியம் மூன்றாம் உலக நாடுகளைத் தனது உற்பத்திக் களமாகவும், மூலப்பொருட்களுக்கான மூலாதாரமாகவும், குறைந்த விலையில் உழைப்பைச் சுரண்டவும் தனது வல்லியக் கைகளை நீட்டிக் கொண்டு தன் காய்களை நகர்த்துகிறது. காலனி ஆதிக்கமானது எப்படி தன் நாட்டு நலனைக் காக்க காலனிகளில் வெறும் சுரண்டலை மட்டுமே மேற்கொள்ளவும் சுரண்டலைத் துரிதப்படுத்தவும் தேவையான அளவு மட்டுமே அது அதன் காலனி நாடுகளில் சீர்த்திருத்த நடவடிக்கைகளை மேற்கொண்டது. ஆனால், ஏகாதிபத்தியத்திற்கு இந்தச் சீர்திருத்தப் பணிக்கூட இல்லை. ஏற்கனவே உள்நாட்டு முதலாளிகள் தேவையான அளவு சீர்திருத்தத்தை முடித்து இருக்கிறார்கள்.

அய்ரோப்பிய நாடுகளுக்கும் - அமெரிக்க அய்க்கிய நாடுகளுக்

கும் உள்ள மரபு ரீதியான கலாச்சார மோதல்கள் ஒரு புறம் சந்தையில் பிரதி பலிக்கின்றன. அய்ரோப்பிய நாடுகள் தம் மரபுகளுக்கு மதிப்புக் கொடுத்து, அவைகளைப் பாதுகாக்க முயல்கின்றன. அமெரிக்க அய்க்கி யம் அப்படியானது அல்ல. அதற்கென தனித்த கலாச்சாரம் ஏதுமில்லை. புதிதாக உரு வாக்கிக் கொண்ட அதன் கலாச்சாரமானது நீண்ட காலமாகக் கோலோச்சி வரும் மரபார்ந்தக் கலாச்சாரங்களுக்கு எதிராகத்தான் இருக்கிறது. அமெரிக்காவின் இந்தப் போக்கானது அய் ரோப்பிய நாடுகளில் மட்டுமல்லாது, ஆசிய நாடுகளிலும் கடும் கலாச்சார நெருக்கடிகளை உண்டாக்கியுள்ளது. அய்ரோப்பா மற்றும் அமெரிக்க அய்க்கிய நாடுகள் மூன்றாம் உலக நாடுகளில் தங்கள் சந்தையை நிறுவிக்கொள்ள மட்டுமே தங்கள் பண்பாட்டைத் திணிக்கின்றன. சுரண்டலை நிலைப்படுத்த பண்பாட்டுத் திணிப்பு அவசியமானது. அதனால் இந்நாடுகள் உலக மயமாக்களினால் அவைகளுக்குள் உள்ள போட்டியில், அவைகளின் கலாச்சார நிலைக்கு மாறாக உள்ள, பழம் மரபுகளைக் கொண்ட மக்களைப் பின்தங்கியவர்கள் என்று அடையாளப்படுத்தி நாகரீகப்படுத்துகின்றன. அதே நேரத்தில் பின் தங்கிய நாடுகளுக்கு இடையிலான வேறுபாடுகளை அவைகளின் பண்பாட்டு ரீதியாக வேறுபடுத்தி கூர்மைப்படுத்துகின்றன. இந்தக் கொம்பு சீவும் வேலை இரண்டு காரணங்களுக்காகும்.

1. உள்நாட்டை நாகரீகப்படுத்துவது நுகர்வு பொருள் சந்தைக்காக,

2. நாடுகளுக்கிடையிலான பகைமையை கூர்மைப் படுத்துதல் ஆயுத வியாபாரத்திற்காக.

இனப் பிரச்சினைதான் மிகுந்த உணர்வு வயத்தாலானதால் அதுதான் எல்லா மூன்றாம் உலக நாடுகளிலும் உச்சத்திற்கு வரும். இது தவிர்க்கவே முடியாதது. எனவே, சமூகத்தின் அனைத்து சீரழிவையும், தனது லாபச் சுரண்டல் நலனிற்காக உள்நாட்டு அரசியலின் மூலம் ஏகாதிபத்தியம் பாதுகாத்து வரும். ஏகாதிபத்தியத்தின் உண்மை மூலமானது சீரழிவுக் கலாச்சாரம் என்பதால் உள்நாட்டில் எந்த அமைப்புகள் அந்தச் சீரழிவுக் கலாச்சாரத்தை உயர்த்திப் பிடிக்கிறதோ, அவைகள் ஏகாதிபத்திய கைப்பாவைகளாக ஏஜென்டுகளாகக் பணி புரிபவர்கள். அந்த வகையில் அப்பட்டமான ஏஜென்டாக பா.ஜ.க., ஆர்.எஸ்.எஸ்.

மற்றும் அவர்களுடன் தொடர்புடைய அனைத்துக் கட்சிகளும் இங்குத் தன் பணியினைப் புரியும்.

ஏகாதிபத்தியத்தின் இந்தக் கலாச்சார அணுகுமுறை மூன்றாம் உலக நாடுகளில் கடும் நெருக்கடிகளை தோற்றுவித்துள்ளதை நாம் பார்த்துக் கொண்டுதான் இருக்கிறோம். மூன்றாம் உலகநாடுகளில் பின்தங்கிய மக்களே உலக மயமாக்கலின் கதாநாயகர்களை வென்றெடுக்கும் சக்தி படைத்தவர்கள். அந்த வகையில் உள்நாட்டு கலாச்சார ஏஜென்டுகளை அவர்கள் எதிர்த்து ஒழித்தே தீருவார்கள். இதுதான் தலித் கலாச்சா ரத்திற்கும் பொருந்தும்.

9. சாதி மத அமைப்புகள்

எதிர்கால இந்திய அரசியல் வெறும் சாதிக் கட்சிகளால் நிரம்பும் அபாயத்தைக் குறித்து 26.11.1949 அன்று அரசமைப்புச் சட்டத்தினைச் சமர்பிக்கும்போது அம்பேத்கர் எச்சரித்தார். அவரின் அந்தத் தீர்க்க தரிசனம் இப்போது நிறைவேறியுள்ளது.

ஏகாதிபத்திய கைப்பாவைகளாக மாறிய பிராந்தியப் பெரும் கட்சிகள் மற்றும் தேசியப் பெருங்கட்சிகள் தங்களின் சொந்த பலத்தி னை இழந்து, அதிகாரத்தைக் காத்துக் கொள்ள சாதி அமைப்புகளை ஊக்குவித்து வரு வதை நாம் பார்க்கிறோம்.

ஆனால், அவைகள் தாங்கள் உருவாக்கிய, ஊக்குவித்த சாதி கட்சிகளாலேயே அழிவைத் தேடிக்கொள்ளும். அவைகள் பலத்தில் சுருங்கி சாதிக் கட்சிகளின் பின்னால் போகும். தேசிய பிராந்திய கட்சிகளின் ஆட்சியதிகார முடிவினை முன்னறிவிக்கக்கூடிய இந்த அவலத்தை அதன் வயிற்றிலேயே அவைகள் வளர்த்து வருவது வரலாற்று விசித்திரம்.

ஆனால், மத அமைப்பைப் பொருத்தவரையில் கொஞ்ச காலம் நீடிக்கலாம். தேசிய அளவில் ஒரு மதக்கட்சி இருக்கும் நிலையில் இது நடப்பதற்கு இன்னும் கொஞ்சம் காலம் பிடிக்கலாம். ஆனால் அதனுடைய பிளவு கூட கட்சிகளில்தான் பிரதிபலிக்கும்.

இதில் ஒரு சாதகமான அம்சம் தலித் அரசியலுக்கு உண்டு. அதிகாரத்தைக் கைப்பற்றும் நோக்கில், இது வரைதான் தீண்டதகாத வராக நடத்தி வரும் தலித் சமூகத்தில், ஜாதி அரசியல் கட்சிகள் சமமாய் உட்கார்ந்து பேசுவதற்கான நெருக்கடியை ஏகாதிபத்தியம் ஏற்படுத்தியுள்ளது என்பது ஒரு முரண் வேடிக்கை. இந்த நிலையைத்

தலித் அரசியல் நன்கு பயன்படுத்திக் கொள்ள வேண்டும்.

தலித் அரசியலின் - அரசியல் பாத்திரம்

தலித் அரசியலின் அரசியல் பாத்திரத்தை இதுவரை பார்த்த விளக்கத்தின் அடிப்படையில் உலக அரசியலோடு இணைத்துப் பார்க்க வேண்டும் என்பதை அடிப்படையாகக் கொள்ள வேண்டும்.

"தலித் மக்களைப் பொருத்தவரையில் அரசியல் நலனே பொருளாதார நலனைத் தருகிறது". எனவே, தலித் அரசியல் நலனை எப்போதும் பாதுகாத்துக் கொள்ள வேண்டும். மேலும், அரசியலோடு முக்கியத் தொடர்புடைய கலாச்சாரம் போன்றவற்றில் தலித் நலனைக் காப்பாற்றுவது தலித் அரசியலைக் காப்பாற்றுவதாகும்.

போராட்ட வடிவங்களின் தலித் அரசியல் இங்கு மூன்று நிலைகளில் உள்ளது.

- பார்ப்பனீயத்திற்கு எதிரான மத சக்தியாக சமூக சக்தியாக,
- ஏகாதிபத்தியத்திற்கு எதிரான - தொழிலாளர், தொழிலற்றோர், விவசாயக் கூலி என்ற நிலைகளிலும்,
- மூன்றாம் உலக நாடுகளில் பெரும் நாடான இந்தியாவின் புரட்சிகர பழங்குடி என்ற நிலையிலும் உள்ளது.

இங்கு ஏற்பட்டுள்ள பார்ப்பனீய - ஏகாதிபத்தியக் கூட்டால் உருவாக்கப்படும் அனைத்து அரசுத் திட்டங்களும் (சில தவிர்த்து) தலித் மக்களுக்கு எதிரானவைகளே. எனவே, அரசை எதிர்த்த போராட்ட மென்பதும் ஏகாதிபத்தியத்தை எதிர்த்த போராட்டமென்பதும் இங்கு ஒன்றுதான். குறிப்பிட்ட சில சூழ்நிலைகளில் வேண்டுமானால் ஏகாதி பத்தியம் தன் சொந்தக் கையாளைக் கைவிடும் நோக்கில் இது மாறலாம். அப்போது இங்கு உள்நாட்டுப் பார்ப்பனீயம் திரையின் பின்னுக்குத் தள்ளப்படும்.

இங்கு தலித் அரசியலின் போராட்டமானது ஒர் உச்சத்தை நெருங்கும் போது, அது உலகப் போராட்ட இயக்கத்துடன் அய்க்கிய மாகிவிடும். இந்த நூற்றாண்டின் தலித் அரசியலுக்கான சிறப்பு அம்சமே இதுதான்.

உலக அரசியலில் இந்த நூற்றாண்டில் தீர்க்கமான பங்கை தலித்

அரசியல் செய்யும். எப்படியெனில், மூன்றாம் உலக நாடுகளில் ஏகாதி பத்தியம் ஏற்படுத்திய சீரழிவுகள் கடுமையான எதிர்ப்புகளை உண் டாக்கி வருகிறது. அவர்களது போராட்ட நிலைமைகளும் இங்கு இருக்கும் அரசியல் சூழலை ஒத்தே இருக்கிறது என்பதைப் பார்க்கி றோம்.

இந்த நிலைமையில் அவர்கள் உலக அளவில் போராட்ட இணைப் பினை நோக்கி நகரும்போது வரலாற்றுக் கட்டாயப்படி தலித் மக்கள் அவர்களோடு இணைவார்கள். இது எப்படிப்பட்ட அணியாக இருக்கும் என்பதற்கு ஓர் எடுத்துக்காட்டு.

- பிற்பட்ட ஆப்பிரிக்க நாடுகளில் உண்டான தேசிய எழுச்சி;
- ஆஸ்திரேலியா போன்ற காலனி நாடுகளில்உள்ள பழங்குடிகள்;
- அமெரிக்காவில் கறுப்பர், நீக்ரோ, செவ்விந்தியர்;
- ஜப்பான் புரோக்குமின்கள்;
- ஆசிய கண்டங்களில் பண்பாட்டுச் சுரண்டலுக்கும் பொருளாதாரச் சுரண்டலுக்கும் ஆளாகி உள்ளவர்கள்

ஆகியோர் இணைந்த ஓர் அரசியல் அய்க்கியத்திற்கு வாய்ப்பிருக்கிறது. இந்த நிலைமை தலித் அரசியல் எதிர்கொள்ளும் புதுவிதமான நிலைமை - இதை எதிர்கொள்ள தலித் அரசியலுக்கு வலுவான அரசியல் அமைப்புத் தேவை. இன்றிருக்கும் பல அமைப்புகள் இந்த நிலைமையைச் சந்திக்கும் முன் காணாமல் போகலாம்.

எனவே, அதற்குள் தலித் அரசியலானது மதச் சிறுபான்மையினர், பெண்கள் அமைப்புகள், இடதுசாரிகள் ஆகியோருடன் உள்ளப் படித்தான கூட்டு ஒன்றினை வலிமையாகக் கட்டி அமைக்க வேண்டியது முன் தேவையாகும். தற்போதுள்ள அரசியல் சூழலில் இவைகள் நடப்பதற்கு நாளாகலாம். ஆனால், இந்த நூற்றாண்டுக்கான பணியாக இவை இருக்கும் நிலையில் வரலாறு தரும் நெருக்கடிகளைத் தவிர்க்க முடியாது.

உலகமயமாக்கலின் பணிகள் துரிதமாக நடந்து கொண்டிருக்கும் நிலையில் தலித் மற்றும் முற்போக்கான இயக்கங்களிலும் மூன்று விதப் போக்குகள் நிலவுகின்றன.

1. இதைக் குறித்து எந்த அக்கறையும் இல்லாமல் இருப்பது.
2. உலகமயமாக்கலை இனி தடுக்க முடியாது. எனவே, அதன் நன்மைகளைப் பயன்படுத்திக் கொள்ள வேண்டும். (உதாரணத்திற்குத் தனியார் துறையில் இட ஒதுக்கீடு - கோரிக்கை)
3. உலக மயமாக்கலை எதிர்த்தே ஆக வேண்டும், அதைத் தடுக்க வேண்டும்.

முதல் வகை அமைப்புகள் முழுக்கவே சந்தர்ப்பவாத அமைப்பு கள். அவைகளை விவாதிப்பதில் எந்தப் பயனும் இல்லை.

இரண்டாம் வகை, தன்னம்பிக்கை இல்லாமல், மக்களை நம்பாமல், மக்களை அணிதிரட்டாமல் இருக்கும் அறிவு ஜீவிகளின் இயக்கமாக இருக்கிறது.

மூன்றாம் வகைகூட வெறும் வாய்ச் சவடால் பேசும் அமைப்புகளாக இருக்கின்றன. ஆனால், இது ஒரு வகையில் சரியான நிலைப்பாடு தான். ஆனால், இது பரவலான மக்கள் செல்வாக்கினைப் பெற முயற்சிக்க வேண்டும்.

இதுவரை இந்து மத - சாதி அமைப்புகள் மற்றும் அதன் அரசாங்கங்களை எதிர்த்த அரசியலின் விளைவாகவே, இன்று உலகமயமாக்கலை எதிர்க்கும் பலத்தினையும் தலித் மற்றும் முற்போக்கு அரசியல் இயக்கங்கள் பெற்றுள்ளன.

இதனால்தான், திசைதிருப்பும் தந்திரங்கள் தலித் அரசியலுக்கு எதிராகப் பயன்படுத்தப்படுகின்றன. இதைக்கூட எதிர்ப்பு மூலமும், தேவைப்படும் இடங்களில் ஆக்கப்பூர்வமான அரசியல் நடவடிக் கைளின் மூலம் மட்டுமே வெல்ல முடியும்.

எதிர்ப்பு நிலைமை கைவிடுதல் அல்லது உலகமயமாக்கலின் நன்மையினை பயன்படுத்த காய்களை நகர்த்துதல் சரியானதாக இருக்காது. உலக மயமாக்கலின் நிர்மாணப் பணிகளை சீர்குலைப்பதில் மூலமாகத்தான், அதனால் கிடைக்கும் அனுகூலத்தினைப் பெற முடியும்.

தற்போதைய பொருளாதாரச் சந்தை விரிவாக்கமானது சென்ற நூற்றாண்டைப்போல நுகர்வுப் பொருள் மற்றும் ஆயுத வியாபாரத்தை மட்டும் சார்ந்திருக்கப் போவதில்லை. கூடுதலாக

ஊக வாணிகம், தகவல் தொடர்பு வணிகம், மரபியல் தொழில் நுட்ப வணிகம் போன்ற சாதாரண மக்களின் அறிவில் நேரடிப் பார்வையில் படாத வாணிகமே அதிகமாக இருப்பதாலும், பொருள் உற்பத்தியில் மனித உழைப்பிற்குப் பதில் எந்திரங்களைப் பயன் படுத்துதல் போன்ற வணிகமும் அடங்கும். இதில் போக்கில் பயன்பெறுதலுக்கு அல்லது பங்கெடுத்தலுக்கு பின்தங் கியுள்ள தலித் மக்கள் தயார்படுத்தப்பட வேண்டும். அதனால் தான் தகுதி பற்றினக் கூச்சல்களைக் கேட்கிறோம், எனினும் இதில் கூட ஏற்கனவே முன்னேறியுள்ள பார்ப்பன, பிற்பட்ட மக்களே பயன் பெறுவர்.

இதன் பயனைப் பெறுவதற்குக் கூட அரசியல் நலனைப் பெற வேண்டியுள்ளது. எனவே, தலித் அரசியலானது தனது அணுகுமுறையை வரையறை செய்து கொள்வது இதனடிப்படையில் இருக்க வேண்டும்.

தொகுப்பாக :

1. தலித் அரசியலானது கலக அரசியல்தான். அது சமத்துவத்தை நிர்மாணிக்கும் தேவையைக் கொண்டிருக்கிறது.

2. தலித் மக்களின் எதிரிகள் பார்ப்பனீயம், உலகமயமாக்கல் ஆகியன.

3. தலித் மக்களின் பிரச்சினை சமூகப் பிரச்சினையல்ல - அது அரசியல் பிரச்சினை.

4. தலித் அரசியலும் - இந்திய அரசியலும் தேக்க நிலையில் உள்ளன. அவை உடையும் நிலையிலும் உள்ளன. எனவே, தலித் அமைப்புகள் தங்கள் நிலையை சுய விமர்சனம் செய்து கொண்டு, தங்களைப் பற்றி மக்களிடம் முறைப்படி வெளிப்படுத்த வேண்டும்.

5. பாராளுமன்ற வழியினை நேர்மையாகப் பயன்படுத்தி அதை அம்பலப்படுத்த வேண்டும்.

6. தலித் அமைப்புகள் தங்களுக்குள் கூட்டணி அமைப்புகளை உருவாக்க வேண்டும். அனைத்திந்திய அளவில் ஒரு அய்க்கியம் மாநில அளவில் ஒரு அய்க்கியம் என உருவாக்குவதோடு, தற்கால அரசியல்

பொருளியல் நிலைக்காக மூன்றாம் உலக அய்க்கியம் ஒன்றினை உருவாக்க வேண்டும். உலகமயமாக்கலையும் அதன் சுரண்டலையும் உலக அளவில் முறியடிக்க இது உதவும்.

7. பெண்களுக்கான தனி அரசியல்அமைப்புகளை அங்கீகரித்து அதனுடன் அய்க்கியம் கொள்ள வேண்டும்.

8. இந்துக்களிடமிருந்து பிரிவினையைப் பிரகடனப் படுத்துவதோடு, கலாச்சாரத்தில் மவுனம் சாதிக்காமல், அதை தலித் அரசியலின் ஒரு அங்க மாகக் கருத வேண்டும்.

9. உலக மயமாக்கலினால் அரசு பலவீனமடைவதால் தலித் அரசியல் அதைக் கைப்பற்றும் யுக்திகளை வகுத்து நடைமுறைப்படுத்த வேண்டும்.

1997ஆம் ஆண்டு டிசம்பர் மாதம் 6ஆம் நாள் புரட்சியாளர் அம்பேத்கர் நினைவேந்தலை முன்னிட்டு மதுரையில் உள்ள தலித் ஆதார மையம் தான் நடத்திய கருத்தரங்கில் '21ஆம் நுற்றாண்டில் தலித் அரசியல்' எனும் தலைப்பில் கட்டுரை ஒன்றைச் சமர்பிக்க என்னை அழைத்தது, கருத்தரங் கிற்காக 04.12.1997 அன்று நான் தயாரித்த இக்கட்டுரையை தவிர்க்க முடியாதக் காரணத்தால் சமர்ப்பிக்க முடியாமல் போனது, பின்பு புதிய கோடாங்கி 2002 சனவரி இதழில் இது வெளியிடப்பட்டது. கட்டுரையைப் படித்த பல நண்பர்கள் சிறிய வெளியீடாக இதைக் கொண்டு வரவேண்டுமெனக் கூறிவந்தனர். எனவே கட்டுரையில் சில சேர்ப்புகளைச் சேர்க்க வேண்டியது அவசியமாக இருந்தது. அதன்படி சிறிது விரிவாக்கப்பட்ட இக்கட்டுரை நீண்ட காலம் கிடப்பில் கிடந்து மாற்று ஏற்பாடாக இப்போது இத்தொகுப்பில் வெளியிடப்படுகிறது.

சாதி - தீண்டாமை உள்நாட்டுப் பிரச்சனையா?

02

ஆகஸ்ட் மாதத்தை இனி 'இனவெறி எதிர்ப்பு மாதமாக' வரலாறு வரித்துக் கொள்ளும் நிலை வந்தாலும் வரலாம். நிறவெறி தலை விரித்தாடும் தென்னாப்பிரிக்காவும் அதன் தலைநகர் டர்பன் கூட - தகுதிவாய்ந்த இடமாகக் குற்றவுணர்வு கொண்டவர்களால் தேர்வு செய்யப் பட்டிருக்கலாம். ஆனால், டர்பன்' மாநாட்டுக்காரரர்கள் மட்டுமல்ல, இனவெறிக்கு எதிராக உலகம் உண்மையிலேயே களமிறங்க வேண்டிய இடம் இந்தியா என்பது அவர்களது பார்வைக்கு எப்படி தெரியாமல் போனது..?

இன ஒதுக்கலை விடக் கொடூரமான முறையில் இயங்கும் சாதியும், அது கடைபிடிக்கும் உலகின் மோச மான ஒடுக்கு முறையான தீண்டாமையும் - 30 கோடி தலித் மக்களை நாள் தோறும் கேவலப்படுத்திக் கொண்டி ருக்கிறது. அமெரிக்க மக்கள் தொகைக்கு ஈடான மக்கள் தொகை - ஜப்பானியர்களைப் போல ஒன்றரை மடங்கு அதிகமான எண்ணிக்கையுள்ள தலித் மக்கள் இன ஒதுக்க லுக்கு ஆளாகிக் கொண்டிருப்பது உலக அரங்கின் கவனத்திற்கு இப்போதுதான் எடுத்துக் கொள்ளப்படுகிறது.

வெள்ளைத் தோல்காரரர்கள்கூட வெளிப்படையாக சாதி குறித்து இம்மாநாட்டில் பேசுவார்களா என்று தெரியவில்லை. அவர்களது பார்வை முழுவதும் கறுப்பு வெள்ளை என்றே இருக்கிறது. அதே பார்வைதான் அவர்களுக்கு சாதி மீதும் முன் பிருந்தது, பிறகு

மாறிப்போனது. டர்பன் மாநாடு சாதியையும் தீண்டாமையையும் விவாதித்தால் என்ன நடக்கும்...?

21ஆம் நூற்றாண்டு தலித் துப்புரவுத் தொழிலாளி

19ஆம் நூற்றாண்டு ஐரோப்பிய துப்புரவுத் தொழிலாளி

இந்த எதிர்பார்ப்பே இந்துத்துவ சக்திகளை ஆட்டம் காண வைத்து விட்டது. "சாதி உள்நாட்டு விவகாரம். அது, இன ஒதுக்கலைப் போல சர்வதேச பிரச்சினையல்ல" என்று ஆளும் கும்பல்கள் கூக்குரலிட ஆரம்பித்துள்ளன. இவர்கள் கடைபிடிக்கும் இந்த சமூக ஒதுக்கல் சர்வதேச தளத்தில் அம்பலமாவதை கிஞ்சித்தும் அவர்களால் சகித்துக் கொள்ள முடியவில்லை. ஆனால் மேலை நாட்டவருக்கும் இந்துக் களுக்கும் - சாதியும் தீண்டாமையும் ஒரு தீவிரமான இன ஒதுக்கல்தான் என்ற உண்மை மறைக்கக் கூடியதோ, மறுக்கக்கூடியதோ அல்ல. அதற்குப் பல சான்றுகள் இருக்கின்றன. உதாரணத்திற்கு சிலவற்றைப் பார்ப்போம்:

எல்லீஸ் காஷ்மோர் என்பவர் தொகுத்த Dictionary of Race and Ethnic Relations அகராதி சாதியைக் குறித்து பின்வருமாறு குறிப் பிடுகிறது:

> சாதி இந்தியாவில் மட்டும் நிலவும் பிரச்சினையல்ல. அது உலகத் தின் காலனியப் பிரச்சினை. ஸ்பானிஷ், போர்ச்சுகிஸ், அமெரிக் கா, ஜப்பான் ஆகிய நாடுகளுக்கும்கூட இது பொருந்தும். குறிப்பாக சாதி என்பது இனக்குழுப் பிரிவுகளுடன் பொருந்தும்.

- என்று வரையறுக்கிறது எதற்கெடுத்தாலும், வெள்ளையனின் ஆய்வுக்கூடக் கழிவுகளைக் கேட்கும் பார்ப்பனர்கள், வெள்ளையர் ஆய்வின் மூலம் 'சாதி என்பது இன வேறுபாட்டின் முக்கிய அம்சம்' என நிறுவும் இந்நூல் ஒன்றே போதும் சாதியம் என்பது சர்வதேச இனப் பிரச்சினைதான் எனச் சுட்டிக்காட்ட.

இதைப்போலவே, சாதியின் இயக்கு முறையை ஆய்ந்த டாக்டர். அம்பத்கர் அது இனக் காழ்ப்போடு எப்படி பொருந்துகிறது என்பதைப் பற்றி குறிப்பிடும் போது:

சாதி என்பது தன்னைத்தானே அடைத்துக் கொள்ளும்

தீவிர இயல்புடையது. அது ஏற்றத்தாழ்வை மய்யமாகக் கொண்டிருக்கிறது. உயர்சாதி நிறுவனங்கள்தான் இந்த ஏற்றத்தாழ்வை பேணிப் பாதுகாக்கின்றன.

என்று 1945ஆம் ஆண்டுக்கு முன்பு எழுதினார். இவ்வரிகளை ஒத்துக் கொள்வது போல சர்வதேச ஆவணம் ஒன்றும் இருக்கிறது. 1950-51இல் இனக் காழ்ப்பு பற்றி ஓர் அறிக்கை உலக அறிஞர்களால் தயாரிக்கப்பட்டது, பின்பு அதன்மீது தொடர்ச்சியான விவாதங்கள் நடத்தப்பட்டு 1964இல் மாஸ்கோவில் இறுதியாக்கப்பட்டது. முடிவான 26.9.1967 அன்று 'யுனெஸ்கோ' அமைப்பு பாரீசில் நடத்திய இனக்காழ்ப்பு பற்றிய மாநாட்டில் ஏற்றுக் கொள்ளப்பட்டது. அந்த அறிக்கை இன்று 'இனங்களையும், இனக்காழ்ப்புகளையும் பற்றிய அறிக்கை' எனப்படுகிறது. அதில்:

பிரிவு 11 : இனக் காழ்ப்புகளின் சமுதாய காரணங்கள் குறித்து நிபுணர்கள் குழு பின்வரும் முடிவுகளுக்கு வந்திருக்கிறது.

1. இனக் கொள்கையின் சமுதாய, பொருளாதாரக் காரணங்கள் - ஆட்சி அதிகாரத்திலும் சொத்து நிலைமையிலும் பெருத்த ஏற்றத் தாழ்வுகளை உருவாக்கும் காலனியாளர் சமூகங்களில் அடிக்கடித் தோன்றுகின்றன. 'கெட்டோ'க்கள் (Gettos) எனும் ஒதுக்கிடங்கள் அமைந்துள்ள சில நகர, வட்டாரங்களிலும், இந்தக் காரணங்கள் தோன்றுகின்றன.

இம்மாதிரி ஒதுக்கிடங்களில் வசிப்பவர்களுக்கு வேலை வாய்ப்பு களிலும், கல்வியிலும், நீதி மன்றத்திலும் சம உரிமைகள் மறுக்கப்படுகின்றன. பல சமூகங்களில், ஒழுக்க முறைக்குப் புறம்பானது என்றோ, சமூகத்தினரின் மதிப்புக்குக் குறைந்தது என்றோ கருதப் படும் ஏதேனும் ஒருவகை சமூக அல்லது பொருளாதாரச் செயல், புற இனக் குழுக்களிடம் ஒப்படைக்கப்படுகிறது. இந்தப் புற இனக் குழுக்களோ, இவ்வகைச் செயலில் ஈடுபட்டிருக்கும் ஒரே காரணத்தால் எள்ளி நகையாடவும், நிந்திக்கவும் தொந்தரவுக்கு உள்ளாக்கவும்படுகின்றனர்.

2. குறித்த பண்புகளைக் கொண்ட சிறு குழுக்களும் அமைப்பு களும் சமூக இயக்கங்களும் சில வேளைகளில் இனக் காழ்ப்புகளைப் பேணி பரப்புகின்றன.

3. இனக் கொள்கை தன்னைத்தானே தீவிரப்படுத்திக் கொள்ளும் இயல்புடையது. இன பேதம், ஒரு குழுவைச் சம உரிமை அற்ற தாக்கி, அதனாலேயே அந்தக் குழுவைச் சுற்றி பிரச்சினையை எழுப்புகிறது. பிறகு, அதே குழு ஏற்பட்ட நிலைமைக்குப் பொறுப்பாளி என்று குற்றம் சாட்டப்படுகிறது. இதன் விளை வாகப் புதிய இனக் கொள்கை உருவாகிறது.

இப்படி விரிவாகப் போகும் இந்த அறிக்கையில் இந்தியாவும் கையெழுத்திட்டிருக்கிறது. இப்பிரிவுகள் எப்படி சாதியோடு பொருந்துகின்றன என்பதை அம்பேத்கரின் வார்த்தையில் பார்ப்போம்:

- தீண்டத்தகாதோர் வழக்கமாக இரக்கத்துக்குரியவர்களாகக் கருதப்படுகிறார்கள். ஆயினும் எந்த ஓர் அரசியல் திட்டத்திலும் அவர்கள் புறக்கணிக்கப்படுகிறார்கள். அவர்களைப் பொறுத்தவரை, பாதுகாக்கப்பட வேண்டிய நலன்கள் என்று ஏதும் இல்லை என்று இதற்குக் காரணம் கூறப்படுகிறது. ஆனால், அவர்களுக்குத்தான் மிக அதிகமான நலன்கள் பாதுகாக்கப்பட வேண்டியுள்ளது. இதனால், அவர்களுக்குப் பெரும் சொத்துகள் இருப்பதாகவோ, அவை பறிமுதலாகி விடாமல் பாதுகாக்க வேண்டியுள்ளதாகவோ பொருளலல்ல.

அவர்கள் தங்களையே பறிகொடுத்தவர்களாக இருக்கிறார்கள். அவர்கள் மீது சுமத்தப்பட்டுள்ள சமூக, மதக் கொடுமைகள் அவர்களின் மனிதத் தன்மையையே அழித்து விட்டன. எனவே, இடருக்குள்ளாகியுள்ள அவர்களது நலன்கள் மனித குலத்தின் நலன்களாகும். இவ்வளவு மாபெரும் முக்கியத்துவம் உள்ள நலன்கள் பாதுகாக்கப்பட வேண்டியிருக்கும்போது, சொத்து நலன் என்பது பொருளற்றதாகி விடுகிறது. (டாக்டர் அம்பேத்கர், தமிழ், தொகுதி - 2, பக்கம் 19)

- பார்ப்பனர்கள் சுதந்திரத்தைப் பற்றிப் பேசுகிறார்கள் என்றால் மற்றவர்களை ஒடுக்குவதற்கும், மிருகத்தனமாக இரக்கமற்று கொடுமையாக நடத்திக் கொள்வதற்கும்தான் சுதந்திரம் கேட்கிறார்கள். இவர்களுடைய மாற்ற முடியாத உரிமை என்பது, தீண்டத்தகாத மக்களுக்கு இழைக்கப்படும் கொடுமைகளில்தான் தழைக்க முடியும்? அவர்களுடைய

நாசூக்கான உயர்குடிப் பெருமை - ஆங்கிலேயரைத் தங்களைவிட உயர்ந்தவர்களாகவோ, தீண்டத்தகாதவரைச் சமமானவர்களாகவோ ஏற்காது. *(தொகுதி 2 பக்கம் 36)*

- இந்தியாவில் அறிவுத்திறன் வகுப்பு என்பது, பார்ப்பன சாதிக்கு மற்றொரு பெயராகவே இருப்பது வருந்தத்தக்கது என்று நீங்கள் நினைக்கலாம். இரண்டும் ஒன்றாக இருப்பது பற்றியும், அறிவுத் திறனும் வகுப்பும் இருப்பது ஒரு குறிப்பிட்ட சாதி இருப்பதுடன் பிணைந்தி ருப்பது பற்றியும் நீங்கள் வருத்தப்படலாம். இந்த அறிவுத் திறன் வகுப்பின் நலன்களும் ஆசைகளும் பார்ப்பன சாதியின் நலன்களும் ஆசைகளுமாகவே இருப்பதையும், அறிவுத் திறன் வகுப்பு நாட்டின் நலனைப் பாதுகாப்பதைவிட, இந்தச் சாதியின் நலனைப் பாதுகாப்பதே தன் பணியெனக் கருதுகிறது. *(தொகுதி 1 பக்கம் 104)*

- ஒரு கூட்டத்தார் மற்றவர்களோடு கலவாமல் தனித்தும் ஒதுங்கியும் வாழ்கிறார்கள் என்றும், அந்தக் கூட்டத்தாரிடம் சமூக தேச உணர்வு இல்லை என்றும் இந்துக்கள் அடிக்கடி குறைபட்டுக் கொள்கின்றனர். ஆனால், இந்தச் சமூக, தேச உணர்வின்மை அவர்களுடைய சாதி முறையின் இழிவான தன்மை என்பதை வசதியாக மறந்து விடுகின்றனர். *(தொகுதி 1 பக்கம் 74)*

இதன் பொருத்தப்பாடுகளை டர்பன்காரர்களும் இந்து பார்ப்பனர்களும் பார்த்துக் கொள்ள வேண்டும். விடாப்பிடியாக ஒரு பொய்யை உண்மையாக்குவதில் பார்ப்பனர்களும், இந்துக்களும் கெட்டிக்காரர்கள். அதோடு தேர்ந்தெடுத்த மறதி நோய் அவர்களுக்கு ஒரு பெரிய வசதியை அளிக்கிறது, ஆனால் எல்லா நேரங்களிலும் அது உதவுவதில்லை. சக மனிதர் ஒருவரை அவர்கள் திட்டும்போது அவர் எந்தச் சாதிக்காரராக இருந்தாலும் தீண்டத் தகாத கீழ்ச்சாதியின் பெயரைச் சொல்லித் திட்டுவது அவர்களின் வழக்கம்.

இது இந்தியாவில் மட்டுமல்ல; உலக அளவில்கூட அடிக்கடி நடைபெறப் பார்க்கிறோம். ஐரோப்பிய நாடுகள் ஈராக் மீது போர் தொடுத்ததை உலகம் அறியும். போரைத் தொடுத்தவர்கள் அதை ஈராக் போர் என்றுதான் வர்ணித்தார்கள். அந்தப் போரின்போது இங்கிலாந்து பிரதமர் ஜான்மேஜர், ஈராக் அதிபர் சதாம் உசேன்

அவர்களையும் ஈராக்கையும் 'சர்வதேசப் பறையர்' (International Pariah) என்றுதான் திட்டினார். அப்போது பரபரப்பாக பேசப்பட்ட அதன் விவரத்தை 1.3.1991 நாளிட்ட 'இந்து' ஆங்கில இதழில் வெளியிடப்பட்டது.

Q : Asked if the coalition task could be considered complete while Mr.Saddam Hussain is still in power ?

Mr.Major said : We very much hope that his own people will deal with him in the way he deserves and that the world will continue to treat Iraq as 'International Pariah' as long as Saddam remain in power.

கேள்வி : சதாம் உசேன் அதிகாரத்தில் நீடித்திருக்கும் வரை பன்னாட்டினரின் பணி முடிந்துவிட்டதாகக் கருத முடியுமா?

பதில் : ஜான்மேஜர் : அவரது சொந்த மக்களே நியாயமாக அவருக்கு எது உரியதோ அதனை உரிய வழியில் அவருடன் தீர்த்துக் கொள்வார்கள் என்று நாங்கள் முழுமையாக நம்பு வதுடன், சதாம் உசேன் அதிகாரத்தில் நீடித்திருக்கும் வரை உலகம் ஈராக்கை - "ஒரு சர்வதேசப் பறையனாகவே" தொடர்ந்து நடத்தும்.'

மேலும் 2.3.2001 அன்று இந்து நாளிதழில் Boasting Saddam's Image through songs என்ற தலைப்பில் எழுதும்போது பின்வருமாறு குறிப்பிட்டது,

Some western leaders are now saying that Iraq will be treated like a Paria as long as Saddam is in power...

(சதாம் உசேன் அதிகாரத்திலிருக்கும் வரை ஈராக் ஒரு பறையனைப் போல நடத்தப்படும் என்றும், யுத்தத்தைத் தொடர்ந்து புனரமைப் புப் பணிகள் நிறுத்தி வைக்கப்படலாம் என்றும் சில மேற்கத்திய தலைவர்கள் இப்போது பேசிக் கொண்டிருக்கிறார்கள்...)

இதையும் தூக்கி சாப்பிடும் விதத்தில் இந்தியர்களும் நடந்துக் கொண்டிருக்கிறார்கள், இந்தியர்கள் என்றால் தலித்துகளைத் தவிர்த்த இந்தியர்கள் என்று நீங்கள் புரிந்துக்கொள்ள வேண்டும். அண்டை நாடான பாகிஸ்தானை திட்டுவதற்கு சாதிப் பெயரைப் பயன்படுத்திய திட்டியதின் மூலம் சர்வதேசத் தரத்திற்கு தம்மையும் இந்தியாவையும் உயர்த்தியப் பெருமை, பார்ப்பனர்களையே

சாரும். அவர்களின் செய் வினைக்கு ஒரு சான்று :

சூலை 23-2001 'இந்தியா டுடே'யில் பாகிஸ்தானைக் குறித்து ராஜ் செங்கப்பா கட்டுரை எழுதுகிறார்.அதில் :

It's been Branded A Pariah State Denounced a Criminal Enterprise.

இப்படியாக இந்தியர்களின் 'சாதிய பிரஸ்தாபம்' புகழ் பெற்று விளங்குகிறது.

இவர்கள், உள்நாட்டுக்காரனையும் தீண்டத்தகாத ஓர் அப்பாவி சாதியின் பெயரைச் சொல்லித் திட்டுவார்கள்; வெளிநாட்டுக்காரனையும் அப்படியே திட்டுவார்கள். திட்டுக்கு உரிய சாதிக்காரனான தீண்டத் தகாதவனான தலித் - வார்த்தையிலேயே இப்படிக் கேவலப்படுத்தப் படும்போது சமூக நடை முறையில் எப்படி கேவலப் படுத்தப்படுவார்கள் என்பதை விளக்கத் தேவையில்லை.

சமூக நிலைமைகள் இவ்வளவு அவளத்தோடு சான்றுகளை வழங்கும்போது சாதி என்பது இன ஒதுக்கல் பிரச்சினையின் ஒரு வடிவம்தான் என்பதை மறுக்க முடியுமா? அதைவிட சாதியும் தீண்டாமையும் உள்நாட்டுப் பிரச்சினை அதில் தலையிட அன்னி யருக்கு என்ன தகுதி இருக்கிறது என்போருக்கு.. டர்பன் மாநாட்டுக் காரர்களும் மாநாட்டுக்குச் செல்வோர்களும் இவற்றையேக் கூட ஆதாரமாக காட்டலாம்.[1]

ஒ

1. 2001ஆம் ஆண்டு தென் ஆப்பிரிக்க நாட்டு டர்பன் நகரில் ஐக்கிய நாடுகள் சபையினால் நடந்தப்பட்ட இனவெறி எதிர்ப்பு மாநாட் டிற்கு முன்னும் பின்னும் சாதி இந்துக்கள் கடைபிடிக்கும் தீண்டாமை யும் ஓர் இனவெறி தான் என்று விவாதம் எழுந்தது. இதை மறுத்து இந்திய அரசும் சாதி இந்துக் களும் பலவாறான பரப்புரைகளை மேற்கொண்டனர். இந்நிலையில் டர்பன் மாநாட்டிற்குச் சென்ற தமிழகப் பிரதிநிதிகள் மற்றும் களப்பணியாளர்களின் தெளிவிற்காக ஆகஸ்டு 2001 தலித்முரசு மாத இதழில் எழுதப்பட்ட கட்டுரை.

03 கீழ் வெண்மணியிலிருந்து யார் குரல்?
ల

உன் எதிரி யார் எனச் சொல், நீ யாரென நான் சொல்கிறேன் என்று மார்க்ஸ் சொன்னார். காலங் காலமாய் நண்பனை வைத்து அறியப்பட்டவர்கள், மார்க்சின் போதனைக்குப் பிறகு எதிரியை வைத்து அறியப்பட்டார்கள்.

இந்தப் போதனை தனி மனிதனுக்கு மட்டுமல்ல, இயக்கங்களுக்கு முழுமையாய் முதன்மையாய்ப் பொருந் தும் என்பதை மார்க்ஸைப் புரிந்தவர் அறிவார். இந்திய இடதுசாரிக் கட்சிகள்கூட இதற்கு விதிவிலக்காக முடியாது. கம்யூனிஸ்ட் கட்சிகள் மார்க்சை பின்பற்றுவ தாகக் கூறிக் கொண்டாலும், மார்க்ஸ் கொடுத்த விமர்சன வாளுக்குமுன் தப்பிவிட முடியுமா என்ன? அந்த வாள் கீழ்வெண்மணியிலிருந்து - அவர்களது நெஞ்சுக்கும் நேர்மைக்கும் நேராக உயர்கிறது.

கீழ் வெண்மணி கோபால கிருஷ்ண நாயுடுவோடு கம்யூனிஸ்டுகளையும் சேர்த்து விசாரிக்கும் வரலாற்று விசித்திரம் நிகழ்ந்து விடுவது போலத் தோன்றுகிறது இடதுசாரிகளின் போக்கு! சமீபத்திய அவர்களது நட வடிக்கைக்கு ஒரு சான்று:

சனவரி 3, 2002 அன்று, விடுதலைச் சிறுத்தைகள் அமைப்பாளர் இரா.திருமாவளவன் அவர்கள், கீழ்வெண் மணியில் கொல்லப்பட்டவர்களின் நினைவிடத்திற்கு அஞ்சலி செலுத்தப் போனபோது போலிசாரால் தடுத்து நிறுத்தப்பட்டார். கம்யூனிஸ்டுகள் கொடுத்த புகாரின்

பேரில் அவரும் அவருடன் சென்ற தலித் தோழர்களும் தடுத்து நிறுத்தப்பட்டனர்.

1997 ஆம் ஆண்டு புதியத் தமிழகம் கட்சியின் நிறுவனர் டாக்டர் கிருஷ்ணசாமி அவர்களும் வீரவணக்கம் செலுத்தப் போனபோது இதே போல்தான் தடுக்கப் பட்டார். அப்போதும் இதே காரணம்.

ஏன்.....?

இரா.திருமாவளவன் அவர்கள் தடுக்கப்பட்டபோது, 'மீண்டும் ஒரு லட்சம் பேருடன் வருவேன்' என்று சூளுரைத்துத் திரும்பினார்.

'ஒரு கோடி பேருடன் வந்தாலும் தடுப்போம்' என்று அகில இந்திய விவசாயத் தொழிலாளர் சங்க மாநிலச் செயலர் வீரய்யன் என்பவர் பதில் சூளுரை செய்துள்ளார். (ஜூனியர் விகடன் - 3.3.2002)

இவ்வளவு மோசமாக நடந்துக்கொண்டு தடுப்பணைகளை மார்க்சியக் கட்சியினர் போடுவதற்கு என்னக் காரணம்? இதற்கு மூன்று காரணங்கள் கூறப்பட்டுள்ளன :

1. கீழ் வெண்மணி - வர்க்கப் போராட்டக் களம்.
2. கீழ் வெண்மணித் தியாகிகளை சாதியச் சிமிழில் அடைக்க முடியாது.
3. திருமாவளவன் கீழ்வெண்மணியைச் சாதியக் கலவர பூமியாக மாற்றத் துடிக்கிறார்.

இப்படி பிரச்சினையைத் தெளிவாக வகை பிரித்து தம் எதிர்ப்பைக் காட்டிய கம்யூனிஸ்டுகளுக்கு தாங்கள் நடத்தும் போராட் டத்தை வர்க்கப் போராட்டமாகவே அடையாளப்படுத்தும் காலம் மாறி நீண்ட நாளாகிறது என்பதை அறியாமல், போராட்டத்தின் வேறு பரிண மாணங்களையும் உணர மறுப்பது தொடர் கதையாகிவிட்டது. எனில், கீழ்வெண்மணி - வர்க்கப் போராட்டக் களம் மட்டும் தானா?

60களின் இறுதியில், தஞ்சை - நாகை பகுதிகளில் விவசாயத் தொழிலாளர்களைத் திரட்டிப் போராடிய கம்யூனிஸ்ட் கட்சி, அரைப்படி நெல் கூலி உயர்விற்கான போராட்டத்தை முன்னெடுத்தது. இந்த விவசாயத் தொழிலாளர் அமைப்பில் அனைத்துச் சாதியினரைச் சேர்ந்த விவசாயத் தொழிலாளர்கள்

இருந்தாலும், அந்த அமைப்பையும் அக்கட்சியையும் - 'பள்ளன் கட்சி, பறையன் கட்சி' என்று ஆதிக்கச் சாதியினர் அழைத்ததை இன்னும் கம்யூனிஸ்டுகள் மறந்திருக்க மாட்டார்கள்; இதைச் சொல்வதில் கம்யூனிஸ்டுகளுக்கு இன்றும் ஒரு 'பெருமை'யுண்டு.

அரைப்படி நெல்லுக்கான ஒரு சிறு கோரிக்கையை முன்வைத்து நடத்தப்பட்ட அந்தப் போராட்டத்தில் 44 தலித்துகள் கொல்லப் பட்டார்கள். இதற்குப் பிறகு மேலும் நான்கு பேர் போலிசாரால் சுடப்பட்டும், சாதி இந்து ரவுடிகளால் வெட்டப்பட்டு கொல்லப் பட்டார்கள். ஆக மொத்தம் வெண்மணியில் கொல்லப்பட்ட வர்களின் எண்ணிக்கை 48 பேர். ஆனால் இன்னும்கூட 44 பேர்கள்தான் கொல்லப்பட்டார்கள் என்று இடதுசாரிகள் சொல்லிக் கொண்டிருக் கிறார்கள். எனினும், வெண்மணி படுகொலையில் இயல்பாக எழும் மூன்று கேள்விகளுக்கு இன்னும் (மா) கம்யூனிஸ்டுகள் பதில் சொல்லவில்லை.

1. வெறும் கூலி உயர்விற்கானப் போராட்டத்தை மட்டும் இவர்கள் முன்னெடுத்தது ஏன்?
2. நிலப்பறிப்பு ஏன் செய்யவில்லை?
3. அனைத்துச் சாதியினரையும் உள்ளடக்கிய இருந்த தொழிலாளர்களில் தலித்துகள் மட்டும் ஏன் கொல்லப்பட்டனர்?

இவை வெறும் கேள்விகள் மட்டுமல்ல. சொல்லப்படாமல் இருக்கும் அவர்களின் பதில்கள் மட்டுமே இவற்றிற்கான விடைகளுமல்ல. ஆயினும் தொக்கி நிற்கும் விடை தெளிவானது மட்டுமல்ல, வர்க்கத்தைச் சாதி எப்படிப் பிரிக்கிறது என்ற அம்பேத்கரின் வர்க்கம் குறித்த பார்வைக்கு விளக்கமும் கிடைக்கிறது.

முதலாவதைப் பொறுத்தமட்டில், விவசாயத் தொழிலாளர் களைக் கம்யூனிஸ்ட் கட்சி நிராயுதபாணிகளாகவே வைத்திருந்தது. நெல் உற்பத்தியாளர்கள் ஆயுதங்களுடனும் போலிஸ் மற்றும் குண்டர்களுடனும் அலைந்தபோது, தொழிலாளர்கள் தங்களைத் தற்காத்துக் கொள்ள எந்த ஏற்பாடும் செய்ய விருப்பமில்லாமல் இருந்தது தொழிலாளர் அமைப்பு. அதனால் தான் கோபாலகிருட்ண நாயுடு தலைமை யில் தாக்குதல் தொடுக்கப்பட்ட போது, தலித் மக்கள் கிராமத்தை விட்டு ஓடியும், வயல் வெளிகளில் பதுங்கியும்

தப்பித்தனர். தப்பி ஓடியவர்களில் சாதி வெறியர்களின் துவக்குகளின் தாக்குதலில் குண்டு பட்டவர்கள் இன்னும் வெண்மணியில் வாழ்ந்து வருகிறார்கள். தலித்துகளிடம் ஆயுதம் இருந்திருந்தால் இப்படி நடந்திருக்குமா?

இரண்டாவதாக, போராட்டக் களத்தில்,தொழிலாளர்களில் வன்னியர், நாடார் போன்ற பிற்படுத்தப்பட்ட சாதித் தொழிலாளர்கள் வர்க்க உணர்வோடு இல்லாமல், கூலிக்கு அவர்களும் பங்குதாரரர்களாக இருந்து போராடுபவர்கள் என்று இருந்தாலும் வர்க்கக் குணத்தை இழந்து, சம்பவத்தன்று நாயுடு பக்கம் சாய்ந்து விட்டதால், தலித்துகள் தொழிலாளர் வர்க்க இயக்கத்திலிருந்து தனிமைப்பட்டுப் போனார்கள். அதனால்தான் அவர்கள் வேட்டையாடுவது நாயுடுவின் படைக்கு எளிதாகிப் போனது. பிற்படுத்தப்பட்ட சாதி கூலித் தொழிலாளர்கள் ஏன் இயக்கத்தை விட்டு ஓடிப் போனார்கள் என்பதற்கான காரணத்தைப் புரிந்துக் கொள்வது கடினமில்லை, அவர்கள் தம் வர்க்க நலனை விடச் சாதிய நலனைக் காத்துக் கொண்டார்கள், அதனால் அவர்களது குடியிறுப்பு நாயுடு வீட்டுப் பக்கம் இருந்தும்கூட அவர்கள் தாக்கப் படவில்லை. மாறாக, காக்கப்பட்டார்கள்.

இந்தச் சூழலில், கொல்லப்பட்டவர்கள் வர்க்கப் போராட்டத் தியாகிகளாகச் சித்திரிக்கப்படுகின்றனர். ஆனால் இறந்தவர்களின் பட்டியலைப் பார்த்தால் அவர்கள் வர்க்கப் போராளிகளா எனக் கேள்வி எழுகிறது?. கொல்லப்பட்டவர்கள் 44 பேர். இதில் பெண்கள் 28 பேர் (16 வயதிற்குட்பட்ட சிறுமிகள் இதில் 12 பேர்) ஆண்கள் 16 பேர் (இதில் சிறுவர்கள் 10 பேர், முதியவர்கள் 6 பேர்)

இந்தப் பட்டியல் எதைக் காட்டுகிறது? வன்கொடுமையிலிருந்து தப்பித்துக்கொள்ள ஓடி ஒளிந்த 28 பெண்கள் மற்றும் 10 சிறுவர்கள் அவர்களை அரவணைத்த 6 முதியவர்கள். நாயுடுவின் ரவுடிப் படைத் தாக்குதலிலிருந்து தப்பிக்க அவர்கள் பதுங்கிய அந்தச் சிறிய குடிசையின் கதவு வெளிப்புறம் ரவுடிகளால் தாழிடப்பட்டது. அப்படியும் அவர்கள் தப்பி வெளியே வராமலிருக்கக் கதவை அடைத்துத் திறக்க முடியாதபடி மாட்டு வண்டிகள் நிறுத்தப்பட்டன. அதற்குப் பின்தான் குடிசை கொளுத்தப்பட்டது. தப்பித்தவர் போக, எஞ்சிய 44 பேர் நெருப்பில் கொல்லப்பட்டனர். அதுவும் தேவையான தற்காப்பும் - கட்சியின் முன்னெச்சரிக்கை நடவடிக்கையும் இல்லாமல்

கொல்லப்பட்டார்கள். கொல்லப்பட்டவர்கள் அனைவரும் சமூகச் சூழலின்படி பலவீனமானவர்கள். கொல்லப்பட்டவர்களைப் போராளிகளாகச் சித்திரிப்பதன் மூலம் கம்யூனிஸ்ட் கட்சி (மா) தலித் மக்களின் படுகொலையை தன் சொந்த வரலாறாக்க முயல்கிறது.

இரண்டாவதாக, கீழ்வெண்மணித் தியாகிகளைச் சாதியச் சிமிழுக்குள் அடைக்க முயல்வதைத் தடுக்கப் போகிறார்களாம். பார்ப்பனர்கள்தான் வரலாற்றைத் திரித்து எழுதுகிறார்கள் என்றால், அதற்கு ஈடாக கம்யூனிசக் கட்சியினரும் ஈடுபடுவார்கள் என நம்பலாம்.

தலித்துகளின் இயக்கத்தைச் சாதி இயக்கமாகக் கம்யூனிஸ்ட் கட்சியினர் கண்டுபிடித்துள்ளனர். அதாவது, சாதியை ஒழிக்கப் போராடு பவர்களையே இந்து மதத்தால் - அவர்ணர்கள், சாதியற்றவர்கள் என்று ஒதுக்கி வைக்கப்பட்டவர்களையே 'சாதியவாதிகள்' என்று கண்டுபிடித் ததின் மூலம் பார்ப்பனீயத்திற்குப் புதிய பார்வையை மார்க்சிஸ்டுகள் தந்துள்ளனர். இனி, தலித்துகளிடம் இயல்பிலேயே இருக்கும் வர்க்க எதிர்ப்பும், சாதி எதிர்ப்பும் கூட சமூகப் புரட்சிக்கு எதிரானதாக அவர்களால் சித்திரிக்கப்படலாம். இதுதான் வரலாற்றின் விந்தையா ?

மூன்றாவதாக, 'கீழ்வெண்மணியை திருமாவளவன் கலவரப் பூமியாக மாற்றத் துடிக்கிறார்' என்ற குற்றச்சாட்டு. இது யாருடைய குரல்?

'டாக்டர் கிருஷ்ணசாமியும், திருமாவளவனும் சாதிக் கலவரத் தைத் தூண்டுகிறார்கள். தமிழகத்தைக் கலவர பூமியாக மாற்றுகி றார்கள்' என்று கருணாநிதி, ஜெயலலிதா, ராமதாஸ் உட்பட சாதி இந்து அரசியல்வாதிகள், அவர்களின் போலிஸ் மற்றும் சாதியப் பத்திரிகைகள் தொடர்ச்சியாக செய்து வரும் பிரச்சாரம் இது. ஆனால், சாதியையும், தீண்டாமையையும் ஒழிக்கப் போராடும் மக்களின் தலைவர்களை - கலவரக்காரர்களாக சித்திரிக்கும் ஆளும் வர்க்கக் கருத்தை கம்யூனிஸ்ட் கட்சியினர் பரப்புவதன் மூலம், அவர்கள் எந்த வர்க்கத்தின் பக்கம் நிற்கிறார்கள் ?

சாதி இந்துககளின் பக்கம் நிற்பதால்தான் தலித் தலைவர்களைத் தடுக்க - எந்தத் தயக்கமும் இல்லாமல் போலிசின் உதவியை நாடியிருக்கிறார்கள்!

விசித்திரங்கள் எதுவும் தன்னளவில் விசித்திரமாக இருப்பதில்லை. அனுபவிப்பவர்களின் அனுபவ உணர்விலிருந்துதான் அது விசித்திரமா, இல்லையா என்பது முடிவாகிறது. அதுதான் கீழ்வெண் மணி நிகழ்விலும் வெளிப்படுகிறது. துயரத்தையும் கொடுமைகளையும் அனுபவிக்கும் மக்களுக்குத் தங்கள் வாழ்வு பறிபோவது தியாகமாகத் தெரிவதில்லை. இதில் சம்பந்தப்படாத மற்றவர்களுக்கு அது தியாகமாகத் தெரிகிறது. கீழ்வெண்மணி இதற்கு விதிவிலக்காகி விட முடியாது.

கொலையைத் தியாகமாகச் சித்தரிக்கும் போக்கு சாதி இந்துச் சமூகத்திற்கு புரியதல்ல. முன்பு கொல்லப்பட்ட எத்தனையோ தலித் வீரர்கள் கொலையுண்டச் சாமிகளாக வணங்கப்படுவது நிகழ்காலச் சாட்சிகளாகவே இருக்கின்றன. இந்த சாதி இந்து உளவியலைத்தான் வெண்மணியிலும் பார்க்க முடிகிறது. சாதியச் சமூகத்தினால் கட்ட மைக்கப்பட்ட உளவியலானது இப்படி இருக்கும்போது, சமூக ஆய்வாளர்கள் இதைக் கணக்கில் எடுத்துக் கொள்ள வேண்டும். சமூக விஞ்ஞானத்தை, மார்க்சியத்தைப் பின்பற்றுபவர்கள் இந்த அடிப்படையைத் தவற விடுவது வியப்பாக உள்ளது!

எனினும் இவையெல்லாம் விளக்குவது என்ன?

கம்யூனிஸ்ட் கட்சியினர், யாரிடம் நேசமாக இருக்க வேண்டுமோ அவர்களிடம் பகைமை பாராட்டுகிறார்கள். யாரிடம் பகைமை பாராட்ட வேண்டுமோ அவர்களிடம் கை கோர்க்கிறார்கள். ஜெயலலிதாவிடமோ, கருணாநிதியிடமோ கூட்டு வைத்துக் கொள்பவர்கள், தலித் கட்சிகளிடம் நேசமாக இருக்க மாட்டார்கள். மார்க்சிய வார்த்தைகளில் சொல்வ தென்றால்,

பகை முரணிடம் நேசம் ! நேச முரணிடம் பகை !!

கம்யூனிஸ்டுகளும், தலித்துகளும் இந்த நாட்டை - ஆளும் வர்க்கத்திடமிருந்து காப்பாற்ற முயல வேண்டிய தருணத்தில், வரலாற்றுப் புரிதலின்றி - உணர்வு மயக்கத்தில் மார்க்சியக் கட்சியினரோ, பிற கம்யூனிச கட்சியினரோ செயல்படுவது தகுதியானது தானா? ஒரு வேளை கார்ல் மார்க்ஸ் உயிரோடிருந்திருந்தால் இப்படிச் சொல்லி யிருப்பார்:

> 'உங்கள் எதிரி யாரெனச் சொல்லுங்கள். நீங்கள் யாரென தலித்துகள் சொல்வார்கள்.'

◆◆◆

கீழ்வெண்மணியில் படுகொலை செய்யப்பட்டோர் :

பாப்பா(25)	சந்திரா(12)	ஆசைத்தம்பி(10)
வாசுகி(3)	சுந்தரம்(45)	சரோஜா(12)
மருதம்மாள்(25)	தங்கய்யன்(5)	சின்னப்பிள்ளை(25)
கருணாநிதி(12)	வாசுகி(5)	குஞ்சம்மாள்(30)
பூமயில்(16)	கருப்பாயி(35)	ராஜ்சியம்மாள்(16)
தாமோதரம்(12)	ஜெயம்(10)	கனகாம்பாள்(25)
ராசேந்திரன்(7)	சுப்பன்(70)	குப்பம்மாள்(60)
பாக்கியம்(35)	ஜோதி(10)	காளிமுத்து(35)
குருசாமி(15)	நடராஜன்(5)	வீரம்மாள்(22)
பட்டு(46)	சண்முகம்(13)	வேதவள்ளி(10)

கொல்லப்பட்டதில் முழுக் குடும்பம் :

முருகன்(40)	ஆச்சியம்மாள்(30)	நாகராஜன்(10)
ஜெயம்(6)	செல்வி(3)	கடும்பாயி(50)
சேது(26)	நடராஜன்(6)	அஞ்சலை(45)
ஆண்டாள்(2)	சீனிவாசன்(40)	காவேரி(50)
சீனிவாசன்(38)	முருகன்(45)	

மற்றும், கீழ்வெண்மணிப் போராட்டத்தில் முன்னணியில் நின்ற தோழர் வி,டி,நந்தன் அவர்கள் டிசம்பர் 25 படுகொலைக்குப் பிறகு மார்க்சியக் கட்சியின் போக்கைக் கண்டித்து அ.தி.மு.கட்சியில் சேர்ந்தார். இவரைப் போன்ற உண்மையான போராளிகள் பலர் இது போன்ற முடிவைத்தான் எடுத்தனர், மறைந்த நந்தன் அவர்களின் நினைவுக் கொடிமரம் வெண்மணி கிராமத்தின் நுழைவாயிலுக்கு எதிரே மார்க்சியக் கட்சியின் நடத்தைக்குச் சான்றாக நிற்கிறது.

தலித் முரசு - ஏப்ரல் - 2002

04

பட்ஜெட் - 2001 ஒரு தலித்துக்கு 12 பைசா

- ஓர் அலசல்

ஃ

தமிழகத்தில் சீசன்களுக்குப் பஞ்சமில்லை. இது பட்ஜெட் சீசன். வந்து போகும் ஒரு பண்டிகையைப் போல வரவு - செலவுத் திட்டமும் வந்து போகிறது. செய்தித்தாளில் பட்ஜெட் அறிக்கையைப் படிக்கும் குடிமகனுக்கு இருக்கக் கூடிய ஒரே வேலை படித்து முடித்தப் பிறகு அதை மறந்து விடுவதுதான்.

பல்வேறு தளங்களில் பட்ஜெட் குறித்த கருத்துகள் ஒரே நாளோடு காணாமல் போய் விடுகிறது. ஓராண்டுக் கான திட்டத்தை ஒரே நாளில் ஒரே வார்த்தையில் தூக்கி எறிந்து விட்டுத் தன் 'சமூகப் பொறுப்பை' நிரூபிக்கும் கட்சிகள் இருக்கும்போது மக்கள் என்ன செய்ய முடியும்?

கிராமப்புற மக்களைப் பொருத்தவரையில், சாலை இல்லா ஊருக்கு வராத பேருந்துக்குக் காத்திருப்பவர்கள் என்று உருவகப்படுத்திக் கொள்ளலாம். பேருந்து எப்படி இருக்கு மென்றுகூட அவர்களுக்குத் தெரியாது!

பல மாயவித்தைக் காட்சிகளை உருவாக்கும் பட்ஜெட் தமிழக முதல்வர் மாண்புமிகு ஜெயலலிதாவின் மேலான ஆலோசனையின் பேரில் தமிழக நிதி அமைச்சர் மாண்புமிகு பொன்னையன் அவர்களால் 18.8.2001 அன்று தமிழகச் சட்ட மன்றத்தில் தாக்கல் செய்யப்பபட்டது.

எப்போதும் போல தலித் 'குரல்கள்' தமது முகத்தைத்

திருப்பிக் கொண்டுள்ளன. பட்ஜெட் மீது எந்தக் கருத்துகளையும் அவை கூறினாலும் கேட்பாரற்று ஒதுக்கப்படும் என்பதால் அநிச்சையாகவே அவை முகத்தைத் திருப்பிக் கொள்கின்றன. ஏனென்றால் இங்கு பட்ஜெட் மீது மட்டுமல்ல மாநிலத்தின் பொருளாதார திட்டங்களின் மீது கருத்தைத் தெரிவிக்க ஆற்றல் மிக்கக் கட்சிகள் திராவிடக் கட்சிகள்தான். நாட்டின் எல்லா பொருளாதார மேதைகளும் அக்கட்சிகளில் இருப்பதால் அவர்களுக்கு மட்டுமே கருத்தை வெளிப்படுத்த உரிமை இருப்பதாக நினைக்கிறார்கள். இத்தனை ஆண்டு பாரம்பரியமுள்ள திராவிடக் கட்சிகள், இப்படி வெகுமக்கள் கருத்தை, குறிப்பாக தலித் மக்களின் கருத்தை மீறி ஏதாவது அடைத்ததோடு சொன்னால், தாங்கள் ஏற்கெனவே அதைச் செய்தோம் இதைச் செய்தோம் என்று ஆர்ப்பரித்து எதிரியின் வாயை அடைத்து முற்றுப்புள்ளி வைத்து விடுகின்றன.

இந்நிலை இப்படியேதான் நீடிக்க வேண்டுமா? இந்த அரசுகள் என்ன தான் துரோகத்தை தலித் மக்களுக்கு இழைத்திருந்தாலும், பட்ஜெட் மீதான கருத்தை ஏன் வெளியிடக்கூடாது? நாட்டு வளர்ச்சிப் பணிகளில் ஏன் கருத்தை வெளியிடக்கூடாது? முகத்தைத் திருப்பிக் கொள்வதைவிட அவர் களின் முகத்திரையைக் கிழிப்பது மேலல்லவா!

இந்த அடிப்படையில்தான் 2001 ஆம் ஆண்டு தமிழக அரசின் பொது பட்ஜெட் மீது தலித் கருத்தியல் அடிப்படையில் வைக்கப்படும் விமர்சனமும் பார்வையும்..

◆◆◆

பொதுவாக பட்ஜெட், எந்தக் கோட்பாட்டின் அடிப்படையில் தயாரிக்கப்படுகிறது என்பதைப் பார்த்தால், திட்டங்கள் தொடர்புடைய வரவு - செலவு கணக்குகள், முக்கியமாக, நிதி ஒதுக்கீடு மட்டுமே மய்யமாக இருக்கிறது. திட்டங்களுக்குத் திட்டவட்டமான புள்ளி விவரங்கள், தரவுகள் போன்றவை இருக்க வேண்டும். அதி முக்கியமாக, திட்டத்தின் நோக்கம் மக்கள் வாழ்வை முன்னேற்றுவதாக வேண்டும்.

செலவினைப் பொருத்தவரையில், நிர்வாகச் செலவிற்கும், திட்டச் செலவிற்கும் ஏறக்குறைய சம அளவில் அல்லது நிர்வாகச் செலவு குறைவாகவும், திட்டச் செலவு அதிகமாகவும் இருக்க

வேண்டும். இவற்றை முறைபடுத்தும் துறையான நிதித்துறை வரையறுக்கப்பட்ட கோட்பாடுகளின் அடிப்படையில் இயங்க வேண்டும். குறிப்பாக நிதி நிர்வாகக் கோட்பாடுகள் மட்டுமல்ல, மக்கள் நலன் சார்ந்த கோட்பாடுகள்.நிதித்துறை குறித்து டாக்டர் அம்பேத்கர் கூறுகிறார் :

> 'நிதித்துறை ஒரு கண்காணிப்புத் துறையாகக் கருதப்படும் துறை. எந்த ஒரு குறிப்பிட்ட துறைக்கும் பொறுப்பான - எந்தவொரு குறிப்பிட்ட அமைச்சரும் முன்வைக்கும் எல்லா செலவினங்களையும் நுணுகி ஆராய்வது, நிதித்துறையின் கடமை. அதுமட்டுமல்ல, ஒரு குறிப்பிட்ட நோக்கத்திற்காகக் கோரப்படும் தொகை, அந்த நோக் கத்திற்குத் தேவையானதுதானா என்பதைக் காண்பதும், மாநிலத்தின் நிதி நிலைமையைக் கருத்தில் கொண்டு பார்க்கும் போது, மானியம் முறையாக வகைப்படுத்தப்பட்டுள்ளதா என்பதை உறுதி செய்வதும் நிதித்துறையின் தலையாயப் பணிகளில் ஒன்றாகும். மக்களைப் பிச்சைக்காரர்களாக்கும் ஓர் அரசு - தானே பிச்சை எடுக்க வேண்டி வரும்'.

இக்கருத்துகள் கோட்பாட்டினைப் போன்று வரவு - செலவுப் பணியில் பயன்படுத்தப்பட வேண்டும். ஒரு பட்ஜெட்டை சோதிப் பதற்கான உரைகல் இவை.

இந்த அடிப்படையில், நான்கு அம்சங்களை மட்டும் இங்கு விவாதிக்கலாம்:

1. பட்ஜெட் - நிதிப்பகிர்வு
2. தொழில் மற்றும் வேளாண்மை
3. கல்வி, சுகாதாரம் மற்றும் மக்கள் நலன்
4. அரசமைப்பின் அடிப்படையில் தலித் மக்கள் நலன்

1. பட்ஜெட் - நிதிப்பகிர்வு :

2001 கணக்கெடுப்பின்படி :

தமிழகத்தின் மொத்த மக்கள் தொகை	6,21,10,839
கிராமப்புற மக்கள்	4,22,35,370 (68%)
நகர்ப்புற மக்கள்	1,98,5,463 (32%)

ஆண்டு சராசரி தலா வருமானம் சுமார் ரூ. 4,600

இந்த அடிப்படையில்,

இந்த ஆண்டுக்கான திட்ட ஒதுக்கீடு ரூ. 6,040 கோடி.

இது ஒரு நபருக்கு சுமார் ரூ. 970/- ஆகும்.

ஆனால், சராசரியாக ஒரு நபரிடம் ரூ. 3,344.60 வரியாக வசூலிக்கப்படுகிறது. ஆனால் அவர்களுக்குச் செலவிடப்படும் தொகை ரூ. 970.00/- மட்டுமே மீதி வரும் தொகையான சுமார் ரூ. 2,374.60 எங்கே போகிறது? இது இந்த பட்ஜெட் பொதித்து வைத்திருக்கும் மர்மம்,

நாட்டின் சராசரி தலா வருமானத்தைக் கணக்கிடும் வகையில் இத்திட்ட ஒதுக்கீடுகளை நாம் நுணுகிப் பார்த்தால் மக்களுக்கு ஏமாற்றத்தை அளிப்பதாகத்தான் இருக்கின்றன. வேடிக்கை என்னவென்றால் தலா வருமானம் என்பது பணக்காரரர்களையும், சேரி ஏழைகளையும் ஒரே தட்டில் வைத்துதான் கணக்கிடப்படும் ஒரு கேலிக்கூத்து. என்றாலும் ஒதுக்கப்படும் நிதிப் பகிர்வுகூட குறைந்தப் பட்சம் சமஅளவில் இருக்க வேண்டும் என எதிர்பார்த்தால் அதுவும் இல்லை, எப்படிப்பார்த்தாலும் நிதிப் பகிர்வின் பெரும்பகுதி ஏழைகளுக்குச் செலவிடப்படுவதில்லை. அது இந்த பட்ஜெட்டில் அப்பட்டமாகத் தெரிகிறது. ஏழைகளை முற்றிலும் புறக்கணித்த பட்ஜெட். இந்த லட்சணத்தில், கடந்த வரவு - செலவு திட்டத்தைவிட 340 கோடி கூடுதலாக ஒதுக்கப்பட்டுள்ளதாக நிதி அமைச்சர் கூறுகிறார். இந்தக் கேலிக்கூத்தை அரங்கேற்ற இப்படி ஒரு அமைச்சர் தேவையா?

ஒட்டுமொத்த அரசின் வருவாயில் வெறும் 3% மட்டுமே திட்டச் செலவு செய்ய செலவழிக்கப்படுகிறது என்று பட்ஜெட் கூறுகிறது. மீதி எங்கே போகிறது? 97% அரசு ஊழியர் சம்பளமாகப் போகிறது என்கிறது அரசு. அப்படியானால், வெறும் சம்பளம் கொடுக்க மட்டும் தானா அரசு என்ற கேள்வி எழுகிறது. 3% திட்டச் செலவு செய்ய 97% பணம் செலவழிக்கும் கேலிக்கூத்து - உலகில் வேறு எங்காவது நடக்குமா?

பழியை நாசுக்காக கருணாநிதி மீது போடுகிறார் ஜெயலலிதா. ஆனால், முந்தைய ஜெயலலிதா ஆட்சியிலும் இதே கதைதான் என்பது தனிக்கதை.

2. தொழில் மற்றும் வேளாண்மை :

உற்பத்தி சார்ந்த ஒதுக்கீடு(கோடிகளில்)	231.36
நெல் கொள்முதல் மானியம்	150.00
மொத்தம்	381.36
மானியத்தைக் கழித்தால் நிகரத் தொகை	131.336
திட்டத்தில் ஒதுக்கீடு	2.17%

தமிழகத்தின் 68% தொழிலானது விவசாயத்தைச் சார்ந்திருக்கிறது என்பது நமது நாட்டின் பொருளாதாரத் தலையெழுத்து, ஆனால் இதற்கு வெறும் 2.17% தொகையை மட்டும் ஒதுக்குவது எவ்வளவு 'தொலை நோக்குப் பார்வை'!

இதில், பெரும் பண்ணைத் திட்டங்களையும் தரிசு நிலமேம் பாட்டையும் கொண்டு வரப் போகிறார்களாம். இவைகளுக்கு நிதி ஒதுக்கீடு குறித்து எந்தக் குறிப்பும் பட்ஜெட்டில் இல்லை. விவசாயத்தில் ஏற்பட்டுள்ள வேலையிழப்பைப் பற்றியோ நமது மாண்புமிகு பட்ஜெட் மூச்சு விடவில்லை.

தொழில் துறையை எடுத்துக்கொண்டால், முதலீட்டுத் திட்டங்கள் ஏதுமில்லை. நலிந்து போயிருக்கும் பொதுத்துறை நிறுவனங்களை, தனியாருக்கு தாரைவார்க்கும் 'மகிழ்ச்சி'யான செய்திகள் மட்டும் வெளியிட்டு மகிழ்கிறது அதுவுமின்றி, தொழில் துறைக்கு வெற்று அறிவிப்புகளைத் தவிர, ஒதுக்கப்பட்ட தொகை வெறும் 63 கோடி மட்டும்தான். அதாவது வெறும் ரூ. 0.9% மட்டுமே.

ஆனால், தொழில் துறைக்கான உள்கட்டமைப்பு வசதிகளான சாலை மேம்பாடு, பாலம், துறைமுகம் போன்றவற்றிற்கு ரூ. 2,200 கோடிக்குமேல் ஒதுக்கப்பட்டுள்ளது. இது கடனாகப் பெறப்படும். இதன் பின்னணி என்ன வென்றால், பன்னாட்டு நிறுவனங்களுக்குத் தமிழகக் கதவுகள் திறக்கப்பட்டு மீண்டும் புதிய காலனித்துவம் நடைமுறைப்படுத்தப்படும். அதோடு இதில் ஓர் கூடுதல் அனுகூலம் என்னவென்றால் கட்டுமானத் துறையின் மூலம் தான் பெரும் கமிஷன்கள் பார்க்க முடியும்.

மேலும், மகளிருக்குத் தொழிற்பேட்டைகள் மூலம் வேலை வாய்ப்புகள் அதிகரிக்கும் என்று பட்ஜெட் கூறுகிறது. ஏற்கெனவே

நலிந்து போன சிறு தொழிலை மீட்க, அரசே நலிந்துள்ள அவற்றிட மிருந்து கொள்முதல் செய்யும்' என்று பட்ஜெட் கூறுகிறது. மகளிர் தொழில் தொடங்குவது நல்லதுதான் ஆனால் பயனாளிகள் குறித்தோ, யார் கொள்முதல் செய்வார்கள் என்பது குறித்தோ எந்தவிதமான குறிப்புகளையும் பட்ஜெட் காட்டவில்லை. பன்னாட்டுத் தொழில் நிறுவனங்கள் அனுமதிக்கப்பட்டுள்ள நிலையில் அவர்களின் போட்டியை எதிர்கொள்ள என்ன உத்திரவாதம் என்பதைப் பற்றியும் கவனமாக வாய் திறக்கவில்லை பட்ஜெட் என்றால் பார்த்துக் கொள்ளுங்கள். அதுவுமின்றி வேலைவாய்ப்புகளை அதிகரிப்பது குறித்தோ, குறைந்து வரும் வேலைவாய்ப்புகளை தடுத்து நிறுத்துவது குறித்தோ எதையும் பார்க்க முடியவில்லை.வேலைவாய்ப்புகள் இல்லாமல் தனிநபர் வருமான எப்படி உயரும், தனிநபர் வருமான உயர்வு இல்லாமல் பட்ஜெட்டை எப்படி திட்டமிடுகிறார்கள் என்பதெல்லாம் கேட்கக்கூடாத கேள்விகளாய் தொக்கி நிற்கின்றன பட்ஜெட்டில்.

கல்வி மற்றும் சுகாதாரம்

கல்வித் துறையில் இந்த அரசின் பங்கைப் பார்த்தால், ஜெயலலிதாவை வெள்ளைத் தாமரையில் உட்கார வைக்காதது தான் பாக்கி. அவ்வளவு கருணை!

மொத்த மக்கள் தொகையில், 40% மேல் மக்கள் கல்வியறிவின்றி இருக்கும்போது, சிலஅறிவிப்புகளைத் தவிர, கல்விக்கு மொத்தம் 30 கோடி ரூபாய் ஒதுக்கப்பட்டுள்ளது. அதாவது, மொத்த ஒதுக்கீட்டில் 0.4% மட்டுமே. இதையும் 'பெரியமனது' செய்து உலக வங்கிக் கடனுக்கு அல்லது பிற துறை கடனுக்கு விட்டு வைத்துள்ளனர்.

ஆனால், ராணுவத்திற்கு செலவு செய்ததைப் போல, காவல் துறைக் குத் திட்ட ஒதுக்கீட்டில் நேரடி ஒதுக்கீடாக 4.15% ஒதுக்கப் பட்டுள்ளது. அதாவது, 250.51 கோடி. இதுவும் நடப்பாண்டு முடிவதற்குள் உயரலாம்.

கல்வித்துறை என்பது ஒரு சிதிலமடைந்த துறை என்பதையும், பழைய வரலாற்றில் காண மனம் கூசும் வரலாற்றுச் சம்பவங்களை நினைவுப்படுத்துகிறது. உலகிற்கு அறிவு ஒளி வழங்கிய நாலாந்தா பல்கலையை ஒழித்த ஆவிகள் தைமூருக்குச் சேவை செய்தன என ஒரு கதை உண்டு. நூல் நிலையத்தை எரித்து அழித்து,

அதைப் பராமரித்த பிக்குகளை கொன்று இல்லாமல் அழித்த தைமூரின் 'வெறிபிடித்த ஆவி' தற்காலம் ஜெயலலிதாவிடம் குடி புகுந்துவிட்டதா என்பது போன்ற பிரம்மை உண்டாகிவிட்டது என்றால் பார்த்துக் கொள்ளுங்கள். தைமூருக்குப் போட்டியாக நிதி அமைச்சர் பொன்னையனை ஜெயலலிதா உருவாக்கியுள்ளார் போலும். கல்வித்துறை அந்த அளவு பங்கப்பட்டுப் போயிருக்கிறது, கல்விக்கான ஒதுக்கீட்டின் மூலம் ஒரு நபருக்கு இந்த அரசு எவ்வளவு செலவு செய்கிறதென்றால் வெறும் 0.01% தான். இந்த ஒதுக்கீடுகளைப் பார்ப்போம்.

கல்விக்கு	0.01%
மருத்துவம்	0.08%
போலிஸ்	4.15%

இவைகளை ஒட்டுமொத்தமாகப் பார்த்தால் 6040 கோடியில்,

உற்பத்தி சார்ந்த ஒதுக்கீடு	752.55
சேவை ஒதுக்கீடு	2610.78 (55%)

மீதமுள்ளவை நிர்வாக ஒதுக்கீடுகள் 45%

இது, ஒட்டுமொத்த கல்வி மற்றும் மருத்துவத்திற்கு மொத்த வருவாயில் 3%கூட தேறவில்லை.

இவ்வளவு ஆகச் சிறிய தொகையை மக்கள் நலனுக்கு செலவு செய்வதற்கு ஒரு அரசு தேவைதானா? இதற்குத்தான் வாக்களித்து இந்த அரசை மக்கள் தேர்ந்தெடுத்தார்களா?

இந்த ஒதுக்கீடுகளில் எந்தவிதமான சமூகநல வரையறைகளும் கடைப் பிடிக்கப்படவில்லை. மக்கள் நலிவடைவதைப் பற்றி இந்த பட்ஜெட் கவலைப்படவில்லை ஆனால் சட்டமன்ற உறுப்பினர்கள் மேலும் தங்களை வளப்படுத்திக் கொள்ள அவர்களுக்கு 191 கோடிக்கு மேல் ஒதுக்கப்பட்டுள்ளது. இதற்கு எந்தவித முன் தயாரிப்புத் திட்டங்களும் இல்லை.

தலித் மக்களுக்கான நிதி ஒதுக்கீடு :

மொத்தச் செலவில் ஒதுக்கப்பட வேண்டியது 19% ஆகும். இதில் தலித் ஊழியர்களின் சம்பளப் பணமும் உள்ளடக்கம்.

தலித்துகளுக்கு ஒதுக்க வேண்டிய வருவாய்ச் செலவினத் தொகை ரூ.4659.18 கோடிகள்.

சராசரியாக 9% பணியிடங்கள் மட்டுமே நிரப்பப்பட்டுள்ள நிலையில் அதற்குச் சம்பளமாகசெலவிடப்படும் தொகையின் மதிப்பு ரூ.885.5 கோடிகள். (ஒட்டுமொத்த 97% சதவிகித சம்பளத்தை கணக்கிடும்போது தலித்துகளுக்கு ஒதுக்கப்பட்டுள்ளது மிகவும் அற்பத் தொகை என்பது புலனாகும்)

தலித்துகளுக்கு நியாயமாக சட்டப்படி ஒதுக்க வேண்டிய ஆனால் ஒதுக்கப்படாமல் பறிக்கப்பட்ட தொகை சுமார் ரூ. 3773.7 கோடிகள். இதில் ஏமாற்றம்தான் மிஞ்சுகிறது என்று எண்ணி, திட்ட ஒதுகீடுகளிலாவது ஏதாவது நியாயத்தை வழங்கியிருப்பார்களா என்று பார்க்க வேண்டும். ஏனெனில் பட்ஜெட்டில் அதுதானே கடைசிப் புகலிடம்.

திட்ட ஒதுக்கீட்டில் தலித் மக்களின் கல்விக்கு ஒதுக்கப்பட்ட நிதி :

மாணவியருக்கு மிதிவண்டி	ரூ.20 கோடிகள்
விடுதி கட்ட	ரூ.25 கோடிகள்
விடுதி கட்டமைப்பு (சுமார்)	ரூ.10 கோடிகள்

என ஒதுக்கப்பட்ட மொத்த நேரடி நிதி ஒதுக்கீடு ரூ.55 கோடிகள். ஒட்டு மொத்த திட்ட ஒதுக்கீட்டில் இது 0.91% (அதாவது 1% கூட இல்லை)

மொத்தமாகக் கூட்டிக்கழித்துப் பார்த்தால் மாண்புமிகு ஜெயலலிதா அவர்களின் அரசு 19 சதவிகிதம் உள்ள தலித் மக்களுக்கு ஒதுக்கியுள்ள தொகையை அவர்களுக்குப் பிரித்துக் கொடுத்தல் இந்த ஆண்டுக்கு மட்டும் "ஒரு தலித்துக்கு சராசரியாக 48 ரூபாய் 68 காசுகள். இதை வைத்து நாள்தோறும் செலவு செய்தால் ஒரு நாளைக்கு 12 பைசா வீதம் செலவு செய்யலாம்."

எளிமையாகச் சொல்வதெனில் ஒரு தலித்துக்கு ஒரு நாளுக்கு இந்த அரசு செய்யும் செலவு இத்திட்ட ஒதுக்கீட்டின்படி 12 பைசா மட்டுமே!.

தலித் மக்களுக்குச் சேரவேண்டிய சட்டப் பூர்வமான நிதிக்குப் பதில், ஜெயலலிதா தனது 'அய்யங்கார் நாமத்தைச் சாத்தியுள்ளார். தலித் மக்களுக்குத் தலா 12 பைசாவிற்குக் குறைவாக ஒதுக்கி 'புண்ணியம்' தேடிக் கொண்ட அம்மைக்கு, அவரது அடிப்பொடி

களாய் வலம் வரும் ரிசர்வ் தொகுதி உறுப்பினர்கள் தமது அம்மைக்குப் பாலாபிஷேகம் செய்தாலோ பாத விந்தம் பணிந்து அடிவருடினாலோ வியப்படைவதற்கு ஏதுமில்லை.

இதைத் தவிர, பல 'தொலை நோக்கு' திட்டங்களை ஜெயலலிதா அரசு அறிவித்துள்ளது : பட்ஜெட் குறிப்பு 107 இதற்கு சிறந்தச் சான்று..

தலித் மக்கள் கம்பு, கேழ்வரகு, வரகு, சோளம் போன்ற சத்துள்ள பயிரினங்கள் பயிரிட, ஊக்கம் அளிக்கப்படும் என்கிறது.

தலித் மக்கள் நலிந்து போயிருப்பதால் சத்துள்ள உணவைப் பயிரிடுங்கள் என்று கரிசனப்படுகிறார் ஜெயலலிதா. எப்போதோ வணிக ரீதியில் வழக்கொழிந்து போன இந்தப் பயிரினத்தை, சாதி இந்துக்கள் பயிரிட்டால் என்ன? மொத்த விளைநிலத்தில் 98 சதவிகிதத்தை வைத்துக் கொண்டிருக்கும் அவர்கள், பணப்பயிரோடு இதையும் விளைய வைத்தால் லாபம் குறையும் என்று கவலைப்படுகிறார். அதற்கு மாற்றாக 2 சதவிகித நிலம் வைத்து விளைச்சலின்றிக் கிடந்து தவிக்கும் தலித்துகளுக்குக் கரிசனம் காட்டுகிறார் ஜெயலலிதா. இது எப்பேர்கொந்த அப்பட்டமான பொருளா தார மோசடி.

அரசாணை எண் 44அய் தேர்தலுக்கு முன்பு கருணாநிதியைத் தாக்கும் அட்டைக் கத்தியாக ஜெயலலிதா பயன்படுத்தினார். இந்தச் சண்டையில் வலி என்னமோ தலித் மக்களுக்கு. பதவி உயர்வில் தலித்துகளைத் தடை செய்யும் இந்த அரசாணை 44ஐ நீக்கப் போவதாக ஆர்ப்பாட்டம் செய்தார் ஜெயலலிதா. ஆனால் ஆட்சியைக் கைப்பற்றிய பிறகு எந்தவிதமான சந்தடியையும் அவரிடம் காணோம் மௌனமாகிவிட்டார், அப்பட்டமான பார்ப்பன மவுனம். கருணாநிதி கிரிக்கெட் ரசிகரென்றால், இந்த அம்மணி கால்பந்தை ரசிப்பார். அப்படி எதிரும் - புதிருமாமாய் அதிகார ஆட்டம் ஆடும் ஜெயலலிதா அரசாணை 44இல் மட்டும் கருணாநிதியோடு அய்க்கியமாகி விட்டார்.

மொத்த நிதி ஒதுக்கீட்டில் தலித் மக்களின் விகிதாச்சாரப்படி சேரவேண்டிய 19 சதவிகிதம் எட்டவில்லை என்பதை பட்ஜெட் ஒத்துக் கொண்டாலும், அதைச் சீர்செய்ய ஆய்வு செய்யப்படுகிறதாம்.

....கௌதம சன்னா)(75

எனவே பேருக்கு ஒதுக்கீடு செய்துவிட்டு பாவத்திற்குக் கழுவாயைத் தேடிக் கொள்கிறார்கள். பிற்படுத்தப்பட்டோருக்கும், மிகவும் பிற்படுத்தப் பட்டோருக்கும் ஒதுக்கப்பட்டுள்ள நேரடி நிதி ஒதுக்கீடு, ஏறக்குறைய ஆதி திராவிட மக்களுக்கு ஒதுக்கப்பட்ட அளவுதான். இதனால் அம்மக்களுக்கு ஒன்றும் நட்டமில்லை. இது கூடுதல்தான். ஏனென்றால், நிறைவேற்றப்படும் பெரும்பாலான திட்டங்கள் தலித்தல்லாதார் வசிக்கும் பகுதியில்தான் பெரும்பகுதி நிறைவேற்றப்பட்டு வருகின்றன. இவை தவிர, இந்த பட்ஜெட் மேலும் பல ரகசியங்களைத் திறக்கிறது.

மதச்சார்பற்ற அணியில் இருந்துக்கொண்டே தன்னுடைய இந்துத்துவப் பற்றைக் காட்டிக் கொள்ளும் சாதுர்யத்தை ஜெயலலிதா விடம்தான் கற்றுக்கொள்ள வேண்டும் - இந்து ஆழ்வார்கள், நாயன்மார்கள் பெயரில் விருதுகளை ஏற்படுத்திவிட்டு, கிறித்தவர் மற்றும் இசுலாமியருக்கு ஒதுக்கீட்டில் வெறுங்கையை விரித்துள்ளார்.

இதுமட்டுமின்றி தனியார் மயமாக்கும் புதிய உலகப் பொருளாதார அரசியல் நிலைமைக்கேற்ப சில கொள்கை முடிவுகளை முன்மொழிந்துள்ளார் அவை :

1. பொதுத்துறை நிறுவனங்களைத் தாரை வார்த்தல்,
2. நிர்வாகத் துறையில் ஆட்குறைப்பு,
3. எல்லாம் தனியார் மயம்.

இந்தக் கொள்கை அல்லது கொள்ளை முடிவுளை எடுத்த தைரியத்திற்காகவும் புரட்சிக்காகவும் நாம் ஜெயலலிதாவை பாராட்டலாம், என்றாலும் இந்தப் பட்ஜெட் ரூ.692 கோடிகள் பற்றாக்குறை பட்ஜெட் தான். அதை ஈடுகட்ட ரூ.139 கோடிக்கு வரிகள் விதிக்கப் பட்டுள்ளன. இந்த வரி விதிப்பினை இங்கு நாம் அலச முடியவில்லை. ஒரு வார்த்தையில் விமர்சிப்பதென்றால், வரி ஏழை மீது மட்டும் எனலாம். ஒரு பட்ஜெட் பற்றாக்குறையாக இருக்கிறதா அல்லது உபரியைக் கொண்டிருக்கிறதா என்பதைப் பற்றி கவலைபட்டு என்ன ஆகப்போகிறது. மாறாக பட்ஜெட்டின் நோக்கம் மட்டுமே இங்குக் கவனிக்கப்பட வேண்டும்.

நிதிப்பகிர்வில் எந்தவித அறிவியல் பூர்வமான கோட்பாட்டு அடிப்படையும் இல்லாமல், வெறும் திட்டப் பெயர்களுக்கு ஒதுக்கீட்டை கோருகிறது இந்த பட்ஜெட். சமூகநீதியை அல்லது

நிதிப் பகிர்வின் மரபு சார்ந்த கோட்பாட்டைக்கூட பின் பற்றாமல் அரசு நிர்வாகத்திற்கு மட்டும் 97% செலவு செய்து மக்களுக்கு 3% க்கும் குறைவாக சேவைச் செய்வதற்கு ஓர் அரசு தேவையா? இதை பட்ஜெட் என்று சொல்லி, ஜெயலலிதா பொன்னையன் வாயால் செலவிட அனுமதி கேட்பதைவிட கொள்ளையிடவும் கமிஷனை கொடுங்கள் என்று நேரடியாகவே அனுமதி கேட்கலாம்.

எதிர்க்கட்சித் தலைவரான கருணாநிதிக்கு இதைப்பற்றி யெல்லாம் கவலையில்லை. தன்னை 'மனிதன்' என்று உணர வைத்து, அவருக்கும் மனித உரிமை உண்டு என்பதை நிரூபித்த காவல் துறை மீதுதான் அவருக்குக் கோபம்.

ஆனால் தலித் மக்களுக்கு 12 பைசாவை முழுமையாகக் கூட பெற்றுத்தர வக்கில்லாத இந்த 44 தனித்தொகுதி உறுப்பினர்கள், என்ன செய்யப் போகிறார்கள்? அவர்களுக்கு தலித்துகள் என்னவிதமான விருதுகளைத் தரப்போகிறார்கள் என்பது எதிர்பார்க்கக் கூடியதுதான். அது வல்லமை வாய்ந்த இறுதி விருதாக இருந்தால் நலமே

இந்தக் கட்டுரையில் சில அம்சங்கள் மட்டுமே அறிமுகம் கருதி தொட்டுக் காட்டப்பட்டுள்ளன. விவாதிக்கப்பட வேண்டியவை ஏராளம். எனினும் ஆதி திராவிடர் நலத்துறை அறிக்கைக்குப் பிறகு புள்ளி விவரங் களில் மிகச்சிறு மாறுதல் ஏற்படலாம்.

எனவே இந்த பட்ஜெட்டை முன்வைத்து அரசுக்கு சில அம்சங்களை முன்வைக்கத் தோன்றுகிறது. அரசு செவிசாய்க்கும் என்ற நம்பிக்கையில் அல்ல, தலித் மக்களின் புரிதலுக்கு:

1. ஆதி திராவிடர் நலத்துறையில் கடந்த 30 ஆண்டுக்கான நிதி நிலை வெள்ளை அறிக்கை வேண்டும்.

2. தரிசு நிலத்தினை ஒதுக்கும்போது தலித் மக்களுக்குரிய ஒதுக்கீடு வேண்டும்.

3. பட்ஜெட் சீரமைப்பில் தலித் மக்கள் கண்காணிப்புக் குழு உருவாக்கப்பட வேண்டும்.

4. நிதிப் பகிர்வுக்குச் சுழி அடிப்படைக் கோட்பாடு (Zero Based Budget)

5. நிலவங்கி உருவாக்கி, தமிழ் நாட்டில் உள்ள பஞ்சமி நிலத்தைப் பகிர்ந்தளிக்க வேண்டும்.

6. ஆதி திராவிடர் நலத்துறைக்கு என ஒதுக்கும் நிதியில் எவ்வளவு செலவிடப்படுகிறது என்பது குறித்தும், சென்ற ஆட்சியில் இத்துறையிலிருந்து தான் சமத்துவபுரம் கட்டுவதற்கு நிதி எடுக்கப்பட்டது என்ற குற்றச்சாட்டு பற்றிய உண்மை நிலை என்ன என்பது குறித்தும் அரசு தனது வெள்ளை அறிக்கையை வெளியிட வேண்டும்.[1]

※

---

1. தலித் முரசு - செப்டம்பர் - 2001

கலகத்தின் மறை பொருள்

05

காலம் தாண்டி ஒலிக்கும்....

நீண்டகாலமாக ஒலித்துக் கொண்டிருக்கும் ஒலிகளின் தொடர்ச்சியொன்று, வாய்களும், வார்த்தைகளுமாய் மாறி புதிய கோடாங்கியில் ஒலித்தது. சோதிப் பிரகாசம்* அவர்களின் 'ஆண்டை சாதியின் அரசியல் சட்டம்' எனும் கட்டுரை அந்தத் தொடர்ச்சியில் நாம் காணும் புதிய கண்ணி. இவைகள் இன்னும் வளரலாம்.

ஒடுக்கப்பட்ட மக்களின் விடுதலைத் தலைவராக அறியப்பட்ட புரட்சியாளர் அம்பேத்கர் தம் மக்களை ஒடுக்கிய ஆளும், ஆண்டை சாதிகளின் அரசவையில் பங்கேற்று இந்திய அரசமைப்புச் சட்டத்தை எழுதியதின் மூலம் பார்ப்பனீய சக்திகளின் கைப்பாவையாக மாறிப் போனார் என்று அவர் வாழ்ந்த காலத்திலும், இன்றைய காலத்திலும்கூட விமர்ச்சனம் செய்யப்படுகிறார். 'இந்திய அரசமைப்புச் சட்டத்தின் சிற்பி' என்று அவர்

*மறைந்த சோதிப் பிரகாசம் அவர்கள் சிறந்த மார்க்சிய அறிஞர், சிந்தனையாளர், வழக்கறிஞர். வாழ்க்கையின் கேள்விகள், வரலாற்றின் முரணியக்கம், திரவிடர் வரலாறு உள்ளிட்ட சிறந்த மார்க்சிய ஆய்வி லான நூல்களை எழுதியவர். 'ஆண்டை சாதியின் அரசியல் சட்டம்' என்ற அவரது கட்டுரை சூன் 2002 புதிய கோடாங்கி இதழில் வெளி யானது. அம்பேத்கர் உருவாக்கிய அரசமைப்புச் சட்டம் தொடர்பான மிகவும் நுட்பமான தளத்தினை ஆய்வுக்கு எடுத்து அம்பேத்கரின் அரசியல் தத்துவ அடிப்படையைக் கேள்விகுட்படுத்தியது.எனவே சோதிப் பிரகாசம் அவர்களின் கட்டுரைக்கு விரிவான இந்த பதில் கட்டுரை சூலை 2002 புதிய கோடாங்கி இதழில் வெளிவந்தது.

தறித்த மணிமுடி அவருடைய ஆளுமைக்குத் தகுதி யானதுதானா? என்ற ஓர் ஆதங்கமும் இதில் இழை யோடுகிறது.

அம்பேத்கரைக் கடவுளாகத் தொழும் ஒரு தலித்துக்கு அந்த மணி முடியின் அரசியல் பற்றியோ, அரசமைப்பின் அரசியல் பற்றியோ தெரிந்திருக்க வாய்ப்பில்லாத நிலையில் அந்த தலித்தின் மனவெழுச்சிக்கு அது ஓர் உந்து சக்தி மட்டும்தான்.

ஆனால், அரசமைப்பின் தன்மையை - அதன் இயக்கத்தை விமர்சிப்பவர்கள், விமர்சனத்தைத் தொடர்ந்து கடைசியில் அதை உருவாக்கியவரிடம்போய் முடிகிறார்கள், அரசமைப்பின் ஓர் அம்சத்தை முன்வைத்து சோ.பி. விமர்சனத்தைத் தொடங்கி இருக்கிறார்.

சோதிப் பிரகாசம் வைக்கும் விமர்சனம்

1. அடிப்படை உரிமைகள் என்பதை 'அரசு தரும் பரிசு' என்று அம்பேத்கர் கூறுகிறார். ,
2. அடிப்படை உரிமைகளைக் கட்டுப்படுத்திட அரசிற்கு அதிகாரம் உண்டென்று கூறுகிறார்.
3. இது அம்பேத்கரின் குரலா? ஆண்டையின் குரலா?

இப்படி தொடரும் விமர்சனம், பேச்சுரிமையை மையமாகக் கொண்டு விளக்கி விளக்கிச் சுழல்கிறது. சுழல்கிற வேகத்தில் தன் கேள்விக்குத் தானே பதில் கண்டு பிடித்து பின்பு அதை மறுத்தும் முடிகிறது.

இவை சோ.பி.யின் கேள்விகளென்றாலும், இது ஒரு தொடர்ச்சியின் தற்கால வெளிப்பாடுதான் என்ற வகையில் சோ.பி.யை இங்கிருந்து அகற்றி விடுவோம். அவரது கேள்விகளைப் பொது அரங்கில் கொண்டு வந்து வைப்போம்.விவாதிப்போம்..

ஏனெனில் வார்த்தைகள் எதுவும் வரலாறின்றி வெளி வருவதில்லை. நாம் உச்சரிக்கும் ஒவ்வொரு வார்த்தைக்கும் ஒரு வரலாறு உண்டு. அப்படித்தான் இதற்கும்.

எனவே, அம்பேத்கர் காங்கிரஸ் கைப்பாவையா.......?

முரண் நிகழ்வுகள்

4.1.1948 அன்று அரசமைப்புச் சட்ட முன் வரைவை அரசமைப்புப் பேரவையில் அம்பேத்கர் சமர்ப்பித்த பிறகு நடத்தப்பட்ட விவாதத்தில் பல்வேறு கருத்துக்கள் வெளிப்பட்டன.

5.11.1948 அன்று அரசமைப்பு பேரவையில் பலர் உரை நிகழ்த்தினர், அனல் பறந்த அந்த விவாதத்தில் :

திரு. டி.டி. கிருஷ்ண மாச்சாரி :

.... எனவே, இறுதியில் அரசமைப்புச் சாசனத்தை தயாரிக்கும் சுமை டாக்டர் அம்பேத்கர் மீது விழுந்தது. ஐயத்திற்கிடமற்ற முறையில், மிகவும் பாராட்டத்தக்க விதத்தில் இதைச் சாதித்ததற்காக நாம் அவருக்கு நன்றி செலுத்தக் கடமைப்பட்டுள்ளோம்.

மேற்கண்ட கருத்துப்படியே பற்பல குரல்கள் ஒலித்தன. என்றாலும் எதிர்ப்புகளும் இருந்தன.

திரு. அருண் சந்திர குஹா (மே.வ.) :

... வரைவு அரசியல்சாசனம் முழுதும், அரசியல் நிர்ணயச் சபையினால் வகுத்தளிக்கப்பட்ட பிரதான கோட்பாடுகளுக்கு அப்பால் சென்று விட்டதாக அஞ்சுகிறேன். அரசியல் சாசனம் முழுவதிலும், காங்கிரஸ் கண்ணோட்டத்தின் எந்தச் சாயலையும், காந்திய, சமூக, அரசியல் கண்ணோட்டத்தின் எந்த சாயலையும் நாம் காணவில்லை....

...நாம் அரசியல் சாசனத்தை வகுக்கும்போது நாம் வகுக்கப் போவது ஓர் அரசியல் கூட்டமைப்பு மாத்திரமல்ல, நாம் ஏற்படுத்தப் போகும் ஒரு நிர்வாக இயந்திரம் மட்டுமல்ல, அது நாட்டின் சமூக மற்றும் பொருளாதார வருங்காலத்திற்கான கருவியுமாகும்.

திரு. எம். அனந்த சயனம் அய்யங்கார் (சென்னை) (4.11.1948):

...நமது பண்டைய கலாச்சாரத்தையோ, அல்லது பாரம்பரியங் களையோ பிரதிபலிக்கிற சிறப்பானவை எதுவும் இந்த அரசியல் சாசனத்தில் இல்லை என்பதை நான் ஒத்துக் கொள்கிறேன்.

....கௌதம சன்னா

இது போன்ற கருத்தைப் பலர் பிரதிபலித்தனர். பலர் தங்களின் விவாதங்களின் போது அதை வெளிப்படுத்தினார்கள். என்றாலும், அரசமைப்புப் பேரவையில் பங்கு பெற்றது குறித்தும், அவர் உருவாக்கியதாக பிறர் சொன்ன அரசமைப்புக் குறித் தும் அம்பேத்கர் என்ன கருத்தைக் கொண்டிருந்தார்? இதை அன்றையச் சூழலின் பின்னணியோடு பார்ப்போம்.

1945 மே 6ம் தேதி நடைபெற்ற "அகில இந்திய ஷெட்யூல்ட் வகுப்பினர் மாநாட்டில்" அம்பேத்கர் உரையாற்றியபோது:

> அரசியல் நிர்ணய சபைக்கான ஆலோசனைகளை முற்றிலுமாக எதிர்க்கிறேன் என்று நான் கூறியாக வேண்டும். அது நிச்சயமாகத் தேவையற்றது.

- என்று தன்னுடைய கடுமையான எதிர்ப்பினைத் தெரிவித்தார். அதன் பிறகு 1948ல் அரசியல் நிர்ணய சபைக்கு உறுப்பினராகத் தேர்ந்தெடுக்கப்பட்டு பின்பு வரைவுக்குழுத் தலைவரானார். கடுமையாக உழைத்து அரசமைப்புச் சட்டத்தை உருவாக்கி நாட்டுக்கு அர்ப்பணித்தார். தொடந்து இந்துச் சட்ட மசோதாவை உருவாக்கினார் பின்பு காங்கிரசின் சூழ்ச்சியால் அது ஏற்கப்படாமல் போக 19 காரணங் களை முன்வைத்து சுதந்திர இந்தியாவின் முதல் அமைச்சரவையிலி ருந்தும், முதல் சட்ட அமைச்சர் எனும் பொருப்பிலிருந்தும் விலகினார். எதிர்கட்சி வரிசையில் உட்கார்ந்து தான் உருவாக்கிய அரசமைப்புச் சட்டத்தினை எதிர்த்தார். எனினும் அவரின் எதிர்ப்புக்கான காரணங்கள் வேறுபட்டிருந்தாலும் அதன் அவற்றையும் மீறி தீர்மானகரமானவை என்பதை வரலாறு நிறுவியது, எனினும் அம்பேத்கரின் வார்த்தைகளைப் பார்ப்போம்.

1953 செப்டம்பர் 2ம் நாள் மாநிலங்களவையில் நடைபெற்ற விவாதத்தில் அம்பேத்கர் உரையாற்றும் போது,

> நம்மிடையே ஒரு பழக்கம் இருக்கிறது. நீங்கள் தானே அரசமைப்புச் சட்டத்தை உருவாக்கிய தந்தை என்று என்னிடம் எப்போதும் பலரும் சொல்லிக் கொண்டிருக்கின்றனர். இதற்கு என்னுடைய பதில் இதுதான் - நான் ஒரு வாடகைக் குதிரையாகப் பயன்படுத் தப்பட்டேன். என்னை என்ன செய்யச் சொன்னார்களோ, அதை என் விருப்பத்திற்கு மாறாகத்தான் செய்தேன்.

என்று அவர் கூறியவுடன் விவாதம் சூடாகிப் போனது. நீங்கள் தானே அந்த அரசமைப்புச் சட்டத்தை நிறைவேற்ற வாதாடினீர்கள் என்று நாடாளுமன்ற மேலவை உறுப்பினர்களிடமிருந்து கேள்விகள் வந்தபோது அம்பேத்கர் அளித்த பதில்...

...வழக்கறிஞர் என்ற தன்மையில் பலவற்றிற்காக நாங்கள் வாதாடுகிறோம்... ஆனால் உங்களுடைய குறைகளுக்காக என்னைக் குற்றம் சாட்ட விரும்புகிறீர்கள். நான்தான் இந்த அரசமைப்புச் சட்டத்தை உருவாக்கியதாக நண்பர்கள் என்னிடம் சொல்கிறார்கள். ஆனால் இங்கே நான் ஒன்றைச் சொல்லத் தயாராக இருக்கிறேன். இந்த அரசமைப்புச் சட்டத்தை கொளுத்துகிற முதல் ஆளாக நான் இருப்பேன். இந்த அரசியல் அமைப்புச் சட்டம் எனக்கு வேண்டாம்.

இந்த முரண் நிகழ்வுகள் மூலம் அம்பேத்கரை எதிர்கொள்வது எப்படி! சிக்கலான காரியம்தானா? சட்ட விவாதத்திற்குள் சிக்கிய ஒரு ஆளுமையாக அவரை நாம் அணுக முடியுமா என்ற சந்தேகங்கள் எழுவது இயல்பு. எனினும்..

- ஏன் அந்த அரசமைப்பை உருவாக்க ஒத்துக் கொண்டார்?
- அவர் அதில் எதையாவது சாதித்தாரா ?

அரசியல் காப்புகளைத் தேடி...

இரண்டாம் உலகப் போர் முடிந்த நிலையில் இந்தியாவிற்கு விடுதலை அளிக்கப்பட்டு விடும் என்ற காட்சிகள் தெளிவாகிவிட்டன. ஆனால் தலித் மக்களின் விடுதலை குறித்த பார்வைகள் விடுதலைக் காட்சிகளால் மறைக்கப்பட்ட நிலையில், தலித் மக்களின் விடுதலை என்பது இக்கட்டில் மாட்டிக் கொண்டது. ஏற்கனவே பூனா ஒப்பந்தத்தின் மூலம் பெற்ற அரசியல் உரிமைகள் இரண்டாம் உலகப் போரினால் நிறுத்தி வைக்கப்பட்டிருந்தன. போர் முடிந்த நிலையில் அவ்வுரிமைகள் செயல்படுத்தப்பட வேண்டும் கூடுதலாக அவை விடுதலையடைந்த இந்தியாவில் கிடைக்குமா என்ற கேள்வி தலித் மக்களிடையே எழுந்தது.

அதனால்தான் அம்பேத்கர் விடுதலை பெற்ற இந்தியாவின் அரசியல் செயல் திட்டம் என்னவாக இருக்கும், அதில் தீண்டத்தகாதாருக்கான பங்கு என்ன என்ற அடிப்படையான கேள்வியை இந்திய அரசியல் அரங்கின் முன் வைத்தார். இதைக் காங்கிரஸ்காரர்கள் யாரும் கண்டு கொள்ளவில்லை. இதனால் 1946ல் காங்கிரசுக்கு

எதிரான சத்தியா கிரகப் போராட்டத்தை தீண்டத்தகாத மக்கள் தொடங்கினார்கள். நாட்டின் பல இடங்களுக்கு அது பரவியது. பூனா, நாகபுரி ஆகிய இடங்களில் நடந்த போராட்டங்களில் அம்பேத்கர் நேரடியாகக் கலந்து கொண்டார். ஆயினும் இதையெல்லாம்கூட காங்கிரஸ் கண்டு கொள்ளவில்லை. அது மட்டுமல்ல, இப்போராட்டங்களை அவர்கள் கிண்டல் செய்து கொண்டிருந்தார்கள். 'அரிஜன்' இதழில் காந்தியும் கிண்டல் செய்தார். எனவே, தலித் மக்களுக்கான எந்தத் திட்டத் தையும் காங்கிரஸ் அறிவிக்காததைக் கண்டு மாற்று வழியைத் தேர்ந்தெ டுக்கும்படி தலித் மக்கள் நிர்பந்திற்கு உள்ளாயினர். இந்நிலையில் இந்தியாவிற்கு விடுதலை வருவதையே அவர்கள் எதிர்த்தனர். சென்னை யிலும் இதே நிலை நீடித்தது.

இதற்கு முன் 1945ல் அரசமைப்பு அவை ஒன்று தேவையில்லை என்று அம்பேத்கர் வலியுறுத்தி வந்தார், ஆனால் அது அமைக்கப்படுவதைத் தடுப்பது எளிதானதல்ல என்று உணர்ந்திருந்தார். எனவே உருவாக்கப்பட உள்ள அரசமைப்பையும், இதற்கு முன்பு இருந்த இந்திய அரசமைப்புகளையும் ஒப்பிட்டு அதில் எதிர்காலத்தில் அமையவுள்ள இந்திய அரசமைப்புச் சட்டம் வேறுபடும் விதங்களை ஆராய்ந்தார். வரப்போகும் எதிர்கால அரசமைப்பின் வடிவத்தினை அவதானித்த அம்பேத்கர் அதில் தலித் மக்களுக்கான காப்புகளையும், பிற சிறுபான் மையினருக்கான காப்புகளையும் வரைந்திருந்தார். (இதுதான் "சமூகத் தடைகளும் அவற்றைத் தீர்க்கும் வழிகளும்" (1945) என்று நூலாக வெளிவந்தது). அம்பேத்கரின் இந்த தீர்க்கமானப் பார்வைதான் வேகமாக அவரைச் செயல்படத் தூண்டியது. அதனால் தான் முன்பு விவரித்த போராட்டங்கள்.

ஆனால், அம்பேத்கரின் எந்த முன்யோசனைகளையும் காங்கிரஸ் கண்டு கொள்ளவில்லை. மாறாக அது பிரிட்டிஷ் அரசாங்கத்திட மிருந்து அதிகாரத்தை எந்த வடிவிலாவது கைப்பற்றுவதற்கான முழு முயற்சியில் முழு வீச்சோடும் வேகத்தோடும் இறங்கியிருந்தது.

பிறகு 1946 நவம்பரில் அரசமைப்பு அவைக்கான உறுப்பினர் களைத் தேர்ந்தெடுக்கும் தேர்தல் வந்தது. இந்தத் தேர்தலில் பம்பாயி லிருந்து அம்பேத்கரால் வெற்றிபெற முடியாத நிலையை காங்கிரஸ் உருவாக்கியிருந்தது. இதனால் அவரை வங்காளச் சட்டப் பேரவை

மூலம் தேர்ந்தெடுப்பதற்கு ஷெட்யூல்டு கூட்டமைப்பு உறுப்பினர்களும் ஜோகிந்தர் நாத் மண்டல் அவர்களும் இணைந்து ஏற்பாடு செய்தனர்.

இதற்கிடையில், நவம்பர் முதல் வாரத்தில் லண்டனுக்குக் கிளம்பி 4.11.1946 முதல் அங்குள்ள தலைவர்கள், அமைச்சர்கள் எனப் பல தரப்பினரைச் சந்தித்து விடுதலை இந்தியாவில் தலித் மக்களுக்கான அரசியல் காப்புகளை உறுதி செய்ய உதவும்படி ஆதரவு திரட்டினார்.

அதற்காக விடுதலையை இன்னும் 10 ஆண்டுகள் தள்ளிப்போட வேண்டும் என்பதை வலியுறுத்தினார். இதைவலியுறுத்தி 31.12.1946ல் எதிர் கட்சியான "பழமைவாதக் கட்சி"யின் (Conservative Party) நாடாளுமன்ற உறுப்பினர்களிடையே ஒரு மணி நேரம் உரை நிகழ்த்தினார். தொடர்ந்து பல பிரிட்டிஷ் தலைவர்களை அவர் சந்தித்து ஆதரவு கோரினாலும் அவர்கள் எவரும் அம்பேத்கருக்கு உதவும் எண்ண மில்லாமல், கோரிக்கையை காங்கிரசிடம் வையுங்கள் என்று ஆலோசனை கூறி தட்டிக்கழித்தார்கள், பயணம் வெற்றிப் பெறாததால் மனச்சுமையோடு இந்தியா திரும்பிய அம்பேத்கர் அரசமைப்பு பேரவைக்குத் தேர்ந்தெடுக்கப்பட்டிருந்தார்.

இந்நிலையில் இந்திய அரசியல் காட்சிகள் விறுவிறுப்படைந் திருந்தன. முஸ்லீம் லீக் கட்சி அரசமைப்புப் பேரவையில் கலந்துக் கொள்ள முடியாது என்று புறக்கணித்தது. எனினும் 9.12.1946 அன்று முஸ்லீம் லீக் கலந்து கொள்ளாத நிலையில் அரசமைப்பு அவை தன் பணியைத் தொடங்கியது.

13.12.1946 அன்று அரசமைப்பு அவை கவனத்தில் எடுத்துக் கொள்ள வேண்டிய கோட்பாடுகளை நேரு அவையில் சமர்ப்பித்தார். இதன்மீதான விவாதங்கள் தொடங்க இருந்த நிலையில் "சிறுபான்மை யினர் பங்கேற்காத, குறிப்பாக முஸ்லீம் லீக் பங்கேற்காததால் அரசமைப்பு அவை தன் பணியை இரண்டு வருடம் தள்ளி வைக்க வேண்டும். முஸ்லீம் லீக் சேர்ந்த பிறகு அரசமைப்பு அவை மீண்டும் செயல்பட வேண்டும்" என்று திரு. 'காமத்' என்பவர் ஒரு கருத்தை முன் வைத்தார். ஆனால் அதற்கு காங்கிரஸ் உறுப்பினர்களிடமிருந்து கடும் கண்டனமும் எதிர்ப்பும் எழுந்தது. ஆனால் அதே கருத்தை அம்பேத்கர் ஆதரித்து அவையில் பேசினார். அப்போது எதிர்ப்புகள் ஏதும் தோன்றவில்லை. எனவே நேரடியான

அவரது வாதங்கள் எதிர்ப்பைப் பெற முடியவில்லை என்றாலும் ஆதரவையும் பெறவில்லை.

ஆனாலும் பணிகள் தொடங்கிவிட்டன. தலித் மக்களின் அரசி யல் நலனை முழுமையாகப் பெற்றுவிடும் வேகத்தில் அம்பேத்கர் செயல்பட்டு வந்தார். இந்த நிலையில்தான் அரசமைப்பு அவை அமைத்த முக்கியக் குழுக்களில் அவர் உறுப்பினராக நியமிக்கப்பட்டார். உதாரணமாக கொடிக்குழு, அடிப்படை உரிமைகள் குழு, சிறுபான்மையோர் குழு ஆகியவற்றில் அவர் பணி புரிந்தார். அரசமைப்பு அவைக்கும் அந்தக் குழுக்களுக்கும் தான் உருவாக்கியிருந்த 'பட்டியலினக் கூட்டமைப்பின்' சார்பாக "மாகாணங்களும் சிறுபான்மையினரும்" என்ற தலைப்பில் ஒரு கோரிக்கை மனுவை அரசமைப்பு நகல் வடிவினைப் போன்றே தயாரித்து அளித்தார். அம்பேத்கர் அளித்த அந்த அரசமைப்புச் சட்ட மாதிரியிலான கோரிக்கை மனு பின்னர் உருவாக்கப்பட்ட புதிய அரசமைப்பில் பல அடிப்படைகள் உருவாக வழிவகுத்தது என்பதை ஒப்பிட்டுப் படிக்கும் வாசகர் உணர முடியும்.

இதனிடையில், **29.4.1947** அன்று அரசமைப்பு அவையில் அம்பேத்கர் தனது முதல் வெற்றியினைப் பெற்றார்.

> எந்தவொரு வடிவத்திலும் தீண்டாமையை கடைப்பிப்பது ஒழிக்கப்பட்டுவிட்டது.

எனும் அரசமைப்புச் சட்ட விதி **17** நிறைவேற்றப்பட்டது.

இந்திய வரலாற்றில் சட்டப்படியான நிகழ்ச்சிகளில் தலித் மக்களுக்குக் கிடைத்த மிகப் பெரிய அரசியல் வெற்றியிது. இது பின்பு, முழுமையாக நிறைவேற்றப் பட்டதா என்பது வேறு விஷயம். ஆனால், இந்த விதிதான் தலித் மக்களுக்கு பல சட்டப் பாதுகாப்புகள் உருவாகக் காரணமான உயிராதாரமான விதி.

இந்நிலையில் வங்கப் பிரிவினையால் அரசமைப்பு அவையின் உறுப்பினர் பதவியினை அம்பேத்கர் இழந்தார். ஆனால் வரலாற்றின் முரண் ஒன்று அப்போது நிகழ்ந்தது, பம்பாயில் அம்பேத்கர் போட்டி யிட்டபோது அவரைத் தோற்கடிக்க எந்த காங்கிரஸ் விரும்பியதோ அதே காங்கிரஸ் பம்பாயிலிருந்து அம்பேத்கரைத் தேர்ந்தெடுத்து மீண்டும் அரசமைப்பு அவையில் அவர் பணியாற்ற வேண்டும் என்று கோரியது. எனினும் அம்பேத்கர் அதனை உடனடியாக ஏற்றுக்கொள்

ளவில்லை, தமது கட்சியான 'பட்டியலினக் கூட்டமைப்பின்' அவசரச் செயற்குழுவைக் கூட்டித் தனக்கு வந்திருக்கும் அழைப்பையும் அது உருவாக்கியுள்ள இக்கட்டினையும் விளக்கி, தனக்கு கட்சி தகுந்த முடிவினை அளிக்கும்படி கேட்டுக்கொண்டார், பல மணி நேர ஆலோ சனைக்குப் பிறகு கட்சி காங்கிரசின் அழைப்பை ஏற்கும்படி அம்பேத்கருக்கு அனுமதி வழங்கியது, இதனை ஏற்று அம்பேத்கர் 22.7.1947ல் அரசமைப்பு அவையில் மீண்டும் உறுப்பினரானார். பின்பு மந்திரியா கவும், 29.8.1947 அரசமைப்புச் சட்ட வரைவுக் குழுத் தலைவராகவும் அம்பேத்கர் தேர்ந்தெடுக்கப்பட்டார்.

அரசமைப்பு அமைத்த பல குழுக்கள் அளித்த பல ஆலோசனை களின் பேரில் அவர் அரசமைப்பினை உருவாக்கும் பணியினை மேற் கொண்டிருக்கும் போது அவையில் பங்கேற்றிருந்த காங்கிரஸ் மற்றும் பிற உறுப்பினர்கள் பெரும்பான்மையினர் பழமைவாதிகளாகவும், பிற் போக்காளர்களாகவும் இருந்ததைக் கண்டு, இந்தியச் சமூக அமைப்பை மாற்றியமைக்கக் கூடிய வலிமையான பாதுகாப்பு ஏற்பாடுகளை மிகவும் உட்கிடையாக அரசமைப்புச் சட்டத்தில் அவர் வைத்திருந்தார். பல கோட்பாடுகளை ஏற்கனவே தான் தயாரித்திருந்த நகலிலிருந்துதான் அவர் எடுத்தாண்டார், என்றாலும் தலித் மக்களுக்கான தனித் தொகுதி முறையில் அவர் வெற்றி பெற முடியவில்லை. ஆனால் இட ஒதுக்கீடு என்ற வடிவத்தில் அதைப் பெறுவதில் வெற்றி கண்டார்.

மிகச் சுருக்கமான இந்த வரலாற்று அறிமுகம் அரசமைப்பு அவையை அம்பேத்கர் எவ்வாறு பயன்படுத்திக் கொண்டார் என்பதில் ஒரு சிறு பகுதியை மட்டும் விளக்குகிறது என்றாலும் இது முழுமை யானதல்ல. தலித் மக்களின் அரசியல் உரிமைகளை பெறுவதற்கு அவர் மேற்கொண்ட பல்வேறு முயற்சிகளின் தொடர்ச்சியாகத்தான் அவர் அரசமைப்பு அவையில் சேர்ந்தார் என்பதை 25.11.1949 அன்று அரசமைப்பு அவையில் பேசும் போது கூட குறிப்பிட்டார். அவரின் பேச்சு அதுவரை இருந்து வந்த பல சந்தேகங்களுக்கு பதில் அளிப்பது போல் இருந்தது. பேச்சில் ..

> நான் தாழ்த்தப்பட்டோரின் உரிமைகளைப் பாதுகாக்கவே அரசமைப்பு நிர்ணயச் சபைக்கு வந்தேனே ஒழிய, இதைவிட வேறெந்த பெரிய ஆசைகளையும் எதிர்பார்த்து அல்ல. மிகவும் பொறுப்புள்ளக் கடமைகளை ஆற்ற நான் அழைக்கப்படுவேன்

என்று நான் சிறிதும் எதிர்பார்க்கவில்லை. (A W S. Vol 13, P 1203)

அம்பேத்கர் தன் நோக்கத்தைத் தெளிவாக வெளியிட்டாலும், இது குறுகிய நோக்கமாக இருக்கக்கூடிய பார்வையை யாருக்கும் உருவாக்கும் என்பது உண்மைதான். இதோடு நின்று விடுபவர்களை அம்பேத்கரைப் புரிந்து கொள்வதில் தோல்வி கண்டவர்கள் என்று சொல்வது தவறல்ல. ஏனென்றால் அரசமைப்பின் கோட்பாட்டு ரீதியான பல உள்ளடக்கங்களுக்கும் அதன் இயங்கியலின் முற்போக் கான கூறுகளுக்கும் அவர் தான் காரணம் என்பதை அம்பேத்கரிலிருந்து பயில்பவர் புரிந்து கொள்ள முடியும்.

எனினும், அம்பேத்கரின் நோக்கம் தெளிவாகி விட்டது. ஆனால் இந்தக் குறுகிய வட்டம்தான் அவருடையதா? பிற விஷயங்களில் காங்கிரஸ் கைப்பாவைதானா?

மனித உரிமையும் - தனிமனித உரிமையும்

மனித உரிமைக்கும், தனி மனித உரிமைக்குமான வேறுபாடு கோட்பாட்டு ரீதியிலும், உள்ளடக்க மற்றும் வடிவ ரீதியிலும் ஆழமான இடை வெளியைக் கொண்டது.

இந்த இரண்டுக்குமான இடைவெளியை, வேறுபாட்டைத் தற்காலச் சமூக அனுகூலத்தின் தோள்மீது நின்று கொண்டு பேசுபவர்கள் புரிந்து கொள்வது கடினமான ஒன்று என்றாலும் கால்கள் தரையில் பதிந்தால் புரிந்து கொள்ள முடியும். இந்த வேறுபாட்டை அம்பேத்கர் தெளிவாக அறிந்திருந்தார். அதனால்தான் இரண்டையும் இணைக்கும் கோட்பாடுகளை அரசமைப்புச் சட்டத்தின் உள்ளடக்கத்தில் வைத்தார். இதற்கு ஒரு சுவையான பின்னணி உண்டு.

13.12.1946 அன்று, அரசமைப்பின் நோக்கம், குறிக்கோள் ஆகியவற்றின் முன்வரைவாய் 8 குறிப்புகளாகத் தம் பரிந்துரைகளை நேரு முன் வைத்தார். அது எண் 6ல் இந்தியாவின் எல்லா மக்களுக்கும் சம அந்தஸ்து, சம வாய்ப்பு, சட்டத்தின் முன் சமம் என்பதையும், 7ல் சிறுபான்மையினருக்கு பாதுகாப்பு என்பதையும் குறித்தது.

இதற்கு முன்பு நிலம் தேசவுடைமையாக்கப்படும் என்று கூறி வந்த நேரு அரசமைப்புச் சட்ட முன்வரைக் குறிப்புகளுக்குள்

அதைக் கொண்டுவராமல் தவிர்த்து விட்டார். நேருவின் இந்தப் பரிந்துரைகளை அம்பேத்கர் கடுமையாக விமர்சனம் செய்தார். வெறும் வார்த் தைகள் மட்டும்தான் இதில் உள்ளன, தீர்வுகளுக்கு அதில் வழியேதுமில்லை என்று விமர்சித்தார். ஏனெனில் சட்டத்தின் முன் சமம் என்று அறிவிப்பதால் எல்லோரும் சமம் என்று பொருளல்ல. மக்களுக்குள் ஏற்றத் தாழ்வுகள் இருந்தாலும் சட்டம் அவர்களைச் சமமாக நடத்தும், சமூகத்தில் நிலவும் ஏற்றத் தாழ்வுகளை அதன் செயல் அதிகாரத்தினால் சமப்படுத்த முடியாது. இந்த அம்சம் தான் தனிமனித உரிமையோடு தொடர்புடையது. இதனால் மனித உரிமை என்பது இந்திய சமூகத்தைப் பொருத்தவரையில் கேள்விக்குறி யாக்கப்படலாம், இது ஒரு சிக்கலான நிலைமை, எனவே தனிமனித உரிமையையும், மனித உரிமையையும் எப்படி அம்பேத்கர் இணைத்தார். இதைக்காணும் முன் இந்திய அரசியல் சமூக அமைப்பை அவர் எப்படி வரையறுத்தார் என்பதைப் பார்ப்போம்.

> இந்தியாவிலோ பெரும்பான்மை என்பது அரசியல் ரீதியாக உருவாகும் பெரும்பான்மை அல்ல. இந்தியாவில் பெரும் பான்மை பிறவியிலேயே அமைவது, உருவாக்கப்பட்டதல்ல. வகுப்புவாத வாரியான பெரும்பான்மைக்கும் அரசியல் பெரும் பான்மைக்கும் உள்ள வித்தியாசம் இதுவே. அரசியல் பெரும் பான்மை என்பது ஒரே நிலையானதோ நிரந்தரமானதோ அல்ல. அது எப்பொழுதும் உருவாக்கப்படுகிறது, மாற்றம் பெறுகிறது. மீண்டும் உருவாகிறது. ஆனால் வகுப்புவாதப் பெரும்பான்மை நிரந்தரமானது. அதன் நோக்கு நிலையானதாகவே இருக்கும். இதை அழிக்க முடியுமே தவிர, அதனைத் திருத்த முடியாது. அரசியல் பெரும்பான்மையே ஆட்சேபனைக்குரியதாக இருக்கும் போது, வகுப்புவாரி பெரும் பான்மைகளின் மீதான ஆட்சேப னைகள் எத்துனை தவிர்க்க முடியாதவை. (1945. அ.எ.பே. (தமிழ்) தொகுதி - 2 பக். 194.).

இந்தியாவின் அரசியல் நிலைமை இப்படிப்பட்ட சமூகத் தளத்தை அடிப்படையாகக் கொண்டு இருக்கும் நிலையில், நாட்டின் அரசியல் தலைவிதியையும் பிற்போக்கான சமூக அமைப்பில் உழலும் மக்களின் எதிர்கால வாழ்வினையும் தீர்மானிக்கும் அரசமைப்பினை உருவாக்கும் போது, எந்த அடிப்படையைக் கைக்கொள்வது என்ற

சிக்கலான நிலையில் அரசமைப்பை உருவாக்கத் தாம் கையாண்ட அணுகுமுறையைப் பற்றி 4.11.1948 அன்று அரசமைப்பு அவையில் அம்பேத்கர் விவரித்தார்.

> வட்டார வெற்றியின் சாக்கடைத் தொட்டியாகவும் அறியாமை நிறைந்த இருள் குகையாகவும், குறுகிய மனப்பான்மை மற்றும் சாதி ஆதிக்கத்தின் பிறப்பிடமாகவும் உள்ளது தானே கிராமம்? எனவே தான் கிராமத்தை ஒதுக்கிவிட்டு அரசியல் சாசனம் தனிமனிதனை தன் அடிப்படை அலகாக வைத்துக் கொண்டுள் ளது. (அ.எ.பே. (தமிழ்) தொகுதி. 26. பக். 86).

தனிமனிதனை அடிப்படை அலகாகக் கொண்டு உருவாக்கப் பட்ட அரசமைப்புச் சட்டம், தனிமனித உரிமைகளை அடிப்படை உரிமைகளிலும், மனித உரிமைகளை தலித் மக்களுக்கான உரிமைகளிலுமாக அடையாளப்படுத்தியது. ஏனென்றால் மனிதர்களாக மதிக்கப்படாத தலித் மக்கள் தனிமனித உரிமை பெறவேண்டுமானால், அதற்கு அவர்கள் தயார் செய்யப்பட வேண்டியிருக்கிறது. எனவே மனிதர்கள் என்பதற்கான உரிமை அவர்களுக்கு முன் தேவையாக இருந்தது. ஏனெனில் தனிமனித உரிமையானது மனித உரிமை மீது தன் பலத்தைப் பிரயோகிக்குமானால் அது மிக மோசமான நிகழ்வாகி விடும். தனிமனித உரிமை என்னும் சட்டப் பூர்வமான பாதுகாப்பு இந்துக்களுக்குக் கூடுதல் பலத்தையும், தலித்துகளுக்குக் கூடுதல் பலவீனத்தையும் அளித்து விடுகிறது. இந்த நிலையைக் கட்டுக்குள் கொண்டு வருவதென்றால் அடிப்படை உரிமைகளுக்குச் சில வரம்புகள் தேவைப்படுகின்றன. இது சட்டப்படியான கட்டுப்பாடு என்றாலும் நடை முறையில் அந்த கட்டுப்பாடு இருப்பதில்லை. இந்த நிலை தொடர்ந்து நீடித்தால் சமூக வாழ்க்கை கலவரமாகிவிடும்.

இதற்கான சமூகக் காரணத்தை சோதிப் பிரகாசம் தெளிவாக விளக்குகிறார்.

> ஆக, சமுதாயமாக வாழவிரும்புகின்ற மனிதர்கள், பிற மனிதர்களுடன் தொடர்ச்சியாக உறவு கொள்ள வேண்டிய கட்டாயம் ஏற்படுகிறது. இந்த உறவு 'ஒழுங்கு முறையான ஓர் இயக்கமாக'வும் இருந்திட வேண்டிய அவசியம் ஏற்படுகிறது. இல்லை என்றால், கலவரங்களின் தொகுப்பாகச் சமுதாய

உறவுகள் மாறிவிடும் என்பதில் நமக்கு ஐயம் எதுவும் இல்லை. (சோதிப்பிரகாசம், வரலாற்றின் முரணியக்கம். பாகம் - 1, பக். 82)

விடுதலையடைந்த இந்தியர்கள் சமுதாயமாக வாழ உள்ள தடைகள், ஒழுங்கு முறையான இயக்கத்திற்குள் கொண்டு வரப்பட்டன. அப்படியென்றால் தனிமனித உரிமையென்பதும் வரம்பிற்கு உட்பட்டதுதான். சமூகச் சூழல், உற்பத்தி சூழல்கள் மாறாத வரையில் இதில் மாற்றம் வருமென எதிர்பார்க்க முடியாது. ஏனெனில் சமூகத்தின் கோட்பாடு ரீதியான எதிர்வினை தான் சட்டம். நிலைமை இப்படி நம்மை எச்சரிக்கும் போது, அடிப்படை உரிமைகளை அம்பேத்கர் அரசின் பரிசு என ஏன் கூறினார். இதற்கு அரசமைப்பின் விவாதங்களைப் பார்ப்போம்.

4.11.1948 அன்று வரைவு அரசியல் சாசனத்தை அவையில் சமர்ப்பித்து உரையாற்றினார். அதில் சுட்டிக்காட்டிய சில விசயங்கள்.

...அரசியல் சாசனப் பண்பாடு என்பது இயற்கையாக உள்ள ஒரு மனப்பாங்கல்ல, அது வளர்க்கப்பட வேண்டிய ஒன்றாகும். நமது மக்கள் இனிதான் அதைக் கற்றுக் கொள்ள வேண்டும் என்பதை நாம் உணர வேண்டும். முக்கியமாக ஜனநாயகமற்ற இந்திய மண்ணில் ஜனநாயகம் ஒரு மேற்பூச்சாக உள்ளது. (அ.எ.பே. (தமிழ்) தொகுதி 26 - பக். 84).

அடிப்படை உரிமைகள் அரசமைப்பில் வரம்பற்றவையாக இல்லை என்று ஏற்கனவே விமர்சனம் வந்திருந்தது. இதற்கு இதே நாளில் பதிலளித்து அதற்கான சமூக காரணத்தை அம்பேத்கர் கூறிய தாவது:

...அடிப்படை உரிமைகள் வரம்பற்றது என்னும் அதே நேரத்தில் மற்ற உரிமைகள் வரம்பிற்குட்பட்டது என்றும் கூறுவது தவறு. அடிப்படை உரிமைகள் சட்டத்தின் பரிசு. ஆனால் அதே நேரத்தில் மற்ற உரிமைகள் தரப்புகளுக்கிடையேயான ஒப்பந்தத்தின் அடிப்படையில் உருவாகின்றன. அடிப்படை உரிமைகள் அரசின் பரிசாக இருப்பதால் அதற்குச் சில கட்டுப்பாடுகளை அரசு விதிக்க முடியாது என்று கொள்ள முடியாது. (மேலது பக். 88)

இந்த அடிப்படை உரிமைகள் பற்றி **1.12.1948**-ல் மீண்டும் விவாதிக்கப்பட்ட போது, அடிப்படை உரிமை வரம்பின் உண்மை உரு வெளிப்பட்டது.

> அடிப்படை உரிமைகளில் ஆயுதம் வைத்திருக்கும் உரிமையும் இருக்க வேண்டும் .

என்று சிலர் கோரினர். ஏற்கனவே காங்கிரசார் பிரிட்டிஷ் அரசிடம் ஆயுதம் வைத்துக் கொள்ளும் உரிமையைக் கோரியிருந்தனர். அம்பேத்கரும், ஆயுதமில்லா மக்கள் அடிமைத்தளை அடைவது உறுதி என்று கூறியிருந்தார். ஆனால் விடுதலையடைந்த இந்தியாவில் தனி நபரின் ஆயுத உரிமை எத்தனை பயங்கரத்தை விளைவிக்கும் என்பதை அவர் அறியாமலில்லை. ஏனெனில் ஆயுதம் விலை கொடுத்து வாங்க பலமுள்ள இந்துக்கள். அவர்களுக்கு ஆதரவான காங்கிரஸ் அரசு ஒருபுறம். உணவிற்கும் வாழ்விற்கும் வழியின்றி இருக்கும் தலித் மக்கள் ஆயுதம் வாங்க முடியுமா ? எனவே, ஆயுதம் வாங்க இயலாத நிலையில் தலித் மக்கள் மறுபக்கம் என்ற நிலையில், தனி நபர் ஆயுதம் அல்லது ஓர் இந்துவின் ஆயுதம் அரசை எதிர்த்துத் திரும்புவதை விட ஒரு தலித்தை எதிர்த்துத் திரும்புவது எளிதாயிருக்கும் என்பதை யூகிப்பது கடினமல்ல.

எனவே, ஆயுத உரிமையை அம்பேத்கர் மறுத்தார். அடிப்படை உரிமையில் அதைச் சேர்க்க மறுத்தார். ஆயுதத்திற்கான தேவை இப்போது இல்லை என்று அம்பேத்கர் கூறினாலும் திரு. எச்.வி. காமத் அவர்கள் விடவில்லை, விடாப்பிடியாக "அந்த உரிமையை கட்டுப்படுத்தும் விதி உள்ளது" என்று வாதாடினார்.அதற்கு பதிலளித்த அம்பேத்கர்,

> *...அந்த விதி என்ன செய்கிறது, அது என்ன கூறுகிறது? முறைப்படுத்தத்தான் விதியால் முடியும். "முறைப்படுத்தல்' என்ற சொல் நிபந்தனைகளை நிர்ணயம் செய்கிறது என்ற சட்ட அடிப்படையில் பொருள் கொள்ளப்படுகிறது. குடிமகன் ஒருவன் ஆயுதங்களை வைத்துக் கொள்ளும் உரிமையை முற்றிலும் நீக்கிவிடும் நிபந்தனைகளாக அவை இருக்க முடியாது. எனவே முறைப்படுத்துதல் மூலம் ஆயுதங்களை வைத்துக் கொள்ள விரும்பும் ஒரு குடிமகனை அந்த உரிமையைப் பயன்படுத்துவதி லிருந்து தடைசெய்ய முடியாது. (மேலது பக். 152)*

இது போன்றதொரு நிலைதான் பேச்சுரிமையும், பேச்சுரிமையை அரசின் இயந்திரம் சட்டப்படி முறைப்படுத்துமே தவிர அது பயன்படுத்தப்படுவதைக் கட்டுப்படுத்த முடியாது. பத்திரிகைகள் அரசின் மீதான விமர்சனத்தை, எதிர்ப்பை வைப்பதும் இந்தப் பேச்சுரிமையின் அடிப்படையில்தான். இந்தியா போன்ற சமுதாய அமைப்புக் கொண்ட ஒரு நாட்டில் வரம்பற்ற தனிநபர் உரிமை மனித உரிமைகளுக்கு எதிராக மாறிவிடும்.

தீண்டாமை ஒழிப்பு, வன்கொடுமை தடுப்பு என்பதெல் லாம் மனித உரிமை எனும் கோட்பாட்டின் விளைவுகளாகும்.

மேலும், அடிப்படை உரிமைகளின் வழங்கலில் உள்ள இந்த முரண்பாடுகள் சட்டத்தின் சமன்மையை பாதிக்காதா என்பதும், மனித உரிமை விளைவுகளான தலித் மக்களின் அனுகூலங்கள் சமன்மைக்கு எதிரானதா என்பதும் போன்ற கேள்விகள் எதிர்படுகின்றன.

என்றாலும் சமன்மை என்பதை எந்தப் பொருளில் அம்பேத்கர் அணுகினார். அவரின் கோட்பாடு அடிப்படை உரிமைகள் மற்றும் தனி மனித உரிமை கோட்பாடோடு தொடர்புடையவை என்பதால் இதனைப் பார்ப்போம்.

சமத்துவத்தின் கோட்பாடு

சமத்துவம் - என்பதில் பொருளை சரிசெய்தல் என்பதின் விளைவாகத்தான், வினைப் பொருளாக அறிகிறோம். இதை அரசியல் ரீதியிலும், சமூக ரீதியிலும் பொருள் கொண்டால் அதனைச் செயல்படுத்தும் வடிவத்தில்தான் அதன் பொருளை அறிய முடியும்.

சட்டத்தின் முன் அனைவரும் சமம் என்பது குற்றவியல் சட்டங்களுக்கு வேண்டுமானால் பொருந்தலாம். அரசியல் பொருளில் இதை அணுக முடியாது. அனைவருக்கும் வாக்குரிமை என்ற பொருளில் இது சரி. ஆனால், அதிகாரப் பகிர்வு என்ற நிலையில் இது அடையக்கூடிய லட்சியம்.

இட ஒதுக்கீடு, தனித்தொகுதி போன்றவை அதிகாரத்தைச் சமன் செய்வதற்கான கருவிகளாகும். அதோடு மட்டும் அவை நின்றுவிடுவதில்லை. முழுமையான தனிமனித உரிமை எனும் மக்களாட்சிக் கோட்பாட்டினை அடையும் வழியாகவும் இருக்கிறது.

அனைவருக்கும் சம வாய்ப்பு என்பது சமத்துவத்தை அடையும் வழியல்ல. வாய்ப்புகள் மறுக்கப்பட்டவருக்கு முன்னுரிமையும், கூடுதல் வாய்ப்பும் அளிக்கப்பட்டு சமவாய்ப்புப் பெறும் நிலைக்கு உயர்த்தப்பட வேண்டி இருக்கிறது. இதைச் சமூகம் செய்யத் தயாராக இல்லாத நிலையில் அரசின் அதிகாரம்தான் அதை செய்து முடிக்க வேண்டும். அரசின் பணி என்பது மக்களைச் சமமாக நடத்துவதல்ல, சமப்படுத்துவதற்கான நடவடிக் கைகள்தான். அம்பேத்கரின் வார்த்தையில் சொன்னால்

> அதிகாரத்தைப் பற்றின பிரச்சினையல்ல, அதிகாரத்தைச் செயல் படுத்துவதைப் பற்றின பிரச்சினை.

சமத்துவத்தின் இந்தப் புதிய கோட்பாடு அணுகுமுறை அரசியல் ரீதியில் என்ன விளைவுகளை உண்டாக்கியிருக்கிறது என்பதைச் சமூக வரலாறு அறிந்தவர்கள் அறிய முடியும். அதாவது சமத்துவத்திற்கான செயல்பாடுகள் வெறும் அரசின் பணியை மட்டும் சார்ந்து நின்றுவிடவில்லை. அதைச் செயல்பட வைப்பதற்கான தலித் மக்களின் போராட் டமாகவும் வெளிப்படுகிறது. ஒரு நேரத்தில் அவர்களை அரசதிகாரத் தில் நம்பிக்கை உடையவர்களாகவும், போராட்டத்தில் நம்பிக்கை உடையவர்களாகவும் இந்தக் கோட்பாடு வளர்த்தெடுத்துள்ளது என்று சொன்னால் அது தவறாகிவிடாது.

அடிப்படை உரிமைகளின் தேவையைப் பேசுபவர்களுக்கு சுட்டிக் காட்டுவது என்னவெனில், அடிப்படை உரிமைகளைச் செழு மைப்படுத்த, அதைத் தாங்கி நிறுத்த அதனுள்ளிருந்து செயல்படும் இக்கோட்பாடு முற்போக்கானது இல்லையா?

அடிப்படை உரிமைகள் பாதிக்கப்படும் போது அதன் தீர்வு வழிகளை அரசிடம் எதிர்பார்க்க முடியாது. அதற்கு அதனிடம் அதிகார மில்லை. நீதிமன்றம் அதை பாதுகாக்கும் என்று அரசமைப்புச் சட்ட விதிகள் 32 மற்றும் 226 ஆகியன உறுதி செய்கிறன. இந்தப் பிரிவுகளை அம்பேத்கர் அரசமைப்பின் உயிர் நாடியாகக் கருதினார். சட்டத்தின் பிரிவுகளை அரசினால் கட்டுப்டுத்தவோ, தடுக்கவோ முடியாது (நெருக்கடி நிலை தவிர்த்து). எனவே அரசின் அதிகாரத்தை இது வேறுவழியில் கட்டுப்படுத்தி நீதிமன்றம் காப்பாற்றும்.

சமத்துவத்திற்கான பாதுகாப்பு ஏற்பாடுகளில் இது சட்டப்படி முக்கியமானதாகும். எனவே, தலித் மக்களின் உரிமை என்ற குறுகிய நோக்கம் மட்டுமே அம்பேத்கரின் நோக்கமாக இருக்கவில்லை. முழு

மனித உரிமை அதற்கு முன்தேவையான தனி மனித உரிமைகளை அடையும் நோக்கில் ஏற்படும் இடர்பாடுகளை அவர் கணக்கில் கொண்டிருந்தார். அரசின் அதிகாரத்தை முறைப்படுத்தினார்.

இவை காங்கிரஸ்காரர்களின் கைப்பாவை என்று அம்பேத்கரை அடையாளம் காட்டுமா?

அரசமைப்பின் இயங்கியல்

அரசமைப்பின் இயங்கியல் என்பது குறித்துதான் பல கண்டனங்கள் வந்தபடி இருக்கின்றன. அது சாதியைத் தாங்கிப் பிடிக்கிறது. ஆளும் வர்க்கத்திற்குச் சாதகமாக இருக்கிறது. இதைத்தானா அம்பேத்கர் உருவாக்கினார் என்று குறை கூறுகிறார்கள். இது மிக மேம்போக்கான காரணம்தானே தவிர, ஆழமானதல்ல.

அரசமைப்பின் அடிப்படை பொருளாதாரக் கோட்பாடு அரசு சோசலிசம் என்று அம்பேத்கர் வரையறுத்தார். இன்றையப் பொருளில் இதை நாம் விளங்கிக் கொள்வது என்றால் அரசு முதலாண்மை அல்லது அரசு முதலாளித்துவம் என்றுதான் பொருள். அதனால்தான் சுதந்திரமான வாணிபம் இதில் ஊக்குவிக்கப்பட்டது. மேலும் பெரு முதலீடுகளை அரசே மேற்கொண்டது. விவசாயத்தை நாட்டுடைமையாக்கி, அரசு முதலாண்மை உற்பத்தி வடிவத்தை அதில் கையாள வேண்டும் என்று அம்பேத்கர் வலியுறுத்தினார். ஆனால் அதைக் காங்கிரஸ் ஏற்றுக் கொள்ளவில்லை. பிந்தைய காலத்தில் வேறு சட்டம் மூலம் தனி நிலவுடைமையை உறுதி செய்தது.

இதற்கான பிரதிகூலங்களை அம்பேத்கர் உணர்ந்திருந்தார். முதலாண்மை உற்பத்தி முறை தீண்டாமையை விரைவில் ஒழிக்க வகை செய்யும் என்பது அவரது நிலைப்பாடு. ஆனால், இந்த உற்பத்தி முறையில் கட்டுப்பாடற்ற தனிமனிதர்கள் குவிந்தால் தனி மனித உரிமை என்ற பெயரில் தலித் மக்கள் மீது புதுவிதச் சுமைகளைச் சுமத்த வழியுண்டு. அதனால் தான் முதலாண்மை உற்பத்தி முறையை அரசே மேற்கொள்ள வேண்டிய ஏற்பாடுகளை அரசமைப்பில் உருவாக் கினார்.

இந்தப் பொருளாதார அடிப்படைகளுக்கு எதிராக நிற்க தலித் மக்கள் வலிமையற்றவர்கள் என்பது மட்டுமல்ல அது அவர்களுக்குத் தேவையும் கூட.ஆனால் வலிமையுள்ள சாதி இந்துக்கள் இதற்குத்

தடையாக இருக்க முடியும். அவர்கள் தங்களது பழமையான சமூக அமைப்பை தற்காத்துக் கொள்ளவும், ஆனால் இந்த அமைப்பை தலித் மக்கள் உடைத்து வெளியேற முயற்சிப்பதுமான ஒரு சட்ட நிலை வெளிப்பாடு அரசமைப்பில் உள்ளது. பழமையைக் காத்திடும் இந்துக்கள் புதிய சமூக வளர்ச்சிக்கு எதிராக நிற்கின்றனர்.

பிற்காலத்தில் இந்த நிலை ஏற்படும் என்பதை அம்பேத்கர் அவதானித்தார்.

25.11.1949 அன்று அரசமைப்பு அவையில் அம்பேத்கர் கூறினார்:

> சாதி - மதக் கோட்பாடுகள் என்ற ரூபத்திலுள்ள நமது பழைய விரோதிகளோடு - வெவ்வேறான ஒன்றுக்கொன்று எதிரான அரசியல் கட்சிகள் பல நம்மிடையே ஏற்பட இருக்கின்றன என்ற உண்மையை உணர்ந்ததினால் என் மனச் சஞ்சலம் மிகவும் அதிகமாகிறது.

இந்தத் தீர்க்க தரிசனம் இன்று உண்மையாவதைக் காண்கிறோம். இந்த மத-சாதி அமைப்புகள் தனி மனித உரிமைக்கு எதிரானவை என்பதைச் சொல்லத் தேவையில்லை.

இந்த சமூக அடிப்படையில் உருவானவர்கள்தான் அரசமைப்பினை இயக்குபவர்கள். ஒரு பக்கம் முதலினை (Capital) அதன் மோசமான வடிவத்தில் வளர்த்தெடுக்கிறார்கள். மறுபக்கம் அரசதிகாரத் தினைக் கொண்டு மக்களை ஒடுக்குகிறார்கள். சொந்த மக்களைச் சொந்த நாட்டுக்காரனே ஒடுக்கும் நிலையில்தான் மக்களிடம் அடிப்படை உரிமைகளுக்கான விழிப்புணர்வு உண்டாகிறது. மாயைகள் அகன்று, தேவைகள் முன் வருகிறது. இந்த வாய்ப்பினை அரசமைப்பு மக்களுக்கு மறைமுகமாக அளித்துள்ளது.

மக்கள் தம் தேவைகளை உணர்ந்து கொள்ள அரசமைப்பு தானே உருவாக்கும் நெருக்கடியினால் சுட்டிக் காட்டுவதன் மூலம், தன்னை எதிர்த்த முரணைத் தானே வளர்த்துக் கொள்கிறது.

இந்தக் கூர்மையை பிற்போக்காளர்கள் உருவாக்கித் தருவார்கள் என்று எதிர்பார்க்க முடியாது. ஆனாலும் அவர்களது பிற்போக்கான நடவடிக்கைகளின் மூலம் முற்போக்கான இயக்கப் போக்குகளை வளர்த்து விட்டார்கள்.

இந்தக் கொந்தளிப்புகளைச் சரிகட்ட அரசமைப்பினை அவர்கள் முழுதாக மாற்ற முடியாமல் சமாதானப்படுத்தும் நோக்கில் ஒட்டு

வேலைகளைதான் அதில் மேற்கொள்கிறார்கள். இந்த ஒட்டு வேலைகள் மக்களை மேலும் மேலும் நெருக்கடிக்குள்ளாக்குகிறது. ஆளும் வர்க்கம் தானே உருவாக்கிய நெருக்கடி முடிவில் மக்கள் என்ன செய்வார்கள். 25.11.1949 அன்று அரசமைப்பு அவையில் அம்பேத்கர் கூறுகிறார்

> எவ்வளவு காலத்திற்கு இந்த முன்னுக்குப்பின் முரணான வாழ்க்கை யில் நாம் தொடர்ந்து வாழப்போகிறோம்? எவ்வளவு காலத்திற்கு நமது சமுதாய பொருளாதார வாழ்வில், சமத்துவத்தை தொடர்ந்து நாம் மறுக்கப் போகிறோம்? நாம் அதிக காலம் அதனைத் தொடர்ந்து மறுத்து வந்தால், அப்படி செய்வதின் மூலம் நமது குடிநாயகத் தையே ஆபத்துக்கு உள்ளாக்குவதைத் தான் நாம் செய்கிறோம் என்பதாகும். நாம் இந்த முரண்பாட்டை மிகச் சீக்கிரத்தில் நீக்க வேண்டும். அப்படிச் செய்யவில்லை என்றால், ஏற்றத் தாழ்வினால் பாதிக்கப் பட்டோர், இந்த அரசியல் நிர்ணய சபை இவ்வளவு கஷ்டப்பட்டு கட்டிய இந்த அரசியல் குடிநாயக அமைப்பைத் தகர்த்தெறியத் தயங்க மாட்டார்கள்.

இதன் பொருளை அம்பேத்கரின் தொலைநோக்கோடு புரிந்துக் கொண்டால் அரசமைப்பின் இயக்கத்தினை நாம் புரிந்துக் கொள்ள முடியும். எனவே, ஆளும் வர்க்கத்தின் குணத்திற்கும் அரசமைப்பின் குணத்திற்கும் உள்ள முரண்பாட்டினால் அரசமைப்பு தனக்கான மரணத்தைத் தேடிக் கொள்கிறது - அதனால்தான் அரசமைப்பினை இங்கு மாற்ற முடியாது. அதை ஒழிக்கத்தான் முடியும். அதுவும் மக்களின் எழுச்சிதான் இதைச் சாதிக்கும்.

அரசமைப்பின் இந்த முரணியக்கம் இப்போது யாருக்கு அனு கூலமாக மாறும்...?

எது தேவை?

இப்போது சோதிப் பிரகாசத்திற்கு வருவோம்.

அடிப்படை உரிமைகளை அம்பேத்கர் சட்டத்தின் பரிசாகக் கூறி ஆண்டைச் சாதிகளுக்கு வக்காலத்து வாங்குவதையும், அம்பேத் கரின் அடிமை ஞானத்தில் ஏறாத விசயம் குறித்தும் சோ.பி. கூறுகிறார்.

ஒரு விஷயத்தை அம்பேத்கர் மிகவும் வசதியாக மறந்து விட்டார்.

எனது பேச்சுரிமை இன்னொருவர் மீது நான் பொழிகிற வசை யாக மாறி விடலாம். இது வேறு.

எனது பேச்சுரிமை இந்தச் சமுதாய அமைப்பிற்கும், அரசு அதிகாரத்திற்கும் எதிரான கிளர்ச்சியாக எழுச்சி பெற்று வந்திடலாம். இது அதனினும் வேறு. இந்த வேறுபாடுதான் அம்பேத்கருக்குப் புரியவில்லை.

- எனவே இந்த வேறுபாடு அம்பேத்கருக்குப் புரிந்திருக்குமா என்பதை வாசகர் இனி தீர்மானித்துக் கொள்ளட்டும்.

இதற்கு சோ.பி. என்ன தீர்வு சொல்கிறார்.

பேச்சுரிமை, எழுத்து உரிமை, கூட்டம் கூடும் உரிமை, நம்பிக்கை உரிமை முதலிய உரிமைகளுக்கு இன்று விதிக்கப்பட்டிருக்கின்ற அனைத்துக் கட்டுப்பாடுகளையும் உடைத்து எறிகின்ற வகையில் இந்திய அரசமைப்புச் சட்டத்தைத் திருத்தி எழுதிட முன் வர வேண்டும் என்பது முடிவு.

சோ.பி.யின் கட்டுரை அரசை எதிர்த்த கட்டுரை என்பதில் ஐயமில்லை. ஆனால் அதை எழுதுவதிலிருந்து எதுவும் அவரைத் தடுக்க வில்லை.

இருந்தாலும் அவரது எதிர்பார்ப்பு நியாயமானதே. இன்னும் அவரது கோரிக்கைகள் வளராமல் போனது ஆச்சரியமில்லை. ஏனெனில், அரசே இதை முன்வந்து தரவேண்டும் என அவர் எதிர்பார்க்கிறார். அதிகாரத்தை இறங்கி வர அழைக்கிறார். மக்களின் பங்கு என்ன என்பதையே அவர் இதில் கவனிக்கவில்லை. மக்கள்தான் இதைப் பறித்தெடுக்க வேண்டுமே தவிர, கோரிப் பெறுவதல்ல அரசின் உரிமைகள். அதற்கு மக்களுக்கு துணிவு வேண்டும். அந்த துணிவை அவர்கள் தங்கள் நெருக்கடியிலிருந்துதான் பெறுவார்கள்.

மக்கள் தங்களைப் பற்றியே பயம் அடையும்படி கற்பித்தால் தான் அவர்களுக்கு துணிவு ஏற்படும்.

- என்று மார்க்ஸ் கூறியது எத்தனை உண்மை.

மக்களுக்கான துணிவை அரசமைப்பு தன் இயக்கத்தால் உருவாக்கிக் கொண்டு வருகிறது.

இது தவிர -

இந்தக் கட்டுப்பாடற்ற உரிமைகளைப் பெறுவதற்கு இச்சமூக அமைப்பு தயாராக இருக்கிறதா?

இல்லை என்பதுதான் விடை.

சமூகம் ஜனநாயகமற்று இருக்கிறது. இதற்கு அவசியமான நிலப் பங்கீடு இங்கு நடைபெறவே இல்லை. இதைத் தொடர்ந்து சமூக உற்பத்தி உ-ம், அம்பேத்கரைப் புனிதமான தன்மைக்கு உயர்த்தி விடுகிறார்கள். இதைத் தடுப்பது அவரைக் கடவுளாக்குவதிலிருந்து தடுக்கும் முயற்சியே தவிர வேறில்லை.

சாதி இந்துக்களுக்கு எதிரி கடவுளாக அம்பேத்கர் இருந்தால், தலித் துகளும் அவரைக் கடவுளாக வழிபடுகிறார்கள் என யாரும் பொருள் கொள்ளத் தேவையில்லை.

நமக்குப் புரட்சியாளர் என்ற அம்பேத்கர்தான் தேவைப்படுகிறார். அவர் மீதான விமர்சனங்கள் வரவேற்கத் தகுந்தவை. ஆனால் கேலிகள் கண்டிக்கத் தகுந்தவை.

மார்க்ஸ், ஏங்கல்ஸ், லெனின் ஆகியோரிடம் என்ன அடிப்படைகளை நாம் கற்றுக் கொள்கிறோமோ அதைத்தான் நாம் அம்பேத்கரிடம் கற்றுக் கொள்ள வேண்டும். இவர்களிடம் கற்றுக்கொள்ள ஏராளம் உண்டு. இந்த அடிப்படையை நாம் விடக்கூடாது.

முடிவிற்கு வருவோம்.

காங்கிரஸின் இந்தக் கைப்பாவை வெற்றி பெற்ற மனிதர்தானா?

அந்த மாமனிதரின் தீர்க்க தரிசனம் படியே இன்று ஆண்டைச் சாதிகளின் மதமும் கொண்ட அரசியல் கட்சிகள் உருவாகி அரசியல் ஆண்டைகளாக நிலைத்தும் விட்டார்கள்.

இந்த ஆண்டைகள் தலித் மக்களுக்கு எதிராக இருப்பார்கள் என்பது அம்பேத்கருக்குத் தெரியாதா? தெரியும்.

அப்படியானால்,

முழுமையான அடிப்படை உரிமைகளைத் தன் சொந்த மக்களுக்கு இவர்களால் வழங்க முடியுமா? முடியாது. ஏனென்றால் சொந்த மக்களின் மீதான ஆளுமையில்தான் அவர்களது அதிகாரம் உள்ளது.

....கௌதம சன்னா

இந்த முரண்பாடுதான் இன்று தீவிர வாதமாகவும், தலை மறைவு இயக்கங்களாகவும் வெளிப்படுகிறது.

விடுதலையை மக்கள்தான் தீர்மானிக்க வேண்டுமே தவிர, வெறும் சட்டங்களல்ல, அதன் வார்த்தைகளல்ல.

அரசமைப்பின் இயங்கியலைப் புரிந்து கொள்பவர்கள் என் வாதங்களைப் புரிந்து கொள்ள முடியும். இங்குக் கோட்பாட்டிலிருந்து வரலாற்றை விமர்சிக்கவில்லை. இந்த அணுகுமுறைதான் சோ.பி.யினுடையது. மாறாக நான் வரலாற்றிலிருந்து கோட்பாட்டை வந்தடைந்தேன். எனினும் இந்த அரசமைப்பு சட்டம் முற்றும் முழுதாக, காப்பாற்றப் படவேண்டும் என்ற விருப்பமும் நம்பிக்கையும் எமக்கில்லை. அதற்கான அழிவை அது தேடிக் கொள்ளும் என்பது உறுதி.

இப்படி ஒரு முரணியத்தை உள்ளடக்கமாகக் கொண்ட அரசமைப்பின் சிற்பி அம்பேத்கர் பின்னாளில் அதை விரும்பவில்லை என்றாலும், தான் வாடகைக் குதிரையாகப் பயன்பட்டது குறித்து விமர்சித்தாலும், இந்த வாடகைக் குதிரையின் பணி யாருக்குச் சாதகமானது என்பதை மக்கள் முடிவு செய்யட்டும்.

06 இந்திய அரசமைப்புச் சட்டத்தை எழுத அம்பேத்கர் இசைந்தது ஏன்?

1949 நவம்பர், 26ஆம் நாள் அரசமைப்புப் பேரவையில் அரசமைப்புச் சட்டத்தின் சிற்பி என்ற முறையிலும், வரைவுக் குழுவின் தலைவர் என்ற முறையிலும் தன் ஏற்பு உரையை அம்பேத்கர் நிகழ்த்தினார். அவரது நீண்ட சொற்பொழிவிற்குப் பிறகு அரசமைப்புச் சட்டம் ஒரு மனதாக ஏற்றுக் கொள்ளப்பட்டது. இந்திய அரசமைப்புச் சட்டம் அரசியல் ரீதியாக 1950 ஜனவரி 26-ஆம் நாள் நடை முறைக்கு வந்தாலும், சட்டப்படியான ஏற்பு என்பது நவம்பர் 26, 1949 ஆகும் அதாவது அரசமைப்புப் பேரவை ஏற்றுக் கொண்ட நாள். இந்தச் சட்ட ரீதியான ஏற்புதான் இந்தியாவில் நிலவும் அனைத்துச் சட்டங்களுக்கும் முதன்மையான இசைவாகும். எனவே இந்நாளை இந்தியாவின் சட்ட நாளாகக் கடைபிடிக்க வேண்டும் என சட்ட அறிஞர்கள் கருதினர். அதற்காகப் பல முயற்சிகளைச் செய்தனர். அதன் பயனாய் சட்ட நாளுக்கான முதல் நிகழ்வு 1979 ஆம் ஆண்டு நவம்பர் 26ஆம் நாள் தில்லியில் கடைபிடிக்கப்பட்டது. இந்த நிகழ்வை அன்றைய உச்ச நிதிமன்ற நீதிபதி தலைமை வகித்து தொடங்கி வைத்தார். மூத்த வழக்கறிஞர் டாக் டர் எல்.எம். சிங்வி வரவேற்புரை நிகழ்த்தி அறிமுகப்படுத்த, மத்திய சட்ட அமைச்சர் எஸ்.என். காகேர் சிறப்புரை நிகழ்த்தினார். அன்றிலிருந்து ஒவ்வொரு வருடமும் நவம்பர். 26 சட்ட நாளாகக் கடைப் பிடிக்கப்படுகிறது.

அரசமைப்புச் சட்டம் ஏற்றுக் கொள்ளப்பட்டு 30 ஆண்டுகள் கழித்துதான் அரசமைப்பின் சிற்பி அம்பேத்கரையும் அரசமைப்பு ஏற்பு நாளினையும் நினைவேந்தக்கூடிய நிலை உருவானது ஏன் என்ற கேள்வியை இங்கு யாரும் கேட்பதில்லை, அதற்குப் பதில் காங்கிரசைக் கடுமையாக எதிர்த்த அம்பேத்கர் அரசமைப்புச் சட்டத்தை எழுத ஒத்துக் கொண்டது ஏன்? காங்கிரஸ் அமைச்சரவையில் பங்கேற்றது ஏன்? காந்தியின் பரிந்துரையால் காங் கிரஸ் விடுத்த அழைப்பை அம்பேத்கர் உடனடியாக ஏற்றுக்கொண் டது ஏன்? என்று கேள்விகளை எழுப்பி இறுதியில் அம்பேத்கருக்குப் பதவி ஆசை இருந்ததுதான் காரணம் என்று ஒரு பெரிய கண்டுபிடிப்பில் போய் முடிக்கின்றனர்.

இவை உண்மையா? இவ்வகையான அவதூறுகள் வருவது ஏன்?

அவதூறுகள் அதோடு முடிவதில்லை. அரசமைப்புச் சட்டத்தின் தன்மையையும் குறைசொல்லக்கூடிய அளவிற்கு செல்கிறார்கள். ஆனால், இந்திய அரசமைப்புச் சட்டத்தையும் அது எழுதப்பட்ட வரலாற்றினையும் அறிந்தவர்கள் மிகக் குறைவானவர்கள் மட்டுமே இருப்பார்கள். சமூக - அரசியல் முக்கியத்துவம் வாய்ந்த அரசமைப்பையும் அது உருவாக்கப்பட்ட போது நடந்த விவாத நிகழ்வுகளைப் படிப்பதில் ஏற்படும் சுமையை எதிர் கொள்வதில் யாருக்கும் ஆர்வம் இருப்பதில்லை. அதனாலேயே அவர்கள் மேம்போக்கான வரலாற்றுக் குறிப்புகளையும், துணுக்குகளையும் படித்த மேதமையோடு தமது கருத்துக்களைச் சமூகத்திற்கு வழங்கி விடுவார்கள். தமது இந்த மேதமை யையும்கூட அவர்கள் வளர்த்துக் கொண்டது பெரும்பாலும் பார்ப்பனர் மற்றும் இந்து அரசியல் சிந்தனையாளர்களின் திரிந்த மனக் கருத்துக் களிலிருந்துதான். இப்படிக் கற்றவர்கள்தான் அரசமைப்புச் சட்டமானது பல மோசமான அரசியல் நிகழ்வுகளுக்குத் துணை போகிறது என்று கூறி வருகிறார்கள். ஆனால், அரசமைப்புச் சட்டம் எழுதப்பட்டதில் தலித் இயக்கங்கள் மேற்கொண்ட வரலாற்றுப் பணியினை அவர்கள் அறிந்திருந்தால் அவர்களின் பிறவி மேதை அவதூறுகள் வந்திருக்காது.

எனினும், அரசமைப்புச் சட்டத்தை அம்பேத்கர் இசைந்தது ஏன்?

அரசமைப்புச் சட்டம் எழுதப்படுவதற்கு தகுதியானவர்தானா அம்பேத்கர் என்பதில் இரண்டாம் கருத்து இல்லை. சட்டவியலில் ஆழ்ந்த புலமை கொண்ட அம்பேத்கர், அரசியல் பொருளாதாரத்தில்

முனைவர் பட்டம் பெற்ற முதல் இந்தியராக அன்று இருந்தார். அன்றைய பொருளா தாரவியல் அரசியல் பொராளாதாரத்தைப் பெருமளவு சார்ந்திருந்தது. எனவே பொருளாதாரத்திலும், சட்டவியலிலும் அம்பேத்கரைவிடச் சிறந்த தேர்வு இருக்க முடியாது. காங்கிரஸ் பெருமளவு வழக்குரைஞர்களைக் கொண்ட பட்டாளமாக இருந்ததே தவிர, அரசியல் பொருளாதாரத்தில் யாரையும் அது கண்டுபிடிக்கவில்லை. அரசியல் பொருளாதார நிபுணத் துவம் இன்றி அரசமைப்புச் சட்டத்தை இயற்றுவது பயனற்றதாக இருக்கும். எனவே காங்கிரஸ் அம்பேத்கரை அரசமைப்புச் சட்டம் எழுத அழைத்தது.

காங்கிரசிடமிருந்து அழைப்பு வந்தவுடன், அதை ஆர்வமுடன் அம்பேத்கர் பற்றிக்கொள்ளவில்லை. மிகுந்த தயக்கத்திற்கு உள்ளானார். இந்தப் பொறுப்பைத் தான் ஏற்பதால் ஏற்படக்கூடிய சமூக நன்மைகள் ஒரு புறம், எதிர்ப்படும் கேள்விகள் மறுபுறம் எனக் கேள்விகள் அவரைத் துளைத்தெடுத்தன.

எனவே பட்டியலினக் கூட்டமைப்புத் தலைவர் தந்தை சிவராஜ் அவர்களிடம், கூட்டமைப்பின் செயற்குழுவைக் கூட்டி, தம் நிலையை அதில் விவாதித்து முடிவெடுக்கும்படி கேட்டுக்கொண்டார். பட்டியலின கூட்டமைப்பின் செயற்குழு அவசரமாக கூட்டப்பட்டு அதில் பல மணி நேரம் விவாதித்து, ஜனநாயக முறைப்படி முடிவெடுத்து, இறுதியில் அம்பேத்கரை அரசமைப்பு சட்டம் எழுதும்படி பணித்தது கட்சி. தம் கட்சி இட்ட கட்டளையை அம்பேத்கர் ஏற்று செயல்பட ஒப்புக் கொண்டார்.

இந்த வரலாற்றுப் பின்னணியை 1962-ஆம் ஆண்டு பிப்ரவரி மாதம் நடந்த 'பட்டியலின வங்கி ஆளுநர்கள்' (Scheduled Castes Banks' Governors) கூட்டத்தில் தந்தை சிவராஜ் அவர்கள் கூற, அறிஞர் அன்பு பொன்னோவியம் அவர்கள் பதிவு செய்தார்கள். (1993 டிசம்பர் 'அறவுரை' மாத இதழில் 'அண்ணலும் அரசியல் சட்டமும் - தெரிந்த வரலாறும் தெரியாத செய்தியும்' அன்பு பொன்னோவியம் கட்டு ரையாக வெளியிட்டார்.)

அன்பு பொன்னோவியம் அவர்கள் பின்வருமாறு எழுதுகிறார்:

> இந்தியா சுதந்திரமடைந்தபோது அதற்கான அரசியல் சட்டத்தை இயற்ற ஒரு குழுவை ஏற்படுத்தினார்கள்.

அதில் அரசியலையும் அரசியல் சட்டங்களையும், இந்திய சமூகங் களையும் தெளிவாகத் தெரிந்த சிலரை குழுவில் சேர்த்தார்கள். அக்குழுவில் அண்ணல் அம்பேத்கரையும் சேர்த்துக் கொள்ள விரும்பினார்கள். அக்குழுவில் அண்ணல் சேர்ந்தது ஒரு சுவையான வரலாறு. காந்தியடிகள் நேருவிடம் அண்ணலை குழுவில் சேர்த்துக் கொள்ளுமாறு சொன்னதாக ஒரு கதை உண்டு. இது உண்மையானால் இது ஒரு பக்கத்தின் கதையேயாகும். அதன் மறுபக்கத்தையும் நாம் தெரிந்து கொள்ள வேண்டும்.

அண்ணல் அம்பேத்கர் சட்டக் குழுவில் சேருவதை காங்கிரசாரில் பலர் விரும்பவில்லையாம். இப்படி ஒரு வதந்தி. சேர்க்காமலிருந்தால் பின் விளைவுகளைச் சந்திக்க நேரிடலாம் என்று காங்கிரஸ் தலைவர்கள் எண்ணினார்களாம். இப்படி ஒரு செய்தி. சாதியின் பெயரால் அழைக்கப்பட்டால் அவர் விரும்பமாட்டார் - மறுக்கக் கூடும் என்று அச்சப்பட்டார்களாம். அவரை ஒதுக்கி வைத்தால் அரசியல் சட்டம் இயற்றிய பிறகு அதை அவர் கடுமையாக விமர்சனம் செய்ய நேரிடும் என்றும் பயந்தார்களாம். இப்படிப் பல செய்திகள்.

எப்படியிருப்பினும் அண்ணலுக்கு மேலாக அறிவும் தெளிவும் நிறைந்தவர்கள் யாரும் அக்குழுவில் இல்லை என்பது இந்திய சமுதாய அரசியல் மேதைகளின் எண்ணமாகும். அண்ணல் உலகப் புகழ்பெற்ற அமெரிக்கா, இங்கிலாந்து, ஜெர்மனி பல்கலைக் கழகங்களில் படித்துப் பட்டங்கள் பெற்றவர். அரசியல், பொருளாதாரம், சட்டம் ஆகியவற்றில் தேர்ந்தவர். இந்திய சமூக சமுதாயங்களை மிகத் தெளிவாக அறிந்தவர். பெரும் சிந்தனையாளர், சீர்திருத்தவாதி, புரட்சியாளர், நல்ல எழுத்தாளர். சிறந்த பேச்சாளர். கல்வித் துறையில் பேராசிரிய ராகவும், முதல்வராகவும் பணியாற்றியவர். ஆட்சியாளர்களால் நியமிக்கப்பட்ட பல குழுக்களில் செயலாற்றி அரிய கருத்துக்களை அறிக்கையாக தந்தவர். சட்டமன்றத்திலும், நாடாளு மன்றத்திலும் திறம்பட செயல்பட்டவர். எவரிடமும் எதைப் பற்றியும் வாதிடும் வல்லமை படைத்தவர். பிரிட்டிஷ் ஆட்சியில் இந்திய தொழில் அமைச்சராக பணியாற்றியவர் - உலகின் ஆறு

அறிவாளிகளில் ஒருவர் என்று பாராட்டப் பெற்றவர் - இத்தகைய பெருமைகளைப் படைத்தவர் எவரும் இல்லை என்பது மறுக்க முடியாத உண்மையாகும். அண்ணல் எல்லா தகுதிகளையும் பெற்றிருந்ததால்தான் அவரை சட்டக் குழுவில் சேர்த்தார்கள். பிறகு அந்தக் குழுவின் தலைவராகவும் ஆக்கினார்கள். மேலும் 1946 டிசம்பர் 9-ல் நாடாளுமன்றத்தில் அண்ணல் இந்தியாவின் ஒற்றுமையைப் பற்றி பேசிய பேச்சே காங்கிரஸ் தலைவர்களையும் அந்த இயக்கத்தினரையும் கவர்ந்தது. அதுதான் அவருக்கு ஒரு சிறப்பான வாய்ப்பை பெற்றுத் தந்தது என்றும் சிலர் கருதுவார்கள் - ஆயினும் அவர் அரசியல் சட்டம் இயற்றும் குழுவில் சேர்ந்தது ஒரு சுவையான வரலாறாகும்.

அண்ணலுக்கு சட்டக் குழுவில் சேருமாறு அழைப்பு வந்தது. அதை பலர் பலவிதமாக கணித்தார்கள். அம்பேத்கரை வைத்தே மேட்டுக் குடியினர் தங்களுக்குச் சாதகமாக சட்டத்தை எழுதிக் கொள்ளக் கூடும் - செட்யூல்டு இன மக்களுக்குத் தனியாக சமூக அரசியல் அமைப்புகளை இல்லாமல் ஆக்கலாம் - செட்யூல்டு இன மக்களை சாதி இந்துக்களின் பிடியில் நிரந்தரமாக வைக்கலாம் என்று கருதினார்கள். இது ஒரு நல்ல கற்பனைதான் என்றாலும் இது உண்மையாகவும் இருக்கக்கூடும். ஏனெனில் ஏற்கனவே சிலரை காங்கிரஸ் இயக்கம் கவர்ந்து கொண்டது. பூனா ஒப்பந்தத்தின்போது நடந்த மோசடிகளையும் சுதந்திரத்திற்குப் பிறகு "அதிகார மாற்றங்கள்" என்ற பெரு நூல்களில் வெளியாகியிருக்கும் கருத்துரைகளை இன்று ஒப்பிட்டுப் பார்க்கும்போது பார்த்தால் அந்த நாளில் இப்படியொரு கருத்து வெளிவருவதும் அதனால் செட்யூல்டு இன தலைவர்கள் அச்சப் பட்டதும் சரியானதே என்று எண்ணத் தோன்றியது.

அண்ணலுக்கு அழைப்பு வந்ததும் அவர் எந்த முடிவும் எடுக்காமல் தந்தை சிவராஜ் அவர்களுக்கு தகவல் தந்தார். செட்யூல்டு காஸ்ட் சம்மேளனத்தின் தலைவரான தந்தை சிவராஜ் உடனடியாக அகில இந்திய செயற்குழுவைக் கூட்டினார். கூட்டத்திற்கு வந்திருந்த அனைவரும் நல்ல வாய்ப்பு என்றளவில் பாராட்டி விட்டு அண்ணல் அம்பேத்கரின் விருப்பத்திற்கே விட்டுவிட்டார்கள். அண்ணல்

தன் கருத்தைக் கூறினார்:

எனக்கு அழைப்பு கிடைத்தபோது நான் எந்தவித உணர்வும் கொள்ளவில்லை. நமது சம்மேளனத்தின் செயற்குழு என்ன முடிவெடுக்கப் போகிறது என்றே எண்ணினேன். என்னைப் பொறுத்தவரை எனக்கு இது ஒரு சங்கடமான சூழ்நிலையை உருவாக்கி விட்டது என்றே கருதுகிறேன். இந்தக் குழுவில் சேர்ந்து செயல்படலாம். ஆனால் நமக்கு எத்தகையப் பயனிருக்கும் என்று தோன்றவில்லை. காங்கிரசு அரசுக்குச் சாதகமாக இருக்க நான் வற்புறுத்தப் படலாம். அது என்னால் முடியாது. காங்கிரசில் சேரச் சொல்லலாம். நான் அதை விரும்பவில்லை. என்னுடைய ஆலோசனைகளை சாதியாலும் மதத்தாலும் வேறுபட்டவர்களும் உயர்த்தப்பட்டவர்களுமான மற்ற உறுப்பினர்கள் ஏற்காமல் போகலாம். அது எனக்கு வருத்தத்தை தரக் கூடியதாக இருக்கும். என்னுடைய போக்கு இந்து 'தர்ம' சாஸ்திரங்களுக்கு நேர்மாறாக அமையலாம். அதை மற்றவர்கள் ஏற்க மறுக்கும்போது எனக்கு வெறுப்பும் வேதனையுமே மிஞ்சும். சிறப்பாக செட்யுல் இனத்தவருக்கும், மலைவாழ் மக்களுக்கும், பிற்பட்ட வகுப்பினருக்கும் நான் வகுக்கும் முறைகளை பிற வகுப்பு உறுப்பினர்கள் எந்தளவுக்கு ஆதரிப்பார்கள் என்ற அச்சத்தோடு நான் செயல்பட விரும்பவில்லை. எனவே, இந்த குழப்பத்திலிருந்து என்னை விடுவிக்குமாறு கேட்டுக்கொள்கிறேன்.

இவ்வாறு சுருக்கமாகவும் தெளிவாகவும் தன் கருத்தைக் கூறி முடித்தார். உறுப்பினர்கள் திட்டவட்டமாக கூறாத நிலையிலும், பாபா சாகேப்பின் நியாயமான எண்ணத்தையும் - வாய்ப்பையும் - எடைபோட்டு மக்களுக்கும் தேசத்திற்கும் உதவ வேண்டுமா வேண்டாமா என்ற கருத்தை வரையறுத்துக் கூறக்கூடிய சூழ்நிலையில் தந்தை சிவராஜ் தனது கருத்தைக் கூற வேண்டும்.

கூறினார் :

இன்று நமது பங்கினை நாட்டுக்கு நல்கிடும் தவிர்க்க முடியாத சூழ்நிலை நமக்கு அமைந்து விட்டது. இந்திய தேசத்தின் தலை சிறந்த குடிமகனாகவும், சமுதாய அரசியல் துறைகளில் தனிப் பெரும் அறிவாளியாகவும்மாக இருக்கின்ற

டாக்டர் அம்பேத்கர் அவர்களிடமிருந்து ஐம்பத்தைந்து கோடி மக்களின் பிரதிநிதிகள் உதவி கேட்கிறார்கள். எவ்வளவு மகிழ்ச்சியான பெருமையான வாய்ப்பு இது! டாக்டருடைய சிந்தனையையும், செயலையும், விருப் பத்தையும் நான் நன்கு அறிவேன். உடல் நலம் குன்றி இருக்கும் இந்த வேளையில், மிகப் பெரிய சுமையை இந்திய மக்கள் அவர் மீது ஏற்றிப் பார்க்க நினைக்கிறார்கள். இதை நாம் எதிர்பார்த்ததுதான் - ஏற்பதற்கும் நாம் தயங்கவில்லை. அதே நேரத்தில் செயற்குழு உறுப்பினர்களின் உள்ளக் கிடக்கையும் டாக்டருடைய எண்ணத்தையும் சீர்தூக்கிப் பார்க்கும் போது நாம் நமது பொறுப்பை உணர வேண்டியவர்களாக இருக்கி றோம். நேரு, பட்டேல், ராஜேந்திர பிரசாத் போன்றோர் மேல் நாட்டுக் கல்வியைக் கற்றவர்கள் என்றாலும், இந்தியர் என்ற மனப்பான்மையுடனும், 'இந்து' என்ற மனப்பாங்குடனும் செயல்படுவோர்கள் ஒருவேளை அவர்கள் மனுதர்ம சாஸ்திரப்படியோ -சனாதன அடிப்படையிலோகூட சட்டத்தை படைக்கக்கூடும். அவ்வாறு செய்வதில் அவர்கள் தங்கள் பழைய கலாச்சாரத்தை பின்பற்றுகிறோம் என்றும் பெருமைப்படலாம். வாய்ப்புக் கேடாக அத்தகைய சட்டம் எழுதப்பட்டு விட்டால், அதற்குப் பிறகு அதைத் தக்க வைத்துக் கொள்வது தவிர்க்க, முடியா ததாகிவிடும். நாட்டிற்கு சட்டமியற்ற அழைத்த போது நாம் உதவி செய்யாமல் பிறகு குற்றம் கூறுவதும் நேர்மையாக இருக்காது. மேலும் நமது செட்யூல்டு இன மக்களுக்கும், மலைவாழ் மக்கள், பிற்பட்ட மக்கள் போன்றோர்களுக்கும் சட்டத்தில் முடிந்தளவு நன்மை செய்யும் அரிய வாய்ப்பை நழுவவிடுவதும் அறிவுடைமையாகாது. இந்தியாவிற்கு இந்தியர் களாலேயே படைக்கப்பட்ட சட்டம் என்ற சிறப்புக்கும். அதிலும் ஒரு பழங்குடி செட்யூல்டு இனத் தலைவரின் பங்கும் இருக்கிறது என்ற பெருமையும் தேசத்திற்குக் கிடைக்கட்டும். எனவே, செட்யுல்டு காஸ்ட்ஸ் பெடரேஷன் சார்பாகவும். இதன் அகில இந்திய தலைவர் என்ற முறையிலும் டாக்டர் அவர் களை இந்த அழைப்பை ஏற்று சட்டக் குழுவில் சேர்ந்து பணி யாற்ற ஆணையிடுகிறேன்.'

- என்று தந்தை சிவராஜ் தனது முடிவைக் கூற எல்லோரும்

கை தட்டி சிரித்து மகிழ்ந்தார்கள். அண்ணல் அம்பேத்கர் மனம் விட்டு உரத்துச் சிரித்த ஒரு சிலவற்றில் இது முக்கியமானது என்று தந்தை சிவராஜ் கூறினார் என அன்பு பொன்னோவியம் அவர்கள் பதிவு செய்தார்.

அம்பேத்கர் வாழ்ந்த போதும், மறைந்த பிறகும் அம்பேத்கர் உருவாக்கிய இயக்கங்களை வழி நடத்தியவர் தந்தை சிவராஜ் அவர்கள், பட்டியலினக் கூட்டமைப்பின் ஆவணங்கள் ஓரளவிற்கு மட்டுமே கிடைக்கக் கூடிய நிலையில் அந்த அமைப்பின் தலைவராக இருந்த சிவராஜ் அவர்களின் இந்தச் செய்தி ஆதாரப் பூர்வமானதாகும். இந்திய அரசியலின் தலையெழுத்தை நிர்ணயித்த அரசமைப்புச் சட்டத்தை எழுத இசைந்தது குறித்த பல சந்தேகங்களை இது தீர்த்து வைக்கிறது.

எனினும் அவதூறுகளைப் பரப்புபவர்கள் இந்திய அரசியல் சட்டத் தின் வரலாற்றை மட்டுமல்ல, தலித் அரசியல் இயக்கத்தின் வரலாற்றையும் அறியாதவர்களாக, புறந்தள்ளியவர்களாக இருக்கின் றனர். எனினும், மீளும் அவதூறுகளுக்கு அவர்களின் சாதி உணர்வே காரணமாக இருக்கும்[1].

1. 2003 நவம்பர் 26 அன்று கடைபிடிக்கப்பட்ட சட்ட நாளையொட்டி புதிய கோடாங்கியில் எழுதப்பட்ட கட்டுரை.

போபால் பிரகடனம் அறிவு ஜீவிகளின் தோல்வியா?

07

ஐரோப்பாவை ஒரு பிரகடனம் 19ம் நூற்றாண் டில் ஆட்டிப் படைத்தது. கம்யூனிஸ்ட் கட்சி அறிக்கை எனும் செம்பூதம் உலக நாடுகளைப் புயல் காற்றாய் தாக்கி சொத்துடைமையைப் பீதி கொள்ளவைத்தது. இவ்வறிக்கையின் பரவலுக்கு அதன் உள்ளடக்கமே தூண்டுத லாக இருந்தது.

1929ம் ஆண்டு இந்தியாவில் இப்படி ஓர் பிரகடனம் வெளியிடப்பட்டது. அது அறிக்கை வாயிலாக இல்லை என்றாலும் உரை வீச்சாக இருந்தது. 'நான் இந்துவாக சாக மாட்டேன்' என்ற அம்பேத்கரின் பிரகடனம் பார்ப்பனீய இந்துப் பயங்கரவாதிகளை நிலைகுலையச் செய்தது.

இந்த இரண்டு பிரகடனங்களும் நிறைவேற்றப் பட்டன, முழுமையாக அல்ல என்றாலும், வரலாற்றில் என்றும் மறக்க முடியாத படிக்கு. ஒடுக்கப்பட்ட வர்க்கங்களின், மக்களின் விடுதலைக் கனவிற்கு அவை இன்னும் நம்பிக்கை அளிக்கின்றன. இங்கு தலித் மக்களுக்கு நம்பிக்கை அளிக்கக் கூடிய நிகழ்வுகள் அரிதாகிக் கொண்டிருக்கின்ற நிலையில் 'போபால் பிரகடனம்' வெளிவந்துள்ளது.

காங்கிரஸ் ஆளும் மத்தியப் பிரதேசத்தில் ஜனவரி 12, 13 ஆகிய நாட்களில் நடைபெற்ற நிகழ்ச்சியில் 250 தலித் அறிவு ஜீவிகளும் களப்பணியாளர்களும் கலந்து கொள்ள 'போபால் பிரகடனம்' வெளியிடப்பட்டுள்ளது.

இந்தப் பிரகடனத்தின் வரலாற்று முக்கியத்துவம் என்ன, இது ஏன் வெளியிடப்பட வேண்டும் என்ற கேள்விகள் இதற்குப் பின்னணி யில் நிழலாடுகின்றன.

தலித் மக்களின் வாழ்வுரிமைக்கும், முன்னேற்றத்திற்கும் பல பரிந்துரைகளை அளித்த இளையபெருமாள் குழுவின் அறிக்கை அக் குழுவை நியமித்த இந்திராகாந்தியாலேயே புறக்கணிக்கப்பட்டுப் பரணில் தூக்கி எறியப்பட்டது.

காங்கிரஸ் அமைத்த இளையபெருமாள் குழு அறிக்கை இன்னும் நிலுவையில் இருக்கும்போது புதிய திட்டங்களுக்குத் தேவை ஏன் வந்தது. கால மாற்றத்தினால் புதியத் தேவை உருவாகியிருக்கலாம், அல்லது பழைய திட்டங்களினால் முன்னேற்றம் ஏதும் ஏற்படவில்லை எனக் கருதப்பட்டிருக்கலாம், ஆனால் பழைய திட்டங்கள் எதுவும் மறுபரிசீலனை செய்யப்படாமலேயே புதிய திட்டங்களைத் தீட்டும் போது எதிர்படும் கேள்விகளைத் தவிர்க்க முடியாது. எனவே கூடுதலாகக் கோட்பாட்டு அடிப்படையிலான திட்டங்கள் அறிவிக்கப்படும் போது சங்கைகள் இன்னும் அழுத்தமாக எழும்.

போபால் பிரகடனத்தை மத்தியப் பிரதேசத்தை ஆளும் காங்கிரஸ் அரசே வெளியிட்டுள்ளது. வெளியிடும் முன்பு அது நாடு முழுவதும் தலித் அறிவு ஜீவிகளை அழைத்து அவர்களிடம் விவாதத்தை உருவாக்கியது. இதைத்தொடர்ந்து தமிழகத்தில் உள்ள அறிவு ஜீவிகளுக்கு விவாதிப்பதற்குப் புதிய தளம் கிடைத்துவிட்டது. ஆனால் தலித்துகளின் நலனுக்காக என்று சொல்லி எவை முன்வைக்கப் பட்டாலும் அதில் தலித்துகளின் வரலாற்றுப் பின்புலத்தைக் கணக்கில் கொள்ளாமல் விவாதிப்பது இப்போது தலித்தியத்தைப் போதிக்கும் அறிவு ஜீவிகளிடையே புதிய மோஸ்தராக உள்ளது. இந்தப் போக்கு போபால் பிரகடனம் மீதான விவாதத்தின் போதும் வெளிப்பட்டது. தொடர்ந்து பிரகடனத்தினை ஒட்டித் தமிழகத்தில் பரந்துப்பட்ட விவாதத்தில் தலித் மக்களின் அரசியல் பொருளாதாரப் பாத்திரம் விருப்பத்தின் அடிப்படையில் நிர்ணயிக்கப்பட்டதாகத் தோன்றியதேயன்றி அதில் கறாரான அரசியல் பொருளாதாரப் பார்வை காணப்படவில்லை. அதைவிடக் கூடுதலாக புரட்சியாளர் அம்பேத்கரின் அரசியல் பொருளாதாரப் பார்வையும், தலித் முன்னோடிகள் முன்வைத்திருந்த தலித் மக்களின் பொருளாதார மேம்பாட்டிற்கான திட்டங்கள்

குறித்த முன் விவாதங்கள் எவையுமின்றி போபால் பிரகடனத்திறகுள் நமது அறிவு ஜீவிகள் நுழைந்து விட்டார்கள். எனவே வரலாற்று அடிப்படையில் இந்த அறிக்கையை அணுகினால் ஒரு சிலவற்றைத் தவிர பெரும்பாலானவை பழைய கோரிக்கைகளின் தொடர்ச்சிதான். பின் ஏனிந்தப் பரபரப்பு, திக் விஜய் சிங் தலைமையிலான ஆளும் காங்கிரஸ் இந்தப் பிரகடனத்தின் பின்னணியில் இருக்கும்போது சந்தேகப்படுவதறகு ஏதும் இல்லையா? அவ்வளவு நம்பிக்கைக்குரிய ஆளும் கும்பலாகவா இருக்கிறது காங்கிரஸ்?

எனவே போபால் பிரகடனத்தை இந்தப் பின்னணியில் அணுகிப் பார்ப்போம்:

21 அம்சம் கொண்ட இந்த அறிக்கையை மொத்தம் பதினைந்து அம்சங்களுக்குள் சுருக்கி விடலாம். பல கோரிக்கைகள் திரும்பத் திரும்ப வெவ்வேறு வார்த்தைகளில் வெளிப்படுகின்றது. எல்லாம் பழைய கோரிக்கைகள் என்றாலும் கவனத்தைக் கவரக்கூடிய புதிய அம்சமாக அல்லது கோரிக்கையாக ஒன்று மட்டும்தான் இப்பிரகடனத்தில் உள்ளது. அது கோரிக்கை எண் : 6 ஆகும்.

அட்டவணை சாதியினரின், பழங்குடியினரின் எண்ணிக்கைக்கு ஏற்றவாறு பங்களிக்கும் வகையில் மூலதனத்தை ஜனநாயகப் படுத்தி, சந்தைப் பொருளாதாரத்தில் பங்கு பெறவும், சந்தை நடவடிக்கையில் தமது திறனை வளர்த்துக் கொள்ளவும் வழி செய்யும் வகையில் வரவு செலவுத் திட்டத்தில் நிதி ஒதுக்கீடு செய்.

இந்தக் கோரிக்கையின் மீதுதான் நமது அறிவு ஜீவிகள் கவனத்தைக் குவித்திருக்கிறார்கள் என்பதால் இது விவாதத்திற்குரியதாக மாறியிருக்கிறது. இந்தக் கோரிக்கை எதனது தொடர்ச்சி என்பதை அறிவது கடினமல்ல. தனியார் துறையில் இடஒதுக்கீடு வேண்டும் என்பதின் தொடர்ச்சிதான்.

தனியார் துறையில் இட ஒதுக்கீட்டு கோரிக்கை பல காலமாக இருந்து வருகிறது. இதற்குத் தத்துவார்த்த விளக்கம் அளிக்க முனைந்த கெய்ல் ஓம்வெட், அய்லயா போன்றோரும் அவர்களை வழிமொழிந்து கொண்டிருக்கும் தமிழக அறிவுஜீவிகளும் சொன்னக் காரணம், உலக மயமாக்கலைத் தடுக்க முடியாது, எனவே அதன் நலன்களை தலித் மக்கள் பயன்படுத்திக் கொள்ள வேண்டும் என்று தமது மேலான ஆலோசனைகளை வழங்கினார்கள்.

ஆனால் உலகமயமாக்கலின் வடிவத்தைக் குறித்து அவர்கள் அவதானிக்கத் தவறிவிட்டனர். உலகமயமாக்கலில் நிதி நடவடிக்கையின் வலைப் பின்னலில் இந்திய மண் பெரும் தொழில்களையும், பேரளவான தொழிலாளர்களையும் தோற்றுவிக்கும் என்ற கனவு சடசடவென சரிந்து வீழ்ந்துள்ளது. இருக்கின்ற தொழில்களில் நவீன மயத்தின் உற்பத்திக்கு ஏற்றாற்போல் தகுதிப் படுத்திக் கொள்ளாத தொழிலாளியின் உழைப்பு விலை போகாமல் தத்தளித்துக் கொண்டிருக்கிறது, அதுவு மின்றி நசிந்து கொண்டிருக்கும் பேரளவு தொழிற்சாலைகளும் சிறுவீத உற்பத்தி அமைப்புகளும் நசிந்து கொண்டு தமது முதலின் பாதுகாப் பிற்கு உத்திரவாதம் இல்லாத நிலை ஏற்பட்டதால் தொழிலாளர்கள் வீட்டுக்கு அனுப்பப்பட்டுக் கொண்டிருக்கின்றனர். இதைத் தடுக்கக் கூடிய சாதகமான சூழல் உருவாகும் என்ற அறிகுறியே தெரியவில்லை. விவசாயம் பருவச் சூழல் மாற்றம், உற்பத்தியில் நவீனக் கருவிகள், நகர மயத்தின் தாக்கம் எனப் பல காரணிளால் விவசாய உற்பத்தியில் மனித உழைப்பின் பங்கு குறைந்து போய் விவசாயக் கூலித் தொழிலாளியின் வயிற்றில் மண் விழுந்து சபித்துக் கொண்டிருக்கிறார்கள். ஆகையால் புதியச் சூழலுக்கான திறனின்றி ஏற்கனவே சாதியின் வன்மத்தால் தம்மைத் தகவமைத்துக் கொள்ளாதபடி காயடிக்கப்பட்ட தலித்தின் உழைப்புச் சக்தியை உலக மயமாக்கல் எப்படி ஏற்குமெனத் தெரியவில்லை.

இந்தச் சூழலில்தான் தலித்துக்கள் உலகமயமாக்கலை எதிர்ப்பதா? ஏற்பதா? என்று தட்டுத் தடுமாறி போராட்டத்தில் இறங்கிக் கொண்டிருந்த வேளையில் உலகமயமாக்கலின் நலனைப் பயன்படுத்தல் என்ற கோரிக்கை முன்வைக்கப்பட்டது. இது என்ன விளைவினை உண்டாக்கியுள்ளது என்பதை நடந்து கொண்டிருக்கும் சமூக - பொருளாதாரத் தேக்க நிலையே காட்டிவிடுகிறது.

இந்தத் தேக்கத்தின் தொடர்ச்சியாகத்தான் சந்தைப் பொருளாதாரத்தில் தலித்துக்கள் பங்கு பெறுவது என்ற கோரிக்கையும் முன் வருகிறது. எனவே, தலித்தியலை - ஒரு விடுதலைக் கருத்தியலாக வளர்த்தெடுக்க முன்வந்தவர்கள் இந்தக் கோரிக்கையின் மீதான விவாதத்தை கிளப்பியிருக்கும் பின்னணியில் இந்தக் கோரிக்கையை ஆதரிப்பதா? எதிர்ப்பதா? என்பது வேறு விசயம். ஆனால், இந்தக் கோரிக்கை தலித்துக்கு என்ன வரலாற்றுப் பாத்திரத்தை அளிக்கிறது என்பதுதான் முக்கியமான கேள்வி.

டாக்டர் அம்பேத்கர் இட ஒதுக்கீட்டுக் கோரிக்கையை முன் வைத்த போது, அன்றைய கம்யூனிஸ்டுகள் அவரைக் கடுமையாகக் குறை கூறினர். தலித்துகளில் சில முதலாளிகளை உருவாக்க அம்பேத்கர் விரும்புகிறார் என்று விமர்சித்தனர். அம்பேத்கருக்கு அந்த நோக்கம் இல்லை என்பது வெளிப்படையானது என்றாலும் இன்று கம்யூனிசமும், அதிலிருந்து மீண்டு பின்நவீனத்துவம் பேசும் சில அறிவு ஜீவிகளாலேயே தலித் முதலாளிகள் உருவாக வேண்டும் என்றக் கோரிக்கை முன் வைக்கப்படுகிறது.

முதலாளித்துவத்தின் தொடக்க நிலையினைப் பற்றி அவதானிக்கும் போது 'மத்தியக் கால பண்ணை அடிமைகளிலிருந்து ஆதி நகரங்களின் சுதந்திர நகரத்தார் உதித்தெழுந்தார்கள் என்றும், இந்த நகரத்தாரிடமிருந்து தான் முதலாளித்துவ வர்க்கத்தின் ஆரம்பக் கூறுகள் வளரலாயின...' என்று மார்க்ஸ் கூறினார். அது அந்தக் காலம். ஆனால் எந்தக் காலத்தில் ஒரு தலித் முதலாளியாக அங்கீகரிக்கப்பட்டார். இங்கே இந்தியாவில் முதலாளி என்பதற்கு ஓர் இடைநிலைச் சாதியின் தகுதி தேவைப்படுகிறது.

நம் சமூகச் சூழலில் இதற்கு வாய்ப்பிருந்ததா! மேலும் தலித்துக்கடையே முதலாளித்துவத்தின் கூறுகள் இருந்தனவா என்பதைக் குறித்து செய்திகள் ஏதுமில்லை. அப்படி இல்லையென்பதற்காகப் புதிதாக முதலாளித்துவக் கூறுகள் உருவாக்கப்படுவது தலித்துக்களின் விடுதலைக்கு முழுமையாக வழி தருமா?

ஏற்கனவே, நாடார்களிடையே உருவாக்கப்பட்ட மூலதனம் அவர்களுக்கு பார்வைத் தீண்டாமையிலிருந்து பெருமளவில் விடுதலை தந்துவிட்டாலும் இன்னும் சாதியிலிருந்து விடுதலை தரவில்லை. மாறாக அவர்களைப் பொருளாதார வலிமையுள்ள ஓர் இடைநிலைச் சாதியாகத் தம்மை கட்டமைத்துக் கொள்வதில் போய் முடிந்துள்ளது

தலித்துக்களின் விடுதலை என்பது தீண்டாமை ஒழிப்பு என்பதோடு முடிந்து விடுவது மட்டுமல்ல. அது ஒட்டுமொத்த சமுக விடுதலைக்கு முகமாய் இருப்பதால் தீண்டாமைக்கு அடிப்படையான சாதி மற்றும் அதன் அழிவோடு தொடர்புடையது. எனவே, சாதி இருக்கும் வரை தீண்டாமை தன் வடிவங்களை மாற்றிக் கொண்டே

இருக்கும். தலித்துக்களிடையே ஒரு மூலதனம் உருவாக்கப்பட்டு நாடார்களைப் போல ஒரு ஆதிக்கச் சாதியாக மாறும் நிலை உருவானால் இந்தக் கோரிக்கையின் பலன்தான் என்ன.

இப்போதுள்ள பொருளாதார - உற்பத்தி உறவுகளின்படி இந்தியச் சூழல் புதிய முறைகளை உருவாக்கும்படி இல்லை. சிறு மூலதனங்களை பெருமூலதனங்கள் விழுங்கி, உள்நாடுப் பொருளாதாரம் தேங்கியும் சுணங் கியும் கிடக்கிறது. எனவே, அரசு ஒதுக்கும் நிதியானது தலித்துக்களிடையே பெரு முதலாளிகளை உருவாக்காமல், தரகு முதலாளிகளை உருவாக்குமானால் அதைவிட வேறு வினையே வேண்டாம். பெரு முதலாளிகளுக்கான முற்போக்குக் கூறுகளில் துளிகூடத் தரகு முதலாளிகளிடம் கிடையாது. சொந்த மக்களையே சுரண்டுவதற்கு அவர்களிடம் எந்த ஒழுக்கமும் முன் நிற்காது. சுமைக்கு மேல் சுமை. இதுவுமின்றி ஏற்கனவே மூன்றாம் உலகநாடுகள், குறிப்பாக ஆப்பிரிக்க நாடுகள், லத்தின் அமெரிக்க நாடுகள் பன்னாட்டு மூலதனத்தில் சின்னா பின்ன மாகி இருக்க, உலகம் முழுவதும் பொருளாதார மந்தம் ஒன்று கவிழ்ந்த படி இருக்கிறது. இன்னும் சில ஆண்டுகளில் இது மேலும் அதிகரிக்கக் கூடும். இந்தப் பொருளாதார மந்தம் ஒரு போரை முன்னறிவிக்கக் கூடியதாக இருப்பதை இரண்டாம் உலகப் போரில் நாம் பார்த்திருக்கிறோம். பெரியப் போர் இல்லையென்றாலும் உலகம் முழுவதும் ஒரு விதப் போர்ப் பதற்றத்தை உருவாக்குவதின் மூலம் உலகப் போருக்கான மன நிலைக் கட்டமைக்கப்பட்டு பொருளாதார மந்த நிலை மறைக்கப்படும்.

இந்தப் புதிய அரசியல் பொருளாதாரச சூழல் ஏற்கனவே அதிகாரம் சுருங்கி, வற்றிப் போய் இருக்கும் இந்திய அரசு மற்றும் மாநில அரசுகளின் காலில் பெரும் கல்லாய் விழப்போகிறது. நடக்க முடியாமல் நிதிச் சுமையில் ஏற்கனவே தத்தளிக்கும் அரசுகள் மக்களைக் கை கழுவி விடுவதற்கான திட்டங்களை நல திட்டங்கள் என்றப் பெயரில் மக்களிடம் அறிமுகப்படுத்திக் கொண்டிருக்க, பலவீனப்பட்டுக் கொண்டிருக்கும் அரசுகளை நோக்கி ஒடுக்கப்படும் வர்க்கங்கள் பார்வையைத் திருப்ப வேண்டிய சூழலில் 'தலித் மூலதனம்' கோரிக்கை இப்படி பல கேள்விகளை எழுப்புகிறது.

பலவீனப்பட்டுக் கொண்டிருக்கும் மத்திய மாநில அரசுகளை

தலித்துகளும், ஒடுக்கப்பட்ட வர்க்கங்களும் கைப்பற்றுவதா? அல்லது மூலதனத்தினை, சந்தைப் பொருளாதாரத்தை நோக்கி நகர்வதா?

போபால் பிரகடனத்தின் மீதான விவாதத்தில் தலித் மற்றும் தலித் அரசியலின் வரலாற்றுப் பாத்திரத்தைக் கோரும் நாம் இதன் தொடர் தாக்கமான அரசியல் விளைவையும் இக்கோணத்தில் அணுக வேண்டும். இல்லையெனில் இந்தக் கோரிக்கை வெறும் நடுத்தர வர்க்கத்து அறிவு ஜீவிகளின் கோரிக்கையாகச் சுருங்கிப் போகுமானால் அந்த அறிவு ஜீவிகளின் தோல்விக்கு யாரும் பொறுப்பேற்கத் தேவை யில்லை, அவர்களைத் தவிர.

ஆனால், கேள்விகளுக்கு அவர்களிடம் விடையிருக்குமானால் அவை விரைவில் வெளிவர வேண்டும். எனினும் மூலதனத்தை, அதுவும் அற்ப மூலதனத்தைக் கைப்பற்றுவதைவிட அரசைக் கைப்பற்றுவது மேல் என்பது தான் இப்போது முற்போக்கான தேவையாய் இருக்கிறது.

எனவே, ஒடுக்கப்பட்ட மக்களிடம் இதுதான் போதிக்கப்பட வேண்டியுள்ளது. அரசு தரும் மூலதனத்தைக் காட்டி அவர்களுக்குள் போட்டியை உருவாக்கும் போது, அரசைக் கைப்பற்றுதல் எனும் பிரதான லட்சியம், வரலாற்றுத் தேவை திசைத் திருப்பப்படுகிறது. இந்தப் போக்கிற்காகவா போபால் பிரகடனம் துணை போக வேண்டும், அதுவும் தலித் அறிவு ஜீவிகள் துணையோடு[1].

1. புதிய கோடாங்கி - ஜுன் 2002

நான் ஒரு பார்ப்பனரல்லாதவன். இன்னும் சொல்லப் போனால் பார்ப்பனரல்லாதவன்கூட அல்ல - ஒரு தீண்டத்தகாதவன்.

- டாக்டர்.அம்பேத்கர்
'சூத்திரர்கள் யார்' - எனும் நூலின் முன்னுரையில்

இயல் இரண்டு
தலித் கருத்தியல்
விவாதம்

08 தலித் அல்லாதார் இடைவெளி முகிழ்க்கும் வினாக்கள்
ஷஷ

தலித் மக்களுக்கு ஒரு பொதுப் பெயரைச் சூட்டிவிட பலவாறான முயற்சிகள் பலமுறை மேற்கொள்ளப்பட்டு வந்துள்ளன. தலித்துகள் விருப்பத்தைப் பற்றியெல்லாம் பெயர் சூட்ட விரும்பியவர்கள் யோசித்ததில்லை. குழந்தைக்கு பெயர் சூட்டும்போது அந்தக் குழந்தையின் அனுமதியைக் கேட்டா சூட்டுகிறோம் என்ற நினைப்பில் தலித்துகளுக்குப் பெயர் சூட்ட விரும்பிய சாதி இந்துக்கள் நினைத்தார்கள், மகா ஆத்மா காந்தி உட்பட. ஆனால் தலித்துகள் குழந்தைகள் அல்ல என்பதை மறந்து போனார்கள். சாதி இந்துக்கள் மறந்து போனாலும் தலித் அப்படி இருக்க முடியாதல்லவா!

22.01.1938 அன்று பம்பாய் சட்ட மன்றத்தில், உள்ளாட்சி சட்ட மசோதா மீது நடந்த ஒரு விவாதம் நடந்தது. அந்த மசோதாவில் தலித்துகளுக்கு ஒரு பொதுப் பெயர் பிரச்சினை வந்தது. விவாதத்தில் அம்பேத்கர் கலந்து கொண்டு பேசினார், பேசினார் என்பதைவிட விளாசினார்! விவாதத்தில்:

மாண்புமிகு பிரதமர் திரு பி.ஜி.கெர்:... இந்துக் களில் கணிசமான பகுதியினராக இருக்கும் இவர்களை வேறுபடுத்திக் காட்ட குறிப்பிட்ட சில சொற்களைப் பயன்படுத்துவதுதான் சரியாக இருக்கும். கடந்த 4 அல்லது 5 ஆண்டுகளாக 'ஹரிஜன்' என்ற சொல் அனேகமாக நாடு முழுவதி உலும் பயன்படுத்தப்பட்டு வருகிறது.

'ஷெட்யுல்ட் கிளாஸ்' என்ற சொல்லுக்கு மாற்றாக இது உபயோகிக்கப் படுகிறது. சுதந்திரத் தொழிற் கட்சியின் தலைவரான மதிப்பிற்குரிய உறுப்பினர் இந்தச் சொல்லை ஏற்றுக் கொள்வார் என நம்புகிறேன். ஆனால் அவர் இப்பிரச்சினையை இந்த வெளிச்சத்தில் பார்க்கவில்லை என்பது துரதிஷ்டமானது. 'ஷெட்யுல்ட் கிளாஸ்' என்பதற்கு மிகவும் பொருத்தமான வேறொரு சொல்லை அவர் வெளியிட்டால் அதைப் பரிசீலிக்க முடியும். மசோதாவின இந்தப் பிரிவு யாருடைய உள்ளத்தையும் புண்படுத்துவதற்காகச் சேர்க்கப்படவில்லை. துரதிஷ்டவசமாக, 'தீண்டத்தகாதவர்கள்' என்று பொதுவாக அழைக்கப்படும் பெரும் திரளான மக்களின் உணர்வுகளைப் புண்படுத்துவதற் காக இது சேர்க்கப்படவில்லை. நீண்ட நாட்களாக பழக்கத்தில் இருந்த வார்த்தைதான் இதில் உபயோகிக்கப்பட்டது. இப்போது 'ஹரிஜன்' என்ற சொல்லைப் பயன்படுத்தினால், அது அவரு டைய சமுதாயத்தின் மீது ஒரு மோசமான பிரதிபலிப்பை உண்டாக்குகிறது என்று அவர் கருதக்கூடாது.

டாக்டர்.பி.ஆர்.அம்பேத்கர் : மாண்புமிகு அவைத் தலைவர் அவர்களே, இது உரை நிகழ்த்துவதற்கான சந்தர்ப்பம் அல்ல என்று நீங்கள் தீர்ப்பு அளித்துள்ளீர்கள். எனவே, நான் உரை யாற்றப் போவதில்லை. மேலும் சிறந்த பெயரை என்னால் கொடுக்க முடியவில்லை, ஆனால் 'ஹரிஜன்' என்ற சொல்லும், 'அஸ்ப்பரியா' என்ற சொல்லும் ஒரே மாதிரியானது தான் என்று மட்டும் இப்போது கூற விரும்புகிறேன். 'ஹரிஜன்' என்ற வார்த்தையும் 'ஷெட்யுல்ட் கிளாஸ்' என்ற வார்த்தையும் ஒரே மாதிரியானதுதான் என்று நாங்கள் உணருவதைப் போலவே, மாண்புமிகு பிரதம மந்திரியும் கருதினால், தற்காலிகமாக வாவது இந்தச் சொல்லை அவர் திரும்பப் பெற்றுக் கொள்ள வேண்டியது அவருடைய கடமை என்று நான் கருதுகிறேன். பின்னர், இதைப் பற்றி அவர் எங்களுடன் விவாதித்து, ஒரு மாற்றுச் சொல்லைக் கண்டு பிடிக்கலாம். எனினும், அவருடைய வாதங்களை நாங்கள் ஏற்றுக் கொள்ளவில்லை. எனவே, நான் அவையை விட்டு வெளிநடப்புச் செய்கிறேன்.

(பின்னர், டாக்டர.பி.ஆர்.அம்பேத்கரும் சுதந்திர தொழிற்கட்சி யைச் சேர்ந்த இதர உறுப்பினர்களும் அவையிலிருந்து வெளி

நடப்புச் செய்தனர்)

இச்சம்பவத்திற்குப் முன்னும் பின்னும் தலித்துகளுக்கு ஒரு பொதுப் பெயரை சூட்ட பல முயற்சிகள் நடந்தன. பல நேர்வுகளில் தலித்துகளின் கருத்து என்னவென்று கூட கேட்கப்பட்டது இல்லை. ஆனால் தலித்துகளுக்கு பெயர் சூட்டத் துடிக்கும் சாதி இந்துக்களுக்கு அரசியல் ரீதியாக என்னப் பொதுப் பெயரைச் சூட்டுவது என்ற முயற்சி எப்போதும் மேற்கொள்ளப் பட்டது இல்லை, ஆனால் அதைப் பற்றிப் பேசினாலே அவர்கள் கடும் கோபம் கொள்கின்றனர். இன்னும் ஒரு படி மேலே போய் அது தங்களை அவமதிக்கும் செயல் என நம்புகின்றனர். ஏனெனில் அவர்கள் தம்மை தமது சாதியின் பெயரால் அழைக்கப் படுவதையே விரும்பக்கூடியவர்கள். எனினும் நிலைமை அப்படியே தொடர முடியாது. அவர்களும் ஒரு பொது அரசியல் சுட்டுப் பெயரால் அழைக்கப்பட வேண்டும். எனவே சாதி இந்துக்கள் "தலித்தல்லாதார்" என அழைக்கப்படுவது பொருத்தமாக இருக்கும்.

◆ ◆ ◆

பார்ப்பனர் - பார்ப்பனரல்லாதார் என்ற பிரிவினையின் அதிகார தாகம், அதிகாரபோகம் ஆகியவை எந்த விளைவுகளைச் சமூகத்தில் ஏற்படுத்தியது என்பதை தலித்துகள் அறிவார்கள். ஆனால் இந்தப் பதம் மிகப் புதிது. அதே வேளை தலித் - தலித் அல்லாதார் என்ற பதம் மிகப் பழையது. இந்த வார்த்தைகள் புதிதாகத் தோற்றமளித் தாலும். அதன் பழைய வார்த்தை கள் அதன் வரலாற்றுப் பொருள் எல்லாவற்றையும் விளக்கிவிடும்.

சவர்ணர்	-	அவர்ணர்
சாதி இந்து	-	சாதியற்ற இந்து
ஊர்	-	சேரி
தீண்டத்தக்கவர்	-	தீண்டத்தகாதவர்
திராவிடன்*	-	ஆதி திராவிடன்
தாழ்த்தப்படாதோர்(?)	-	தாழ்த்தப்பட்டோர்
தலித்தல்லாதார்	-	தலித்

இடைபட்ட காலத்தில் பார்ப்பனர் - பார்ப்பனரல்லாதார். திடீரென தென்னிந்திய அரசியல் சமூகக் களத்தில் 19ம் நூற்றாண்டின்

---

* திராவிடன் என்றச் சொல்லாட்சி தொடக்கத்தில் தலித்துகளைத் தான் குறிக்கப் பயன்படுத்தப்பட்டது என்பது தனிக் கதை.

தொடக்கத்தில் எழுந்த பிரிவினைப் பதம் தலித்துகளின் அரசியல் - சமூக பங்களிப்பில் உண்டாக்கிய இடைவெளியிலிருந்தும் பின்னடை விலிருந்தும் ஒரு விவாதம் தேவைப்படுகிறது.

இடைவெளிகள் எப்போதும் கவனத்தைக் கவராதவைகளாக இருக்கலாம். எனவே, இதிலிருந்து தீனமாக ஒலிக்கிறது சமிக்ஞைகள், தலித்துகள் - தலித் அல்லாதார் சந்திக்கும் புள்ளி எது... இணைக்கும் புள்ளி எது... தலித்துகளுக்கு அனைத்துத் துறைகளிலும் பங்களிக்க வரும் தலித் அல்லாதார் இந்தப் புள்ளியை அறிவாரா?

◆◆◆

நீண்ட காலத்திற்கு முன் நிகழ்ந்த வரலாறு அது. உலகம் முழுவதையும் அன்பெனும் குடையின் கீழ் கொண்டு வர பவுத்தம் ஒரு இயக்கமாகச் செயல்பட்டது. அதில் ஒரு அம்சமாக சனாதன எதிர்ப்பினையும் கொண்டிருந்தது. இதன் பொருள் பார்ப்பனீய எதிர்ப்பாக இருந்தது. பவுத்தத்தின வாழ்க்கை முறையும். பண்பாட்டு உருவாக்கமும் சமூகத்தை அடுத்த கட்டத்திற்குகொண்டு செல்வதற்கு ஒரு புரட்சியாக அது அமைந்தது. நீடித்திருக்கும் இப்புரட்சிக்குப் பங்களிப்புச் செய்ய பலபேர் அன்று புறப்பட்டு வந்தார்கள். இப்படிப் புறப்பட்டவர்களில் பலர் பார்ப்பனர்கள். இயக்க ரீதியாகவும், தத்துவ ரீதியாகவும் அளிக்கப்பட்ட அவர்களின் பங்களிப்புகள் பல விதமான விளைவுகளை உண்டாக்கின.

இயக்கரீதியாக...

பார்ப்பனர்கள் கைப்பற்றி அனுபவித்தவைகளைக் கூரிய வாள் முடி விற்கு கொண்டு வந்தது... தூய்மை, தியாகம், உலகணைத்த அன்பு - மைத்ரி -ஐ மையமாகக் கொண்டு எளிமையாக இயங்கிய பவுத்த வியாரங் கள் (விஹார்கள்). பார்ப்பனர் தம் தலைமைக்குப்பின் அதிகாரம் சார்ந்தும் பலவேளை அதிகார மையமாகவும் இருந்ததோடு, பழைய பார்ப்பனீய ரிஷிகள் நடத்திய சுகபோக வாழ்வின் மடாலயத் தொடர்ச்சியை பவுத்த வியாரத்தின் மூலம் நிறைவேற்றினார்கள். பற்றற்ற அன்பின் பிடியிலிருந்த மக்கள் அதிகாரத்தின் பிடிக்குள் வீழ்ந்தார்கள். பவுத்தத்தின் உண்மையான வாழ்வியலை கொண்டிருந்த மக்கள் 'தீண்டத்தகாதவர்களாய்' பட்டம் பெற்று முடங்கிபோக -பவுத்த இயக்கம் ஊழலில் சிக்கி, தேங்கிக் குழம்பியது. சமூகமும் தேங்கிப் போக, இசுலாமியரின் வலிய

வாள் பவுத்தர்களை அங்கிங்கெனாதபடிச் சீவியும் - துரத்தியும் முடித்தது. உயர்த்தப்பட்ட வாள் தலைமீது விழுந்து சிவப்பதற்குள் பயத்தில், தலையைக் காப்பாற்றிக் கொள்ள சொந்த நிறத்திற்கு மாறினர் பார்ப்பனர். இது இயக்க நிலையில் பார்ப்பனர் பங்கு.

புத்தரின் தத்துவத்தில் 'அநித்ய வாதம்' முக்கியமானது. எதுவும் நிலையின்றி நொடிக்கு நொடி மாறுகிறது என்பதுதான் அநித்யம். இது விஞ்ஞான ரீதியானது. மனிதரின் ஆன்மீகத் தேவைக்கு புத்தர் அளித்த கொடையிது. மனித வாழ்வே நிலையற்றதாய் மாறிக் கொண்டிருக்கும் போது, ஒருத்தரை ஒருத்தர் வெறுத்துக் கொள்ளும் தேவை எழாத உள்ளாற்றலை இத்தத்துவம் அளித்தது. 'பரம் பொருளின்' நிலைத்த தன்மையை பேசிய பார்ப்பனர்க்கு அநித்ய வாதம் ஒரு பெரிய சவாலாக அன்று இருந்தது.

எனினும் புத்தரின் தத்துவத்திற்குப் பங்களிக்க வந்த பார்ப்பனரில் முக்கியமானவர் நாகர்ஜுனர். அநித்ய வாதத்தை வளர்த்தெடுத்த வர்களில் முக்கியமானவர் இவர். அநித்யத்தின் தொடர்ச்சியில் அவர் சூன்யவாதத்தை முன் வைத்தார். 'நிலையின்றித் தொடரும் நிகழ்வில் எதையும் அறுதியிட முடியாதபோது அது சூன்யமாக இருக்கிறது. எனவே மனித வாழ்வே சூன்யமாய் இருக்கிறது' என்று மனித வாழ்க்கை குறித்த நம்பகமின்மையை உண்டாக்கினார். அநித்யத்தை புத்தர் உரைத்த வழியிலிருந்து ஓர் இயங்காப் பொருள் நிலைக்கு போக இது வழிவகுத்தது.

இதன் தொடர்ச்சியாய்க் காலடி சங்கரர் (சங்கம் + அரர் - சங்கரர்) வந்தார். வாழ்வே சூன்யமென்றால் அங்கு வாழ்வே இல்லை என்று பொருள். ஆகவே அனைத்தும் மாயம்; மனதின் கற்பனைகள். நிலையானது 'சத்' மட்டுமே. நிலையற்ற அனைத்தும் 'அசத்' என்று மனித நம்பிக்கைகளையே முடக்கி விட்டார். இந்த மாயாவாதம் தத்துவத்துறையில் அடுத்த அடி வைப்பதற்கான கதவை இறுக்க மூடிவிட்டது என்ற கருத்து இன்றும் இருக்கிறது. புத்தரின் அநித்யத்தை - மாயாவாதமாக மாற்றிய சங்கரருக்கு மறைமுக பவுத்தர் (பிரசன்ன பவுத்தர்) என்ற பட்டமும் உண்டு. இந்த சங்கராச்சாரியின் தொடர்ச்சியைக் காஞ்சி யிலும், பூரியிலும் காண்கிறோம். பவுத்த தத்துவத்தில் பார்ப்பனரின் பங்கு இப்படியாக முடிந்தது.

பவுத்தம் எவற்றை - எவருடைய கருத்தியலை நிராகரித்ததோ,

அவர்களது கருத்தியல் பங்களிப்பினாலேயே தன் வீச்சை இங்கு இழந்தது. பங்களித்தவரின் வாளில் உறைந்த ரத்தம் காலம் தாண்டி வாடை வீசுகிறது.

◆◆◆

*1916*ம் வருடம் சென்னையில் முக்கிய நிகழ்வொன்று நடைபெற்றது. அது பார்ப்பனரல்லாதார் இயக்கம் தொடங்கப்பட்டது தான். முதலில் 'தென்னிந்திய மக்கள் சங்கம்' என்ற 'வியாபாரிகள் நலச் சங்கம்'. என்ற பெயருடன் தொடங்கப்பட்டது பின்னர் அரசியலில் பங்கெடுக்கும் நோக்கோடு 'தென்னிந்திய நலஉரிமைச் சங்கம்' எனப் பெயர் மாற்றப்பட்டு இயங்கத் தொடங்கியது.

இவ்வியக்கம் பார்ப்பனர்களின் அதிகாரத்தைக் கேள்விக் குள்ளாக்கியதோடு, அவர்களிடமிருந்து அதிகாரத்தைப் பிடுங்கி பார்ப்பனரல்லாதார் கைகளில் கொடுக்கும் நோக்கத்தை மையமாகக் கொண்டிருந்தது. வியாபாரிகள் தொடங்கிய இந்த இயக்கம் 'பார்ப்பனர் எதிர்ப்பை' கையிலெடுத்தது. அதை மையப்படுத்தி, அனைத்து மக்களையும் அரவணைக்க முயன்றது. விரைவிலேயே 'ஜஸ்டிஸ் கட்சி' அல்லது 'நீதிக் கட்சி' எனத் தெளிந்த அரசியல் கட்சியாகவே பெயர் மாற்றப்பட்டது. தென்னிந்திய நலஉரிமைச் சங்கமாக (1916) இருந்தபோது இவ்வமைப்பு "பார்ப்பனரல்லாதார் அறிக்கை" (Non Brahmin manifesto) வெளியிட்டது. அதில் பார்ப்பனர் அதிகாரத்தின் பரவலையும் அதன் தீமையையும் சாடுகிறது. சர்.பிட்டி. தியாகராசர் அவர்களால் கையொப்பமிடப்பட்டு வெளிவந்தது.

எனினும், இந்த அறிக்கையில் தலித்துகளைக் குறித்து தனிப் பட்ட எதையும் காண முடியாது. பார்ப்பனரல்லாதார் என்பதில் அவர் கள் அடக்கப் பட்டனர். ஜஸ்டிஸ் கட்சி ஆட்சி பிடித்தப் பிறகு. சில சீர்திருத்தங்கள் மேற்கொள்ளப்பட்டன. அதன் விளைவுகளும் தாக்கங் களும் எவ்வாறு இருந்தன என்பதைப் பலபேர் கூறிவிட்டனர். ஆனால் நாம் கவனிக்க வேண்டிய அம்சம், பார்ப்பனரிடமி ருந்து அதிகாரம் மாறியும் பார்ப்பனீயக் கொடுங்கோன்மையான சாதியும், இந்து மத பரிபாலனமும் அப்படியே இருந்தன என்பதுதான். பிறகு அரசியல் காட்சிகள் மாறுகின்றன. ஜஸ்டிஸ் கட்சியின் வீழ்ச்சியைத் தொடர்ந்து 'சுயமரியாதை இயக்கம்' களத்திற்கு வருகிறது. பின்பு 'திராவிட இயக்கம்' என்று அது உருமாறினாலும்கூட அதன் மையம் பார்ப்பனீய எதிர்ப்பாக இருந்தது. பெரியார் ஈ.வே.ரா அவர்களின்

ஆவேசமான இந்த இயக்கம் 1967ல் அவரது சீடர்கள் ஆட்சியில் அமர உதவியது. பார்ப்பனரல்லாதாருக்குச் சுயமரியாதையை இந்த இயக்கம் தூண்டியது. அதாவது பார்ப்பனீயத்திற்கு எதிர்ப்பாக இருப்பதுதான் சுய மரியாதை. தன்மானம் என்பதாகும். பெரியார் ஈ.வே.ரா. மறைவிற்குப் பிறகு, ஒரு பார்ப்பனர் அதன் அதிகாரத்தில் வருமளவுக்கு, அதை வரவேற்கும் அளவிற்கு அந்த இயக்கம் தரம் தாழ்ந்து போனது.

1916ல் பார்ப்பனரல்லாதார் இயக்கம், பார்ப்பனர் எதிர்ப்பை மையமாகக் கொண்டிருந்தபோது, அதனுள் தலித்துகள் நிலை என்ன?

இங்குதான் பார்ப்பன எதிர்ப்பிற்கும், பார்ப்பனரல்லாதார் இயக்கத்திற்குமான அடிப்படை வேறுபாட்டைக் காண்கிறோம். இந்த வேறுபாட்டின் வேர்கள் மறைக்கப்பட்ட பக்கங்களில் விரவிக் கிடக்கின்றன.

தமிழகத்தின் முதல் தலித் பத்திரிகை 1859 ஆம் ஆண்டு 'சூர்யோதயம்'. புதுப்பேட்டை வேங்கிடசாமி பண்டிதர் அவர்களால் வெளியிடப்பட்டதாகப் பதிவுகளிலிருந்து தெரிகிறது. இந்த முதல் தலித் பத்திரிக்கையின் தொடர்ச்சியாகத் தொடங்கப்பட்ட தலித் பத்திரிக்கைகளிளெல்லாம் பார்ப்பன எதிர்ப்பு என்பது கடுமையாகத் தொடர்ந்தபடி இருந்தது. இதன் உச்சகட்ட வீச்சை அயோத்திதாச பண்டிதர் நடத்திய 'ஒரு பைசா தமிழன் மற்றும் தமிழன்' இதழ்களில் காணலாம்.

தத்துவார்த்த ரீதியாகவும், இயக்கரீதியாகவும் பார்ப்பன எதிர்ப்பு. சாதி, இந்துமத எதிர்ப்பு என்பது பார்ப்பனரல்லாதார் இயக்கம் தொடங் கப்படுவதற்கு முன்பே இருந்தது. அதன் தலைமை முழுதும் தலித்துகள் வசம் இருந்தது. இதற்குக் காரணம் இல்லாமலில்லை. தலித்துகளின் வாழ்க்கை முறை. பண்பாடு, வழிபாட்டு முறைகள் உட்பட அனைத்தும் பார்ப்ப னீய எதிர்ப்பாக இருந்தன. இன்றும் இந்நிலை உண்டு என்றாலும் இவை குறித்து ஏராளமான முந்தையப் பதிவுகள் உண்டு, 1859ல் சூர்யோதயம் இதழில் தொடங்கி எட்கர் தர்ஸ்டர்ன் (1900), பண்டிதர் (1914) பின்பு டாக்டர் அம்பேத்கர் வரை பலர் விரிவாகப் பதிவு செய்துள்ளனர். உதாரணமாக, பண்டிதர் 1909ல் எழுதுகிறார்:

...மிலைச்சர்களாம் ஆரியர்களைக் கிராமங்களுக்குள்

வரவிடாமல் துரத்தியும், அவர்கள் கால் வைத்தயிடங்களிலெல்லாம் சாணத்தைக் கரைத்து தெளித்து, அச்சட்டியை அவர்கள் ஓடிப் போன வழியில் உடைத்தும் வருவது வழக்கமாயிருந்தது.

(இதில் கிராமம் என்பது தற்போதைய வார்த்தையில் சேரி என்ற பொருள் தான்.)

இது தவிர தெளிவாகப் புரிந்துக் கொள்ள மற்றொரு சான்று உள்ளது. தீண்டத்தகாதவர் யார் அவருக்கான வரையறை என்பதை வகைப்படுத்த 1911 ஆம் ஆண்டு மக்கள் தொகை கணக்கெடுப்பின் போது கணக்கிட மக்கள் தொகை கணக்கெடுப்பு ஆணையர் வகுத்த 13 விதிகளில் ஒன்று:

தீண்டத்தகாதவர் என்போர் பார்ப்பன குருவை ஏற்காதவர்கள். என்பதாகும்.

- இந்த விதி 1911 முதல் 1931 வரை மக்கள் தொகை கணக்கெடுப்பில் பயன்படுத்தப்பட்டது. இந்த விதிகளை டாக்டர்.அம்பேத்கர் தாம் எழுதிய தீண்டத்தகாதவர்கள் யார் எனும் நுலில் விரிவாக அலசியுள்ளார்.

தலித்துகளின் இந்த வாழ்க்கை முறையானது பார்ப்பனீயத்தை எதிர்ப்பதை நோக்கமாக கொண்ட வாழ்முறையல்ல. அது தனித்த, உலகளாவிய இயற்கையோடு இயைந்த ஒரு வாழ்முறை. அதனாலேயே வடிவத்திலும், உள்ளடக்கத்திலும் பார்ப்பனீயத்திற்கு எதிர்ப்பான வாழ் முறையாக அமைந்திருக்கிறது. இந்த வாழ்முறை பார்ப்பனரல்லாதாரிடம் இல்லை என்பது தெளிவு.

பார்ப்பனீயத்தை, சாதியைத் தலைமீது தாங்கி வந்தவர்கள்தான் அதன் அதிகார நெருக்கடியை எதிர்க்க பார்ப்பனரல்லாதார் இயக்கம் தொடங்கினர். பின்பு சுயமரியாதை இயக்கம், திராவிட இயக்கம் என்று மேலும் மேலும் அது வளர்ந்தாலும் பார்ப்பனீயத்திற்கு மாற்றான ஒரு வாழ்க்கை முறையைக் கட்டமைக்காமல் அரசியலில் மட்டும் வெற்றி கண்டது.

பார்ப்பனதல்லாதாரின் இந்த வெற்றி தலித்துகளின் வாழ்வில், சாதிய ஒடுக்கு முறைகளில் ஏதாவது மாற்றத்தை உண்டாக்கியதா? விடைகள் பூஜ்யமாகவும், வினாக்கள் வாள் கொண்டும் நிற்கின்றன.

தலித்துகள் - அவர்களின் சமுக வாழ்வியல் கருத்தான பார்ப்பன எதிர்ப்புக்குப் பங்களிக்க வந்த பார்ப்பனரல்லாதாரின் பங்கு தான் என்ன? உண்மையில் பார்ப்பன எதிர்ப்பைக்கையில் எடுத்த பார்ப்பன ரல்லாதார் தலித்துகளின் வாழ்க்கைமுறையை, பண்பாட்டைப் பின்பற்றி முன்னெடுத்திருக்க வேண்டும் என்றும், தலித்துகளின் போராட்டத்தில் உந்து சக்தியாக அவர்கள் கலந்திருக்க வேண்டும் என்பதும், பார்ப்பனரல்லாதாரின் போராட்டத்தில் தலித்துகளை அவர்கள் முன்னிருத்தியிருக்க வேண்டும் என்பதும் தேவையாய் இருந் தது. ஆனால் பார்ப்பனரல்லாதார் அதைச் செய்யவில்லை, அதைச் செய்ய அவர்களை எது தடுத்தது.

இது, வரலாற்று ரீதியாக முக்கியமான அம்சமாகும். இது பெரியார் உட்பட அனைவரும் கவனிக்காத அல்லது விரும்பாத ஒரு அம்சம். இதற்கு இரண்டு காரணம்:

1. பார்ப்பனரல்லாதார் (தலித்தல்லாதார்) அரசியல் அதிகாரத்தை நோக்கி நகர்ந்தது.

2. தலித்துகளைத் தீண்டத் தகாதவர்களாகவே பார்த்தது.

இதில் இரண்டாவதின் பொருள் என்னவென்றால், தலித்துகளின் வாழ்க்கைக்கும், பண்பாட்டிற்கும் உள்ள நெடுங்கால வரலாற்றை, அதன் முற்போக்குத் தன்மையை அவர்கள் கணக்கில் எடுத்துக் கொள்ளவே இல்லை. சொல்லப் போனால் அவர்களுக்கு வரலாறே இல்லை என்றுதான் அவர்கள் எண்ணினர். அதனால் அவர்களை 'உயர்த்துவதற்கு' ஏதாவது செய்தால் போதும் என்ற எண்ணம் அவர்களிடையே மேலோங்கியிருந்தது. - இந்த எண்ணத்திலிருந்து இன்றும் அவர்கள் விடுபடவில்லை. எனவே இதன் சமுக உளவியல் மதிப்பீட்டைக் கவனிக்க வேண்டியது அவசியம்.

பெரியார் கூடத் தவறிவிட்ட இந்த இடத்திற்கு அவரை கடவுளாக்கிய அவரது சீடர்கள் இனி ஒளி பாய்ச்ச முடியாத படி வாய்ப்புகள் சுருங்கி மறைந்துவிட்டன.

இவ்வாறாக தலித்துகளின் பார்ப்பன எதிர்ப்பிற்கு பங்களிக்கிறோம் என்று சொல்லாமல் வந்தவர்கள் பார்ப்பனரல்லாதார் என்ற இன்னொரு சுமை அவர்களது காலில் மாட்டிவிட்டு நகர்ந்து விட்டனர். தீண்டாமை தொடர்கிறது...

◆◆◆

'உலக வரலாற்றில் இடம் பெற்றுள்ள மாபெரும் சம்பவங்கள் அனைத்தும் இரண்டு தடவை தோன்றுகின்றன. மாபெரும் தலைவர் களும் இரண்டு முறை தோன்றுகிறார்கள்' என்று ஹெகல் எழுதியுள்ளார்.

'அவர்களுடைய தோற்றம் முதல் சந்தர்ப்பத்தில் சோகக் கதையாகவும், இரண்டாவது சந்தர்ப்பத்தில் கேலிக் கூத்தாகவும் இருக்கிறது' என்பதை அவர் எழுத மறந்துவிட்டார் என மார்க்ஸ் எழுதுகிறார்.

இங்குக் கூறப்பட்ட இரண்டு வரலாற்றுச் சம்பவங்களும் நமது கதையை ஞாபகப்படுத்தலாம். மார்க்ஸ் அளித்த தத்துவ வெளிச்சம். அதன் ஆளுமை இந்திய மண்ணோடு மல்லுக்கு நிற்கிறது. இரண்டு சம்பவங்களைத் தாண்டி, ஒரு மூன்றாவது சம்பவத்தை நிகழ்த்திக் காட்டும் வேலையை வரலாறு கொண்டு வந்திருக்கிறது.

எனவே. இதுவரை பார்த்ததெல்லாம் பழைய கதை. அவைகள் செத்துப் போன சம்பவங்கள் என்றாலும், அதன் வாயிலாக அதிகார ருசி பார்த்த ஆவிகள் இன்னும், இன்றும் உலவுகின்றன...

இப்போது காலம் வெகுவாக மாறிவிட்டது. அம்பேத்கர் அளித்த புதிய வெளிச்சம் இந்துக்களின் அகல் விளக்கைப் போல் தனக்குக் கீழே இருட்டை வைக்காமல் புதிய வேகத்தையும் பரந்த வெளியையும் காட்டியது. இன்று தலித்துக்கள் தங்களுக்கென தனித்ததொரு அடையாளத்தை. கருத்தியலைப் பெற்றுவிட்டார்கள். இதன் அடியோட்டமும் இரண்டாயிரம் வருடங்களாக இருந்து வந்தது தான். ஆனால் இன்று அது கலை, இலக்கியம், விமர்சனம், பொருளாதாரம் போன்ற பல துறைகளையும் ஆக்ரமித்துக் கொண்டதுதான் சிறப்பு. இதற்குத் தொடக்கத்திலிருந்த எதிர்ப்புகள் எல்லாம் பழைய கதைகளாகி விட்டன. எனவே இதில் இடம் பிடிக்க தலித் அல்லாதாரிடம் ஏற்பட்டிருக்கும் வேட்கைதான், பழைய ஆவிகளின் எச்சரிக் கையைச் செவிமடுக்க வைக்கிறது.

இப்போது, 'ஒன்றும் தெரியாத' தலித்துகளுக்குப் போதிக்க வந்த பலர் பாதியிலேயே தங்கள் சொந்த வளைக்குத் திரும்பினாலும், ஊடாடிக் கொண்டு நேர்மையோடு எஞ்சியிருப்பவர் வெகு சிலர்தான். இருப்பினும் தலித்துக்குப் போதிக்கும் தலித் அல்லாதார் வெளிச்சம் பெற வேண்டிய வழிகள் இன்னும் திறந்தே இருக்கின்றன. கேள்விகளோ வரிசையில்.

எனவே, மூன்று முக்கிய கேள்விகளை மட்டும் இப்போது விசாரணை செய்ய வேண்டும்.

முதலாவதாக : தலித் அல்லாதாரின் அங்கீகாரம்.

இரண்டாவது : அவர்களின் பங்களிப்பின் தன்மை.

மூன்றாவது : அதனால் வெளிப்படும் மனநிலை.

ஒரு தலித் தான் எவ்வளவுதான் திறமையானவராகவும், அறிவாளியாகவும் இருந்தாலும் அவரது அறிவு அங்கீகரிக்கப்படும் முன்னர், அவர் தன் நேர்மையைக் குறித்து நிரூபிக்கப் போராட வேண்டியிருக்கிறது. அவர் எந்தத் தளத்தில் நின்று தன்னை நிலை நிறுத்தினாலும், கடைசியிலோ, எப்போதாவது இடையிலோ சில நேரம் அங்கீகரிக்கப்படுவார்.

வெளிப்படையான உதாரணம் வேண்டுமானால், டாக்டர் அம்பேத்கரைக் குறித்து கிருஷ்ணய்யர் கூறியது இங்கு பொருத்தமாக இருக்கிறது :

'வாய்ப்பு கிடைக்கமானால் ஒடுக்கப்பட்ட ஒருவர் தன் திறமையை வெளிப்படுத்த முடியும் என்பதற்கு உதாரணம் அம்பேத்கர்'

அம்பேத்கருக்கே இந்தப் பாராட்டு என்றால் மற்றவர்களுக்கு...?

தலித் அல்லாதாருக்கு இது போல அங்கீகாரம் இல்லை. வேறு மாதிரியாக இருக்கும் அவருக்கு ஒரு 'இசம்' துணை நிற்கும். 'அவர் முற்போக்கானவர், சாதி பேதமெல்லாம் பார்க்க மாட்டார்' - இதில் எங்காவது பிசிறு தட்டினால் தயாராக ஒரு பதில் 'இந்த ஜனங்களே இப்படித்தான். மத்த ஆளுங்கள நம்ப மாட்டாங்க'.

இதனால் தலித் சங்கதியைப் பேசும் தலித் அல்லாதாருக்கு ஏதாவது நட்டம் வந்து விடுமா?.... அப்படியே மீறி தலித் அல்லாதாரின் பங்களிப்பின் வகையினங்களைப் பார்த்தால் அதற்கும் ஓர் அரசியல் பின்புலத்தைப் பார்க்க வேண்டியிருக்கிறது. தற்போது :

இலக்கியத் துறையில் தலித்தல்லாதாரின் பங்கு மெல்லக் குறைந்துவிட்டது, அதைப் பற்றின விவரங்களைச் சேகரிப்பதும் அரிதாகி வருகிறது. அரசியல் தவிர்த்து கருத்தியல் மற்றும் கலைத் துறைதான் எஞ்சியிருக்கிறது.

கருத்தியல் தளத்தில், சாதியையும், தீண்டாமையையும் கடைப் பிடிக்காத தலித்துக்களிடம்தான் கடுமையாக பிரச்சாரம் செய்யப்படுகிறது. இரண்டையும் கடைப்பிடிக்கும் தலித்தல்லாதார் தளத்தில் இவை பேசப்படுவது குறைவு. அப்படிப் பேசுவதும் ஒரு சட்டப்படியான சடங்கிற்குத் தான். இந்த இடைவெளித்தான் 'இசங்கள்' கொண்டு நிரப்பப்படுகிறது. புதிரான (?) இந்த இடைவெளியில் உதை படுவது பார்ப்பனீயம்.

இப்போது பின் நவீனத்துவம் வந்து சேர்கிறது. சொந்த வேர்களைத் தேடுங்கள் என்று தலித்துகளுக்கு அறைகூவல் விடுத்தது. தங்கள் சொந்த வேர்களைத் தேடிய தலித்துகள் தலித்தல்லாதாரின் பிற வேர்களையும் கண்டபோது, உடனே தலித் அல்லாதார் தலித் வரலாற்று ஆய்விலிருந்து எதிர் காலத்திற்குள் நுழைந்து விட்டார்கள். இங்கிருந்துதான் அறிவுரைகள் தொடங்குகின்றன. பின் நவீனத்து வத்தால்தான் தலித்துகள் தங்கள் வேர்களைத் தேட வில்லை. 150 ஆண்டுகளாக இது நடக்கிறது. அதேபோல் தான் அறிவுரையும்.

இந்தக் கருத்து - விமர்சனப் பங்களிப்புக்கும், அறிவுரைக்கும் இந்திய அளவிலும், தமிழக அளவிலும் ஏராளமான உதாரணங்கள் உண்டு. வேறு வாய்ப்பில் இதை விரிவாகப் பேசலாம்.

இப்போது கலைத் துறையை மட்டும் எடுத்துக் கொள்வோம். தலித் சமூகத்தில் கலை வடிவங்கள் ஏராளம். பாட்டு, நடனம், நாடகம், இசை, வண்ணம் என்று எல்லாவற்றிலும் தேவையான செல்வத்தை அச்சமூகம் வைத்திருக்கிறது. ஆனால் தற்போது இது அறியப்படும் வழி நாட்டுப்புறக் கலையாக மட்டும்தான்.

இந்த வடிவங்களிலிருந்து நவீன கலைவாதிகள் ஏராளமானதை உள்வாங்கி, தன்வயப்படுத்தி, நவீன நாடகங்களையும், இசையையும், பிற வடிவங்களையும் தயாரிக்கிறார்கள். பறையடித்துதான் நவீன நாடகம் இன்று தொடங்கி வைக்கப்படுகிறது. பறையடிக்கும் நவீன வாதி ஒரு நவீனமான கலைஞர். கதை மரபிலும் இப்படியே. நவீனவாதி தலித் கலை வடிவங்களைக் கடுமையாக ஆய்வு செய்கிறார். சிறந்த கூறுகளை தன் வயப்படுத்தி காப்பாற்றுகிறார். உடனே பெரிய மேதையாகி விடுகிறார்.

பின் தலித் கலைகள் பழமையானவை என்று அங்கீகரிப்பார் . அப்படி அங்கீகரிப்பதின் மூலம் தன்னுடைய அங்கீரிக்கும் ஸ்தானத்தைத் தக்க வைத்துக் கொள்வார், தொடர்ந்து, தலித்துகளின்

கலைக்குப் பங்களிக்க முடியாத நிலையில், அதை பயன்படுத்தல் தொடங்கி விடுகிறது. இவர்கள் காப்பாற்றும் வழியில், உண்மையான கலை கொண்ட அந்த தலித்தின் நிலை என்ன? அவரது அங்கீகாரம் என்ன?

அமெரிக்காவை கொலம்பஸ் கண்டு பிடித்தார். அது அங்குப் பூர்வீகமாய் இருந்து வரும் செவ்விந்தியருக்கா? அது ஐரோப்பியருக்குப் புதியது. அமெரிக்காவிற்கு வந்த புதிய ஐரோப்பியர் பூர்வகுடி செவ்விந்தியரை ஒழித்து கட்டியது. 'புதிய கண்டு பிடிப்பின் மூலம்தான்.' என்பதற்கு அமெரிக்காவின் ரத்தம் தோய்ந்த வரலாற்றுப் பக்கங்கள் இன்னும் சாட்சிகளாய் இருக்கின்றன.

தலித்துகளின் கருத்தியலில், தலித் கலைகளில் புதிதாகப் பங்களிக்க வந்து, பின்பு கண்டு பிடிப்பதெல்லாம் தலித்துகளுக்கல்ல, நவீனவாதிகள கலையை உயர்த்தினால் - உயிரோட்டமுள்ள தலித் வாழ்வை - கலையை அதன் ஒளியை உயர்த்திப் பிடிப்பதில்லை.

வேறு வேறு வடிவங்களில் தலித் வடிவங்களுக்குப் பங்களிக்க வரும் தலித் அல்லாதவர்கள், பங்களிக்க வந்து, பின்பு தமக்குப் பயன்படுத்தத் தொடங்கும் சூக்குமமான வழி முறையில் அவர்களது நுட்பமான மன நிலையினைக் காண்கிறோம்.

1997 ஆம் ஆண்டு இந்தியாவில் முதன் முதலில் நடத்தப்பட்ட 'தலித் ஓவியக் கண்காட்சி'யை தொடங்கி வைத்தபோது 'எல்லாவற்றிலும் எஜமானர்களாய் இருக்க விரும்புபவர்களால்தான் தலித் ஓவியத்தின் தேவை உருவானது' என்று ஓவியர் சந்ரு தனது கருத்தைப் பதிவு செய்தார். இந்த உண்மை மிகுந்த அரசியல் முக்கியத்துவம் வாய்ந்தது மட்டுமல்ல எல்லா சீரிய தளங்களுக்கும் பொருந்தக் கூடியது.

எனவே, தலித் விசயத்தில் தலித் அல்லாதவர் கற்றுக் கொள்ள ஏராளம் இருக்கின்றன என்ற அடிப்படையை அவர்கள் ஏற்றுக் கொள்வதில்லை. எப்படிப் பார்த்தாலும் வெறும் அனுதாப பார்வையினால் மட்டும் தலித்துக்களை யாரும் கரைசேர்க்க முடியாது. அந்த அனுதாபம் உள்ளீடு சாதி மேலாண்மையின் இளகிய வடிவம். பழைய வரலாற்றின் புதிய தொடர்ச்சி.. அதிகார மேலாதிக்கத்தை நோக்கியத் தொடர்ச்சி...

எனவே, தலித்தையும் - தலித் அல்லாதாரையும் இணைக்கும் புள்ளி

நம்பிக்கை தரும்படி இல்லையென்றாலும் கவனிக்கப்படாமலிருக்கும் ஒளிக் கீற்றுகளைக் கண்டு இணைக்கும் புள்ளியாக மாற்ற வேண்டிய கடமை இருக்கிறது. ஆனால் அந்தக் கடமையும் தொடர்ந்த விழிப்புணர்வோடு நிறைவேற்றப்பட வேண்டும், ஏனெனில் சிறியத் தடுமாற்றம்கூட பெரிய நம்பிக்கையின்மையை ஏற்படுத்திவிடும். வரலாற்றின் நெடுக நாம் பார்க்கும்போது எந்த ஒரு சமூகமும் நம்பிக்கை யின் பேரால் தலித் சமூகத்தினைப் போல மோசம் போனதில்லை என்பதைக் காண முடியும். காயத்தினைவிட காயத்திற்கு மருந்து போடுவதாக பம்மாத்து செய்பவர்கள் கொடுரமானவர்கள்.

எனவே, வரலாற்று படிப்பினைக்கு பின்வரும் வாசகங்கள் நினைவுக்கு வருகிறது.

வரலாற்றிலிருந்து நாம் அறியும் பாடமென்ன, வரலாற்றிலிருந்து ஒருவரும் ஒன்றைக்கூட கற்றுக் கொள்ளவில்லை என்பது தான்.

ஹெகல் இந்தத் தீர்க்கமான வாசகங்கள் இது தலித் அல்லாதாருக்கு வேண்டுமானால் பொருத்தமாய் இருக்கலாம். தலித்துக்கள் அப்படி இருக்க முடியாதல்லவா!

புதிய கோடங்கியில், 2002 ஏப்ரல் மற்றும் மே மாதங்களில் வெளிவந்த இதழ்களில் இரண்டு பகுதிளாக 'தலித் தல்லாதார்' கட்டுரையை எழுதினேன். கட்டுரை வெளி வந்தவுடன் பல விதமான எதிர்ப்புகளும் மறுப்புகளும் வந்தன. சிலபேர் நேரிலேயேயும், கைப் பேசி வாயிலாகவும் தமது கண்டனத்தையும் விமர்சனத்தையும் தெரிவித் தனர். சாதிகளாலும் மதங்களாலும் பிளவுண்டு தனித்தனியாகவும் அதேவேளை சேர்ந்து இருப்பதைப் போலத் தோற்றத்தில் இருக்கும் தலித்துகள் தவிர்த்த பெருங்கூட்டத்தை 'தலித்தல்லாதார்' என அரசியல் மற்றும் சமூகச் சுட்டுச் சொல்லாடல் மூலம் அடையாளப் படுத்தி அழைத்ததை அவர்களால் ஏற்றுக் கொள்ள முடியவில்லை. இந்தச் சமூகத்தை "தலித் - தலித்தல்லாதார்" என்று பிரித்துப் பார்ப்பதையும் ஏற்றுக் கொள்ள முடியவில்லை அதனால்தான் அவ்வாறு எதிர்கொள்ளப்பட்டேன், எனினும் எழுத்துப் பூர்வமாக என்னை எதிர்கொள்ள அவர்கள் தயாராக இல்லை, அப்படி விவாதித்தால் பதிவு நிலைத்துவிடும் என நம்பினார்களோ என்னவோ! ஆனாலும் தலித்தல்லாதார் என்ற பதம் இப்போது புழக்கத்தில் வந்து நிலைத்து விட்டது என்பது தனிக்கதை.

எனினும் தலித்தல்லாதார் கட்டுரை வெளிவந்த அடுத்த இதழில் தோழர். குருசாமி மயில்வாகனன் அவர்கள் எனது கட்டுரையை மறுத்து விவாதம் மேற்கொண்டார், அவரது மறுப்புக் கட்டுரைகள் பல செய்திகளை வெளிக் கொண்டு வரவும் தலித்தல்லாருக்கு ஒரு புதிய சூழலில் தலித் கருத்தியலைத் தெளிவுபடுத்தவும் உதவியதால் சூன் 2002 முதல் அக்டோபர் 2002 வரை புதிய கோடாங்கியில் நடைபெற்ற அந்த விவாதம் இங்குத் தொகுக்கப்பட்டுள்ளது. மேலும் தலித்தல்லாதார் கட்டுரையின் கடைசிக் கட்டுரையை புதிய கோடாங் கியில் வெளியிடத் தாமதமாகி விட்டது எனவே அக்கட்டுரை இத் தொகுப்பில் புதிதாக இணைக்கப்பட்டுள்ளது.

8.அ முகிழ்க்கும் வினாக்களும் மூழ்கடிக்கப்படும் விடைகளும்
கௌதம சன்னாவின் கட்டுரைக்கான எதிர்வினை - குருசாமி மயில்வாகனன்

தலித்தல்லாதார் இடைவெளி முகிழ்க்கும் வினாக்கள் - கௌதம சன்னாவின் கட்டுரை நேரடியாக விசயத்திற்கு வந்து விவாதத்தைத் தொடங்கி விடுகிறது. இதில் விவாதம் செய்வதற்கு ஒன்றுமேயில்லை, கட்டுரையின் கருத்துக்கள் மிகவும் தீர்மானகரமானவை எனக் கட்டுரையாளர் நினைப்பது கட்டுரையிலேயே வெளிப்படுகிறது. ஹெகலைக் கொண்டு முடிப்பது அதை மேலும் உறுதியாக்குகிறது. 'இது தலித்தல்லாதோருக்கு வேண்டுமானால் பொருத்தமாய் இருக்கலாம்' என்று அவரே பொருத்தம் பார்ப்பதும், 'தலித்துக்கள் அப்படி இருக்க முடியாதல்லவா?' என எகத்தாளப்படுவதும் நிறைய பேசப்பட வேண்டிய விசயங்களே.

மூன்று முக்கிய கேள்விகள் - மறு விசாரணை:

1. தலித் அல்லாதாரின் அங்கீகாரம் 2. அவர்களின் பங்களிப்பின் தன்மை 3. அதனால் வெளிப்படும் மனநிலை - ஆகிய மூன்று முக்கிய கேள்விகளை மட்டும் விசாரணைக்கு உட்படுத்தியிருக்கிறார்.

முதலாவதாக தலித்தல்லாதாரின் அங்கீகாரம் பற்றிப் பேசவந்தார். தலித்துகளின் அங்கீகாரத்தை யாரிடம் எதிர் பார்க்கிறார்? தலித்துகளிடமா? தலித் அல்லாதாரிடமா? அம்பேத்கர் குறித்து கிருஷ்ணய்யர் சொன்னதை தலித் குறித்து தலித்தல்லாதோரின் ஒட்டுமொத்தக் கருத்தாகக் கொள்வதும் மோசடியானதே தவிர வேறொன்றுமல்ல.

இரண்டாவதாக, அவர்களின் பங்களிப்பின் வகையி னங்களைப் பற்றிப் பேசவந்தவர் இலக்கியத்தில் அவர்களின் பங்கு குறித்த விவரம் மெல்லக் குறைந்து விட்டது என்கிறார். பங்கு குறைந்தால் சரி, பங்கு குறித்த விவரம் குறைந்தால் - நாம் தான் கொஞ்சம் விவரத்தைக் கூட்ட முயற்சி செய்ய வேண்டும். சாதியும், தீண்டாமையும் தலித்துகளிடத்தில்தான் பிரச்சாரம் செய்யப்படுகிறது என்கிறார். கலையில் நவீனத்துவவாதிகள் தலித்தியத்தை உள்வாங்கி 'பயன் படுத்திக் கொள்கிறார்கள்' என்கிறார். இன்னும் இது போன்றவைகளை நிறைய 'ஸ்டாக்' வைத்துள்ளதையும் தெரிவித்துக் கொள்கிறார். ஆக மொத்தம் இரண்டாவது கேள்விக்கான விசாரணையில் அவர் முன்வைப்பதை ஒற்றை வார்த்தையில் சொல்வதென்றால், 'தலித்தல்லாதோரின் மோசடி' என்பதாகும். மூன்றாவது கேள்வி தனியாகக் கொள்ள வேண்டியதில்லை. இதோடு இணைத்தே பார்க்கலாம். அதில் வெளிப்படும் மனநிலை பற்றிப் பேசவந்தவர், பங்களிக்க வருவதாகக் கூறிக் கொண்டு பின்பு தமக்குப் பயன்படுத்தத் தொடங்கிக் கொண்டார்கள் என்கிறார். இது தலித் வடிவங்களின் வீச்சைக் காட்டுகிறதா? அல்லது பங்காளித் துரோகமா? வீச்சையே வெளிப்படுத்துகிறது என்றால் அது சரிதான். பங்காளத் துரோகமென்றால் அது அம்பலப்படுத் தப்பட வேண்டியது தான். ஆனால் இதுவே தலித் அல்லாதோரின் பங்களிக்கும் மனநிலை என்று ஒட்டு மொத்தமாய்க் குற்றம் கூற முடியுமா? வரலாற்றிலிருந்து புரிந்து கொண்டது இது தானா?

இணைக்கும், புள்ளியும் கோலமும்

தலித் - தலித் அல்லாதோர் என்ற சொற்கள் எவ்வாறு கட்டமைக் கப்படுகின்றன? அட்டவணைச் சாதியினரை அச்சாதிகளின் அடிப்படையிலேயே ஒன்றிணைத்து உருவாக்கப்பட்ட ஒற்றை அடையாளமே 'தலித்' என்பதாகக் கணக்கிலெடுத்தால், பிற்படுத்தப்பட்ட மற்றும் உயர்வாக்கிக் கொண்ட சாதியினரை 'தலித் அல்லாதாராக' வகைப்படுத்தலாம். அல்லது, ஒடுக்கப்படும் அனைத்துச் சாதி உழைக்கும் மக்கள் கூட்டம் என்பாரை 'தலித்' என்பதாகக் கணக்கிலெடுத்தால் ஒடுக்கும் அனைத்துச் சாதியினரையும் தலித்தல்லாதார் என வகைப்படுத்தலாம். நிச்சயமாக கௌதம சன்னா முதல் வகையிலேயே தலித் அல்லாதாரையும் தலித்தையும் வகைப் படுத்தியிருப்பார்.

இந்நிலையில் 'தலித்தையும் - தலித் அல்லாதாரையும் இணைக்கும் புள்ளி நம்பிக்கை தரும்படி இல்லையென்றாலும், இணைக்கும் புள்ளியாக மாற்ற வேண்டிய கடமையோடு விழிப்புணர்வுக்கும் இன்னும் நம்பிக் கையிருக்கிறது' என்று தனது கட்டுரையின் கருத்தாக அறிவிக்கிறார்.

தலித் அல்லாதார் விசயத்தில் இவ்வளவு விழிப்புணர்வோடு இருப்பதற்காக கௌதம சன்னாவைப் பாராட்டலாம். ஆனால் இந்த அதிகார ருசி பார்த்த பழைய ஆவிகளையும் - தலித்தையும் இணைக்கும் புள்ளியின் அவசியம் என்ன? தலித்தியலில் இடம் பிடிக்க தலித்தல்லா தாரிடம் ஏற்பட்டிருக்கும் வேட்கையை தலித்துக்கள் தீர்க்க வேண்டிய அவசியம் என்ன?

அனுதாப அலை, அது உள்ளீடாய் சாதி மேலாண்மையின் இளகிய வடிவம், பழைய வரலாற்றின் புதிய தொடர்ச்சி, அதிகார மேலாதிக்கத்தை நோக்கி - போன்ற பயமுறுத்தும் எச்சரிக்கைகளைச் சொல்லும் கட்டுரையாளர், ஏன் தலித் - தலித் அல்லாதாரை இணைக்கும் புள்ளியாக ஆக்க வேண்டியதைக் கடமையாகச் சொல்கிறார்?

இந்தப் புள்ளி தலித்துகளுக்கு அவசியமென்றால் ஏன் அவசியம்? கௌதம சன்னா இதை அவசியம் விளக்கியாக வேண்டும்.

தலித்தல்லாதோரை புறக்கணிக்கத் தூண்டும் கட்டுரை அட்டவணை உட்சாதி முரண்பாட்டிற்கு வரலாற்றிலிருந்து புரிந்து கொண்ட திலிருந்து ஏதேனும் விளக்கம் தருகிறதா? இல்லை.

'ஒன்றுந் தெரியாத' தலித்துகளுக்குப் போதிக்க வந்தவர்களிடம் 'கற்றுக் கொள்ள ஏராளம் இருக்கிறது' என்று அறிவுறுத்துகிறார் கௌதம சன்னா. இம்மாதிரிச் சொல்லப்படுவதாகச் சொல்லி அறிவுரையையும், போதனையையும் வேறு வேறாக வகைப்படுத்திப் பார்க்கிறார்.

வரலாற்றிலிருந்து ஒருவரும் ஒன்றைக்கூட கற்றுக் கொள்ளவில்லை என்பதே வரலாறு சொல்லும் பாடம் எனச் சொல்லும் ஹெகலைப் படித்தவர் ஏடறிந்த வரலாறெல்லாம் வர்க்கப் போராட்டங்களின் வரலாறே என மார்க்ஸ் சொன்னதையும் படித்திருக்கலாம்.

கோளாறைக் குறிவைக்கும் தகராறுகள்

தலித் அல்லாத சாதியில் பிறந்தவர்களில் 0.1% தவிர ஏனைய அனைவரையுமே குற்றவாளிகள் ஆக்குகிறது கட்டுரை. அவர்கள்

சாதியை மீறுவ தைக்கூட 100% சந்தேகப்படுகிறது கட்டுரை. "சாதியத்தில் தலித்தியத்தை மட்டும் வடிகட்ட முயற்சி செய்யும் கட்டுரையாளரின் எண்ணம் இப்போது தமிழக தலித்திய அறிவு ஜீவிகளிடம் பரவலாகக் கொண்டு செல்லப்பட்டிருக்கிறது". ஏன் இவ்வாறு செய்யப்படுகிறது என்பதை தலித்துகள் மட்டுமல்ல, தலித் அல்லாதாரும் அறிவார்கள் என்பதைக் கட்டுரையாளர் புரிந்து கொள்வது நல்லது.

தலித் எதிர் தலித் அல்லாதார் தகராறினை தலித் எதிர் அதலித் ஆகக் கொண்டு போய் நிறுத்த முயற்சிப்பது கோளாறுதானே தவிர வேறேதுமல்ல.

சாதிய அபிமானிகளையும் சாதி வெறியர்களையும் குறித்து கட்டுரை சொல்லும் அனைத்தும் உண்மைதான். சொல்லப் போனால் அதன் பின்னணி குறித்துக் கூடுதலாகவும் சொல்லப்பட வேண்டியவை உள்ளன. ஆனால் தலித் அல்லாதோர் என அனைவரையும் பொதுமைப்படுத்தி வீசப்படும் குற்றச் சாட்டுக்கள் புத்திசாலித்தனமான காரியம் அல்ல. கட்டுரையாளர், அரங்க. குணசேகரனின் கட்டுரையை நன்கு படிக்குமாறு வேண்டுகோள் விடுக்கிறேன். அவர் சொல்லும் அரசியல் பணி குறித்து விவாதிக்கக் கோருகிறேன்.

இகழ்ச்சியை ஏற்பதும் இகழ்ச்சியே

மனித சிந்தனைக்குள் 'கருத்தேற்பு' என்ற நிகழ்வு இருப்பது போலவே 'கருத்திகழ்வு' அல்லது 'கருத்து நீக்குவது' என்ற நிகழ்வும் உள்ளது. சாதிய அடிப்படையில், அதனால் தாங்கள் உயர்ந்தவர்கள் என்ற கருத்தை நீக்கிக் கொள்ள வேண்டியதுபோலவே அதனால் தாங்கள் தாழ்ந்தவர்கள் என்ற கருத்தையும் நீக்கிக் கொள்ள வேண்டும். அதே சமயம் தலித்துகள் அதைச் செய்து கொள்ள முடியுமென்றால் தலித் அல்லாதோரும் அதைச் செய்து கொள்ள முடியும். இன்னும் சொல்லப் போனால் அவ்வாறு சாதி நீக்கம் செய்து கொள்ள விரும்பாதவர்கள் தலித்துகளாகவும் இருக்க முடியாது, மனிதர்களாகவும் ஆக முடியாது.

சாதிய அடையாளம் என்பது ஒரு மனிதன் சுய சிந்தனையோடு விரும்பி ஏற்றுக் கொள்வது அல்ல. அது பிறப்பினடிப்படையில் ஏற்படுவது. ஒருவன் ஒரு சாதியில் பிறக்க வேண்டிய கட்டாயம் இந்திய சமூகத்தில் தவிர்க்க முடியாதது, தலித்துகள் உட்பட. அதே

நேரம் சாதிதான் மனித சிந்தனையை முழுக்க வடிவமைக்கிறது என்பது விஞ்ஞான பூர்வமானதல்ல. அது இனமே சிறந்தது எனச் சொல்லும் பாசிசத்திற்கு ஒப்பானதாகும். சாதிதான் அவனது சிந்தனைக்குள் இருக்க முடியும் என்றால் இன்று பிரகாசிக்கும் தலித்தியம் இத்தனை ஆயிரம் ஆண்டுகளாக எங்கிருந்தது? இருந்ததா? இருந்தது. அப்போது அது வர்க்க உணர்வோடு பின்னிப் பிணைந்து கிடந்தது. அவ்வாறுதான் அது இருக்க முடியும். இருக்கவும் வேண்டும். அவ்வாறு இருந்ததால் தான் அதனால் மிகப்பெரிய வேலைகளைச் செய்ய முடிந்தது. இப்போது தனித்துக் கிளம்பியிருக்கும் தலித்தியம் மேலும் சமூகப் பிரிவினை வாதமாக மாற்றப்படுகிறதேயன்றி, சமூக மாற்றத்திற்கான வாதமாக இல்லை. ஒரு உதாரணம் பார்க்கலாம்.

இறுகக் கட்ட முடியாத டர்பன்

சாதி வேறுபாடும் இனவேறுபாடே என்கிற டர்பன் முழக்கத்தை வைத்துப் பார்ப்போம். சாதிய வேறுபாடும் இன வேறுபாடே என்றால் சாதிய விடுதலையை வலியுறுத்தும் கட்டத்தில் சாதிய விடுதலைக்கான நிபந்தனைகளாக இன விடுதலைக்கான நிபந்தனைகளை முன் மொழிய முடியுமா? இன விடுதலை என்பது முதலாளித்துவத்தின் கோரிக்கையாக உள்ள போது சாதிய விடுதலை என்பதை எந்த வர்க்கத்தின் கோரிக்கை யாகக் கொள்ள முடியும்? - இது சிக்கலில்லையா.

இந்தியாவிற்கான விசேசமான பிரச்னையாக சாதியம் இருப்பதைச் சொல்வதும் அதே நேரம் அது உங்களைப் போல எங்கள் நாட்டிலும் வேறு வடிவத்தில் இருக்கிறது என்று டர்பனில் பொதுமைப் படுத்தியதும் முரண்பாடானதில்லையா?

அதுபோலவே, சிபிஎம், சிபிஐ மீது சாதி விரோதக் குற்றச்சாட்டுக்களைச் சரமாரியாக வீசுவது இப்போது தலித்திய அறிவாளிகளின் அன்றாடக் கடமைகளில் ஒன்றாகி விட்டது. இதில் சில நியாயங்கள் கூட இருக்கலாம். ஆனால் சிபிஎம், சிபிஐ மீதுள்ள கோபத்தை மார்க்ஸீயம் வரை இழுத்துக் கொண்டுபோய் நிறுத்துவது அபத்தமானதுதானே தவிர, வேறொன்றுமல்ல. தலித்தியம் இவ்வாறு கொண்டு செல்லப்படுவது ஏன்?

உலக வரலாறும் இந்திய சாட்சியமும்

உலக வரலாற்றில், கம்யூனிச எதிர்ப்பு என்பதைத் துவக்கியதும் முழி பிதுங்கிக் கொண்டிருந்த 'நாஜிகள்' வல்லரசுகளின் ஆதரவும் நிதியும் பெற்று வெகு வேகமாக வளரவில்லையா!

இந்திய வரலாற்றில் கம்யூனிச எதிர்ப்பு என்று சொல்லியவுடன் அது வரை தட்டுத் தடுமாறிக் கொண்டிருந்த 'தேச விரோத ஆர்.எஸ்.எஸ் கும்பல்' வெகு வேகமாக வளர்ந்ததோடு - இன்றும் அவை அந்நிய நிதி உதவி பெறுகின்றன. கம்யூனிச எதிர்ப்பு என்று சொல்லப்படுவதால் அந்நிய நிதி உதவியுடன் வளரும் புதிய தலித்தி யத்தையும் இதோடு ஒப்பிட்டுப் பார்க்கலாம். தொண்டு நிறுவனங்களும், தன்னார்வக் குழுக்களும் இன்றி இப்போதைய தலித்தியம் ஏது?

தாளிக்கப்படும் தலித்தியம்?

வல்லரசுகள் தங்களது ஏகாதிபத்திய நலன்களுக்காக, பல்வேறு நாடுகளில் பல்வேறு வகைகளில் உட்கட்டமைப்பைச் சிறிது சிறிதாக தகர்த்துக் கொண்டிருக்கின்றன. 'கம்யூனிச அபாயம்' குறித்த கவலை தான் அவர்களை இந்த ஈவு இரக்கமில்லாத ஈனத்தனமாக வேலை களைச் செய்ய வைத்துக் கொண்டிருக்கின்றன. உலக வங்கியின் உத்தரவுகள், தனியார் மயம், தாராளமயம், உலகமயம் - இவையெல் லாமே உலகெங்குமுள்ள உழைத்து வாழும் மக்களை (உட்கார்ந்து வாழும் மனிதர்களையல்ல) பெரும் வலைப் பின்னலுக்குள் நெருக்கித் தள்ளிவிடுகின்றன. கவிழ்ந்து போய்க் கொண்டிருக்கும் முதலாளித்துவப் பொருளாதாரமே இன்னும் மீளும் சாத்தியம் தெரியாமல் துடிக்கிறது. அது மீளவும் முடியாது. இதைக் கண்டு புலம்பிய அமெர்த்தியா சென்னை நோபெல் பரிசு கொடுத்து தட்டிக் கொடுத்திருப்பது இதை உறுதி செய்கிறது. அரசு நிர்வாக முறையைச் சீர்குலைப்பதற்கான பல்வேறு வழிமுறைகளை வல்லரசுகள் கையாள் கின்றன.

அவற்றில் 'தன்னார்வக் குழுக்கள்' முறைதான் வல்லரசுகளுக்கு மிகச் சிறந்த வழிமுறையாகத் தோன்றுகிறது. அது பல இடங்களில் வெற்றிகரமானது என நிரூபிக்கவும் பட்டிருக்கிறது. இப்பொழுது அந்த முறை (System) இந்தியாவிலும் மிகத் தீவிரமாக அமுல்படுத்தப் பட்டு வருகிறது.

அந்த 'முறை'யோடு "கம்யூனிச எதிர்ப்பும்" சேருமேயானால், திட்டம் முழுமையடைந்ததாகிறது. ஆர்.எஸ்.எஸ்-க்கும் கிறிஸ்தவ மிஷினரிகளுக்கும் தொடர்ந்து இதற்கென நிதி வழங்கப்படுகிறது. அதே சமயம் இவற்றிற்கு எதிரான இயக்கங்களும் இந்தப் பட்டியலில் ஊக்கப்படுத்தப்பட்டு வெகு திறமையாக இணைக்கப்பட்டுள்ளன.

அதேநேரம் இஸ்லாமிய எதிர்ப்பை தற்போதைய முதல் பிரச்சினையாக அறிவித்து செயல்படும் அமெரிக்கா தனது கீழுள்ள நிதி ஆதார மையங்களுக்கு 'இந்திய தலித்' பிரச்னைகளைக் கைவிடுமாறு உத்தரவு போடுமேயானால், நிலைமைகள் தலைகீழாகமாறும். அதுவும் விரைவில் நடைபெறும் என்பதையும் நாம் பார்க்கத்தான் போகிறோம். ஆர்.எஸ்.எஸ், கிறிஸ்தவ முரண்பாடு முற்றும் போது இவைகள் துவங்கும்.

இவற்றைத் தவிர்ப்பதற்காகத்தான் 'தலித்தியம்' என்பது இயல்பாகவே 'கம்யூனிஸ்ட்டுகளுக்கு' விரோதமானது என சிரமப்பட்டு ஆக்கும் முயற்சிகள் நடைபெறுகின்றன. ஆனால் இவை தோல்வியுறும். மெல்ல மெல்ல இப்பணிகள் நடைபெற்றாலும்கூட, மிகத் திட்டமிட்டு நடைபெறுகின்றன என்பதைத் தெளிவாக யாரும் புரிந்து கொள்ள முடியும். இந்தப் பின்னணியைப் புரிநது கொண்டுள்ள தலித்தியவாதிகள் குறித்து எதுவும் பிரச்னையில்லை. ஆனால் இதை அறியாமல் ஏகாதிபத்திய வாதிகளின் உணவிற்காக தலித்தியத்தை தாளிக்கும் நபர்களின் பாடுதான் கவலைக் கிடமானது, அனுதாபத்திற்குரியது, எதிர்க்கப்பட வேண்டியதும் கூட.

தொடரும் அடையாள மோதல்கள்

கிறிஸ்தவ, இஸ்லாமிய, சீக்கிய மதமல்லாதவர் அனைவரையும் ஒட்டு மொத்த இந்துக்களாக அடையாளப்படுத்த இதற்கு முன் அவர்கள் தீட்டிய திட்டம் இப்போது வெற்றியடைந்துதான் போயிருக்கிறது. அது போலவே தலித்துகள் எதிர் தலித் அல்லாதவர்கள் அடையாள மோதல்கள் இப்போது தொடங்கப்பட்டிருக்கின்றன. இது இன்னமும்கூட பள்ளர் எதிர் (பறையர் + சக்கிலியர்) அடையாள மோதல்களாகவும் உருமாறலாம்.

இடதுசாரிகள் எடுத்த 'உழுபவனுக்கே நிலம் சொந்தம்' இயக்கம் பள்ளர்களுக்கானது என்ற வாதம் தற்போது முன்வைக்கப் படுகிறது. அதனாலேயே ஏனையோர்களுக்காக 'நிலமற்றோருக்கு

நிலம்' என்ற கோஷம் முன் வைக்கப்படுவதாகவும் சொல்லப் படுகிறது. 20 வருடங்களுக்கு முன்னர் 'மா-லெ' இயக்கங்கள் முன்வைத்த நிலமற்றோருக்கு நிலம் என்ற முழக்கம் இப்போது தலித்துக்களுக்கானதாக மட்டுமே மாற்றியிருப்பது அதிலுள்ள முரண்பாட்டைக் கூர்மைப்படுத்துவதாகும்.

தலித் என்கிற கருத்தாக்கத்தை ஆதரிக்கிற அதே நேரத்தில் தலித்தல்லாதோர் என்ற பொதுப்படையான கருத்தாக்கத்தைக் கண்டிப்பாக ஆதரிக்க முடியாது. பிறப்பு அடையாளம் மட்டுமே மனிதச் சிந்தனையை உருவாக்குவதுமில்லை, கட்டுப்படுத்துவது மில்லை. மதமாற்றம் போல சாதி மாற்றம் என்பதை அரசு அறிவிக்குமானால் என்ன ஆகும் என்பதை எண்ணிப் பார்க்க வேண்டும்.

அப்போது வசதியுள்ள தலித்துகள் தங்களை உயர்சாதி ஆகவும் (பள்ளர் - தேவேந்திரகுல வேளாளர்), தலித் அல்லாத தரித்திரர்கள் அட்டவணைச் சாதிக்கு வருவதும் மிக வேகமாக நடக்கும். இவைகளெல்லாம் அவர்களது பிறப்பினடிப்படையில் தீர்மானம் செய்யப்படுவதில்லை. அவர்களது பொருளாதாரப்படி நிலையே இதைத் தீர்மானிக்கிறது.

இரண்டு தடவை தோன்றும் விசயத்தை ஹெகல் சொன்னதற்கு 'மார்க்ஸ்' பதில் சொன்னது போல, தலித்தியம் முதல் சந்தர்ப்பத்தில் (சிபிஎம், சிபிஐ) 'சோகக்கதை'யாகவும், இரண்டாவது சந்தர்ப்பத்தில் (தன்னார்வக் குழுக்களுடன்) 'கேலிக் கூத்தாக'வும் இருக்கிறது.

ஆக, கௌதம சன்னாவின் கட்டுரை தலித்துகளுக்கு ஆயுதத்தைத் தூக்கிக் கொடுக்க நினைக்கிறது, 'தற்கொலை முயற்சிக்கு முதலில் பயன்படுத்திப் பரிசோதனை செய்து கொள்க' என்ற முன்னறிவிப்போடு!

பின் குறிப்பு : குஜராத்தின் பாசிச இந்துக்களின் பயங்கரவாதத் தளபதிகளாக தலித் இயக்கங்களைப் பயன்படுத்திக் கொண்ட கொடுமைக்கு எதிராக உடனடியாக நாம் என்ன செய்ய வேண்டும் என்ற யோசனைகளைச் சேகரிப்பது நல்லது.

கோட்பாடு அற்றதா தலித் கருத்தியல்

8.ஆ

தலித் - தல்லாதார், கட்டுரைக்கு எதிர் வினையாக வெளியிடப்பட்ட மயில் வாகனன் கட்டுரை சரியான பதில்களை அளிக்கும் என்ற நம்பிக்கையைத் தகர்த்து விட்டு, புதிய பதில்களை வெளியிடும் அவசியத்தை உண்டாக்கி விட்டது.

தலித் - தலித் அல்லாதார் என்ற பிரிவினையை அக்கட்டுரைதான் உருவாக்கி விட்டதாக மயில்வாகனன் அவர்கள் முடிவு செய்து கொண்டு, கட்டுரையை வார்த்தைக்கு வார்த்தை கட்டுடைக்க முயன்றுள்ளார். தனித்த முறையில் அவர் வைத்த விமர்சனங்கள் பதிலை எதிர் நோக்க வேண்டியதில்லை. ஆனாலும், எதிர்வினையின் வேகத்தில் அவர் செய்த சில குழப்படிகளை மட்டும் இங்குச் சுட்டுக் காட்டுவது பொருத்தமாயிருக்கும் என நம்புகிறேன்.

முதலில், தலித்துகள் விடுதலை என்பது ஏதோ அந்தரத்திலிருந்து பழுத்து விழுவதல்ல. தலித்தல்லாதார் விடுதலையோடு தொடர்புடையதுதான். ஏனெனில், 'விடுதலையடைந்த எஜமானன் என யாரும் இங்கில்லை'. அடிமையுடையானும் அதிகாரத்திற்கு அடிமையாக தான் இருக்கிறான். தன்னுடைய அடிமைத்த னத்தை அவன் உணர்ந்து கொள்வது அடிமையின் பிரிவினால் மட்டும்தானே தவிர, வேறு வழியில் அவனால் உணர முடியாது. இத்தனை காலம் தலித்துகளை அடிமைப்படுத்தியதோடும் அல்லாமல், அதைக் குறித்து எந்தவிதமான உறுத்தலும், மனசாட்சியும்

இன்றி இருக்கும் இந்த சமூகம் லேசான அதிர்வுக்கு உள்ளாகி இருக்கிறது என்றால், அதற்கு முதற்காரணம் தலித்துகளின் முன் முயற்சியே. தலித் அல்லாதாருக்கு இதில் இரண்டாம் இடம்தான். தன் சாதி அதிகார அடிமை நிலை குறித்து விழித்துக் கொண்ட தலித் அல்லாதவர்கள் குறித்து தலித்துகள் சிறிது மகிழலாமே தவிர, விழித்துக் கொண்டவர்கள் இதில் பெருமைபட ஏதுமில்லை. ஏனென்றால் அது அவர்களின் விடுதலையைச் சார்ந்தது. எனவே குறித்துச் சொல்ல வேண்டும் என்றால்:

> தலித் அல்லாதாரின் சுய விடுதலை எனும் தேவை தலித்தையும் - தலித் அல்லாதாரையும் இணைக்கும் முக்கிய புள்ளிகளில் ஒன்று என்பதை மிகவும் அழுத்தமாகக் கொள்ளலாம்.

ஆனால் இதை ஏற்பதற்க மனமின்றி அடுத்ததாக மயில்வாகனன் கூறுகிறார்:

> *சாதி நீக்கம் செய்து கொள்ளவிரும்பாதவர்கள் தலித்துகளாகவும் இருக்க முடியாது, மனிதர்களாகவும் ஆக முடியாது. (பு.கோ. பக். 33, ஜூலை 2000)*

இதற்கு நெருக்கமாக அரங்க. குணசேகரன் வருகிறார்.

தாழ்த்தப்பட்ட மக்கள் கோட்பாட்டு ரீதியாக திரளாமல் அடையாளப்படுத்தப்பட்ட சாதி ரீதியாக திரளுவது சாத்திய மானால், இதே சாத்தியம் தாழ்த்தப்பட்டோர் அல்லாத சாதிகள் ஒன்றாகத் திரளுவதை உறுதிப்படுத்தாதா?

இருவருமே சிறப்பான ஒரு கண்டுபிடிப்பைச் செய்துள்ளனர். அதாவது தலித்துகள் - சாதியினர் - என்ற கண்டுபிடிப்பு. அட்டவணைச் சாதியினர் / பழங்குடியினர் எனபது சாதியற்றவர்களின் பட்டியல் என்று உச்ச நீதிமன்றம் கூட உறுதி செய்துள்ளது. இது மிகச் சமீபத்திய கோட்பாட்டு நிகழ்வுதான் என்றாலும், பட்டியல் சாதிகள் தொகுக்கப்பட்ட அந்த கால கட்டத்தின் வரலாற்று நிகழ்வைப் பார்த்தால் இவர்கள் இக்கருத்து புதிய கண்டுபிடிப்பு என்பதை வாசகர் அறியலாம்.

1910ம் ஆண்டு மக்கள் தொகை கணக்கெடுப்பு நடத்தப்பட்ட போது, (அ) 100% இந்துக்கள், (ஆ) அவ்வாறு இல்லாதவர்கள் (அவர்ணர்கள்) என வகைப்படுத்திக் கணக்கெடுப்பு நடத்தப்பட்டது.

இதில் இந்துக்கள் அல்லாத தீண்டத்தகாதவர்களை வகைபடுத்த கீழ்க் கண்ட வரையறையை பரிசோதனைக் கருவியாகப் பயன்படுத்தினார் அன்றைய மக்கள் தொகைக் கணக்கெடுப்பு ஆணையர். அதன்படி:

1. பார்ப்பானின் ஆதிக்கத்தை எதிர்ப்பவர்கள்.

2. பார்ப்பான் அல்லது வேறொரு அங்கீகரிக்கப்பட்ட இந்து குரு மூலம் மந்திரத்தை ஏற்க மறுப்பவர்கள்.

3. வேதங்களின் ஆளுமையை மறுப்பவர்கள்.

4. இந்துக் கடவுள்களை வணங்க மறுப்பவர்கள்.

5. குடும்ப ஆசாரியாக பார்ப்பானை ஏற்க மறுப்பவர்கள்.

6. பார்ப்பன பூசாரி - பூசையையே மறுப்பவர்கள்.

7. இந்துக் கோயிலுக்குள் நுழைய மறுக்கப்பட்டவர்கள்.

8. தொட்டால் அல்லது ஒரு குறிப்பிட்ட தூரத்தில் வந்தால் தீட்டுக்குக் காரணமானவர்கள்.

9. இறந்ததைப் புதைக்கும் பழக்கமுள்ளவர்கள்.

10. ஆ'வினை வணங்காதவர்கள் - மாட்டிறைச்சி உண்பவர்கள்.

இதில், 2, 5, 6,7, 10 ஆகியவை 'தீண்டத்தகாதவர்' என்பாரை அடையாளப்படுத்த உதவியது - இப்படி அடையாளப் படுத்தப்பட்டவர்கள், பட்டியல் சாதிகள் / பழங்குடிகள் எனத் தொகுக்கப்பட்டனர். இந்தப் பட்டியல் சாதியினர் - சாதியற்றவர்கள் என்ற பொருளில்தான் அணுகப்பட வேண்டும் என அன்றைய மக்கள் தொகை ஆணையர் உறுதி செய்தார். டாக்டர் அம்பேத்கரும் இதே போன்ற விளக்கத்தினைக் கூறியுள்ளார். எனவே, இந்த வரையறைகளைக் காண்பவர் எவரும் புரிந்துக் கொள்ளும் குறிப்பான செய்தி என்ன? அல்லது பார்க்க மறந்த அதிமுக்கியத்துவம் வாய்ந்த சேதி என்ன?

தலித் மக்களின் வாழ்க்கை முறை என்பதே பார்ப்பனியத்திற்கு எதிர்ப்பாக அமைந்திருக்கின்ற இயல்பான வாழ்க்கை முறை எனபதுதான். பார்ப்பனியமும் அதன் இந்து மதமும், சாதியும் - தலித்துகளின் வாழ்வில் எதிரிகளாக அமைந்திருக்கும் போது, அவர்கள் ஒன்று திரள்வது சாதியைக் காப்பாற்றுவதாக இருக்குமா? இது கோட்பாடு அற்றதாகவா இருக்கிறது!

ஆனால் இவையெல்லாம் புறந்தள்ளப்பட்டு இன்று தலித்துகள் இந்து மத வட்டத்தினுள், பார்ப்பனீயக் கருத்தியிலினுள் திணிக்கப் படுகிறார்கள் என்றால், அவர்களது உண்மையான, முற்போக்கான வரலாற்றை - முற்போக்கு பேசிய இயக்கங்கள் புறக்கணித்ததுதான் காரணம். எனவே சாதியிலிருந்து விடுதலை பெற வேண்டியது தலித் அல்லாதார்தான், சாதிய ஒடுக்கு முறையிலிருந்து விடுதலை பெற வேண்டியவர்கள்தான் சாதியற்ற தலித்துகள்.

எதிர்வினை கட்டுரையில் காணப்படும் மற்றொரு குழப்பம் இனம் பற்றியது, கட்டுரையாளர் கூறுகிறார் :

> *சாதிய வேறுபாடும் இனவேறுபாடே என்றால், சாதிய விடுதலையை வலியுறுத்தும் கட்டத்தில், சாதிய விடுதலைக்கான நிபந்தனைகளாக இன விடுதலைக்கான நிபந்தனைகளை முன்மொழிய முடியுமா? இன விடுதலை என்பது முதலாளித்துவத்தின் கோரிக்கையாக உள்ளபோது சாதிய விடுதலை என்பது எந்த வர்க்கத்தின் கோரிக்கையாகக் கொள்ள முடியும்? இது சிக்கலில்லையா? (பக். 33)*

கட்டுரையாளர், இனம் (Race). தேசிய இனம் (Nationality) என்பதற்கான வேறுபாடு தெரியாமல் மயங்கி இருக்கிறார். இனம் (Race) என்பது பிறப்பால் அமைவது. (உ.ம். நீக்ரோ, நீக்ராய்டு மங்கோல்). தேசிய இனம் என்பது மொழி, நிலம், போன்றவற்றால் அமைவது (உதாரணம்: தமிழன், இந்தியன் என்பன போன்று). ஆசிரியர் இரண்டிற்கும் உள்ள வேறுபாடு அறியாமல், தன் பதிலை அளித்துள்ளார். எனினும் இதைச் சிறிது விளங்கிக் கொள்வது நல்லது.

Dictionary of Race and Ethnic Relation என்ற நூல் எல்லிஸ் காஷ்மோர் என்பவரால் தொகுக்கப்பட்டு 1984ல் லண்டனில் வெளியிடப் பட்டது. உலக அளவில் இனங்கள் குறித்த தகவல்களின் அறிமுகம் பெறுவதற்கு உகந்த நூல் என்று அங்கீகாரம் பெற்றதும் கூட. இந்நூல் சாதியைப் பற்றி கூறுவதன் சாரம்.

> *...சாதி இந்தியாவிற்கு மட்டுமான பிரச்சினை அல்ல. அது உலகத்தின் காலனியப் பிரச்சினை. ஸ்பானிஷ், போர்ச்சுகீஸ், அமெரிக்கா, ஜப்பான் ஆகிய நாடுகளுக்கும் இது பொருந்தும்.. குறிப்பாக, சாதி இனக்குழு பிரிவிற்குப் பொருந்தும்.*

சாதி - இனவாதம் என்பதான ஒன்றுதான் என்பது உலக அளவில் ஏற்றுக்கொள்ளப் பட்ட ஒன்றுதான் என்று இதிலிருந்து விளங்கும். இன்னும் உறுதி செய்ய வேண்டுமானால், 'இனங்களை யும், இனக் காழ்ப்புகளையும் பற்றின அறிக்கை' யுனெஸ்கோவினால் வெளியிடப்பட்டது. பாரீஸில் 26.09.1967 அன்று உலக அறிஞர்கள் மாநாட்டில் இது அறிவிக்கப்பட்டு வெளியிடப்பட்டது. இந்த அறிக்கையில் இந்தியாவும் கையெழுத்திட்டுள்ளது. இந்தியா ஏன் கையெழுத்திட்டிருக்கும் என்பதை வாசகர்கள் யூகித்துக் கொள்ள லாம். எனவே சாதி என்பது இனவாதம் தான் என்பது மிகப் பழைய கருத்து என்பதால். தலித்துகள் இன வாதத்திற்கு, இன ஒடுக்கு முறைக்கு ஆட்பட்டவர்கள் என்ற வரையறையை டர்பன் மாநாட்டில் விவாதிக்கவில்லை என்பதற்காக, அந்த மாநாடுதான் இன ரீதியான வரையறை செய்ய அதிகாரம் வாய்ந்தது என்று நாமே நம்புவது உண்மைகளைப் புறக்கணிப்பதாகும். டர்பன் விவாதிக்கப்படாமல் போனதற்கு இந்திய அரசு மேற்கொண்ட முயற்சிகளும், சர்வதேச அரசியல் சூழலும் முக்கியக் காரணிகள்.

மேலும், தலித்துக்களை தேசிய இன ரீதியாக அடையாளப் படுத்த முடியுமா என்பதை எதிர்வினை கட்டுரை கிளப்பியுள்ளது.

டர்பன் மாநாட்டில் நிறவெறி என்பது இனவாதமாக ஏற்றுக் கொள்ளப்பட்டது. எனவே, நிறவெறிக்கு எதிராகப் போராடும் நீக்ரோக்கள் இனம் (Race) என்ற அடிப்படையில் போராடினாலும், அவர்களது போராட்டத்தை தேசிய இன முரண்பாடாகவும் தேசிய இனப் போராட்டமாகவும் (Nationality Conflict) லெனின் வரையறுக்கிறார்.

அமெரிக்க ஐக்கிய நாடுகளில் நீக்ரோக்கள் ஒடுக்கப்பட்ட தேசிய இனம் என்று வகைப்படுத்தப்பட வேண்டும். ஏனெனில் 1861-65ம் ஆண்டுகளின் உள்நாட்டுப் போரில் ஈடுபட்டதும், குடியரசின் அரசியல் சட்டத்தில் உத்திரவாதம் செய்யப் பட்டதுமான சமத்துவம், பல்வகையிலும் அதிகரித்த அளவில், முதன்மையான நீக்ரோ பகுதிகளில் (தென் பகுதியில்) குறைக்கப்பட்டே வந்துள்ளது. இது 1860-70ஆம் ஆண்டுகளில் மிகுந்த முற்போக்கான ஏகபோகத்துக்கு முந்திய முதலாண்மை, புதிய சகாப்தத்தின் பிற்போக்குத் தனமான ஏகபோக முதலாண் மைக்கு (ஏகாதிபத்தியம்) மாற்றம் அடைந்ததின் தொடர்பாக நேரிட்டது. (லெ. தொ.நூ. 23:275)

....கௌதம சன்னா)

மார்க்சிய ஆசான்களில் தலை சிறந்தவரான லெனின் அவர்க ளின் வரையறை 'பிறப்பால் அமைந்த ஒரு இனத்தை தேசிய இனமாக' ஏற்றுக் கொள்வது என்பது ஆழ்ந்த ஆய்வுகளின் அடிப்படையில் உள்ள ஒன்று என்று ஏற்றுக் கொண்டால், சில அளவு வேறுபாடு களைத் தவிர, தலித்துகளைப் போலத்தான் நீக்ரோக்களின் வாழ் நிலையும். இந்தியா விடுதலை பெற்ற காலத்திற்குப் பிறகு தலித்துகளின் மீது அதிகரிக்கும் ஒடுக்குமுறை, சட்டப்படியான புறக்கணிப்புகள் லெனின் வரையறுப்போடு ஒத்துப் போகின்றன. இனவாதத்தால் ஒடுக்கப்படும் தலித்துகள், அணி திரள்வது ஒரு விதத்தில் தேசிய இனம் - ஆக அணி திரள்வதாக எடுத்துக் கொள்ளலாம். ஆகவே, தலித்துகள் அணி திரள்வது கோட்பாட்டு அடிப்படையில் ஆனதல்ல என்று யாரும் புறக்கணித்துவிட முடியாது.

தலித்துகளின் அணி திரட்டல் பிரிவினை வாதமாக மாற்றப்படுகிறது என்று கூறும் மயில்வாகனன் அவர்களின் கருத்து ஆய்வு அடிப்படையற்றக் கருத்து. தலித் - தலித் அல்லாதார் என்ற பிரிவினையானது சமூக நடைமுறையாக இருக்கும்போது இதை ஒத்துக் கொள்வதில் தயக்கம் ஏன்? பிரிவினை என்பது இருக்கிறது என்பதைக் காணாமல், கண்களை மூடிக் கொண்டால், இவர்களின் ஒற்றுமைக்கான வழியினைக் கண்டடைவது கடினமாக விடும்.

மேலும் அவர், பத்தாண்டுகளுக்கு முன்பு வேகமாக எழுந்த தலித்தியம் சமூக மாற்றத்திற்கான கருவியாகாமல், பிரிவினை வாதமாகவும் மாற்றப்பட்டதாகவும், கம்யூனிச எதிர்ப்பு நிலையில் அது ஆர்.எஸ்.எஸ் இயக்கத்துடம் ஒப்பிடும் அளவிற்கும், அதனோடு பாசிச சிந்தனைக்கும் உள்ள கூறுகளோடு ஒப்பிடும் அளவிற்கும் பல கூற கேட்டுவருகிறோம் அதேபோலத்தான் மயில்வாகனன் சென்றுள்ளார் என்றால் இதற்குக் காரணம் என்ன?

பத்தாண்டுகளில்தான் தலித்தியம் வளர்ந்ததாக அவர் நினைக்கிறார். விந்தை என்னவெனில் பத்தாண்டுகளுக்கு முன்னர் தான் நமது முற்போக்கு வட்டாரத்தில் அம்பேத்கர் கண்டு பிடிக்கப் பட்டார். அதற்கு முன்பு அவர் வகுப்பு வாத - சாதியத் தலைவர் என்றுதான் அறியப்பட்டி ருந்தார். தலித்தியத்திற்கு ஒரு நுற்றாண்டுக்கு மேல் நீண்ட நெடும் வரலாறு உண்டு. மேலும் தலித்துகளின் நெடுங்காலப் போராட்ட - சிந்தனை வரலாற்றை

அறிந்தவர்கள் அதை மார்க்ஸியத்திற்கு எதிராக கொண்டு போய் நிறுத்தவில்லை. இந்த நிலைக்குப் புதிய தலித்திய கண்டு பிடிப்பாளர்கள்தான் காரணம். அம்பேத்கருக்கு முன்பிருந்த தலித் வரலாற்றை அறிந்தவர்கள் இந்தத் தவறுகளைச் செய்ததில்லை.

கதை இதோடு முடியவில்லை, தலித் வரலாற்றினைக் கடந்த பத்தாண்டுக்குள் மட்டும் அடக்குபவர்கள் பட்டியல் நீளும்போல் தோன்றுகிறது. எழுத்தாளர் வளர்மதி அவர்களை (புதிய கோடாங்கி ஜூலை 2002) மேலும் ஒரு உதாரணமாக இந்தப் பட்டியலில் சேர்த்துக் கொள்ளலாம். அவர் கூறுகிறார்:

'இப்போதுதான் எழுதத் தொடங்கியிருக்கும் தலித்துகள்' (பக். 55)

தலித்துகள் மீது கரிசனையையும், அனுதாபத்தையும் பொழிகிறார் கடடுரையாளர். என்றாலும் தலித்துகள் இப்போதுதான் எழுதத் தொடங்கியிருக்கிறார்களா?

தமிழகத்தில் அச்சு ஊடகம் நுழைந்த சிறிது காலத்திற்குள் தலித்துகள் தமக்குச் சாதகமாக, அதைப் பயன்படுத்த தொடங்கினர் என்பதற்கான சான்று ஏராளம் உள்ளன. 1860க்கும் 1914க்கும் இடை யில் தமிழக தலித் தலைவர்கள் நடத்திய பத்திரிக்கைகளில் சில பட்டியலாகக் கீழே தரப்படுகிறது.

இதழ்கள்	**ஆசிரியர்**
சூர்யோதயம் (1860) -	புதுப்பேட்டை வேங்கிட சாமி பண்டிதர்
சுகிர்தவர்சனி (1877) -	நாராயண சாமி பிள்ளை
மகாவிகட தூதன் (1890) -	பி.வி. சுப்பிரமணியம் பிள்ளை
திராவிடப் பாண்டியன் -	ஜான் ரத்தினம்
பறையன் (1892) -	ரெட்டமலைசீனிவாசன்.
ஆன்றோர் மித்திரன் -	வே.ரத்தின முருகேச பண்டிதர் வேலூர் து. முனுசாமி பண்டிதர்.
பூலோக வியாசன் -	பூஞ்சோலை முத்துவீர நாவலர்.
ஒருபைசா தமிழன் -	அயோத்திதாசப் பண்டிதர்
தமிழன் -	அயோத்திதாசப் பண்டிதர்

இந்தத் பட்டியலில் இருந்து தலித்துகள் எப்பொழுது எழுதத்

தொடங்கி இருப்பார்கள் என்பதை வாசகர் யூகிப்பது கடினமல்ல.

இப்படி வரலாற்றைத் தோண்டுவது, அடையாளத் தேடலாகப் பார்க்கப் டுமானால், ஒடுக்கப்பட்ட மக்களின் பார்வையில் வரலாறு எப்படி எழுதப்பட வேண்டும் என்பதை அறிஞர்கள் தான் இனி விளக்க வேண்டும்.

எனவே...

தலித்துகளை சாதியாகப் பார்ப்பதும் -அதற்கு ஒரு பார்ப்பனச் சாயம் பூசுவதும் சரியானது தானா - முற்போக்கு என்ற பெயரில் தலித்துகள் வரலாறு ஒழிக்கப்பட்டது சரிதானா? சாதியற்றவர்கள் - சாதியவாதிகள் என்ற பரிசீலனை இதுவரை கவனிக்கப்படாமல் இருந்ததும் சரிதானா? என்பதை வாசகர் முடிவு செய்யட்டும்.

8.இ

கோட்பாடு இல்லாதவர்களிடம் சிக்கியிருக்கும் கோட்பாடு - தலித்

- குருசாமி மயில்வாகனன்

கௌதம சன்னா, சூன் 2002 புதிய கோடாங்கி யில் எழுதியுள்ள 'போபால் பிரகடனம் அறிவு ஜீவிகளின் தோல்வியா?' - என்ற மிகச் சிறந்த கட்டுரையின் இறுதியில் பலவீனப்பட்டுக் கொண்டிருக்கும் அரசுகளை தலித்துகளும், ஒடுக்கப்பட்ட வர்க்கங்களும் கைப்பற்றுவதா? - என்பது உள்ளிட்ட சில கேள்விகளை எழுப்பியிருப்பார். அதில் மேற்குறிப்பிட்ட சரியான வழிக்கான தேவையான தலித்தல்லாதார் இணையும் புள்ளியை நுணுக்கமாக மறுக்கும் பணியையே 'தலித்தல்லாதார்' கட்டுரை ஒலித்தது. எனவே தான் அந்த எதிர்வினை. மற்றபடி சன்னாவின் எழுத்தும் சிந்தனைகளும் தொடர்ந்து வரவேற்கப்பட வேண்டியவைகள் என்பதை முதலிலேயே சொல்லி விடுகிறேன். விவாதங்களைச் சலிப்பில்லாமல் செய்வதற்காக மிகவும் இளக்கமாக எழுத முயற்சிக்கிறேன்.

சரியான பதில்களை யாரேனும் ஒருவர் அளிக்கக்கூடும் என்று காத்திருந்த சன்னாவின் நம்பிக்கை தொடரட்டும். அவரது நம்பிக்கையைத் தகர்த்து புதிய கேள்விகளை எழுப்ப வேண்டிய அவசியம் நேர்ந்தமைக்காக நான் வருந்தினாலும், அவரது புதிய பதில்கள் அவசியமான ஒன்று.

1. கோட்பாடு அற்றதா - தலித் (பக். 17 - பாரா 1)

இவ்வாறு எங்கும் எப்போதும் சொல்லப்படவில்லை.

அவ்வாறு சொல்லவும் முடியாது. அதற்குக் கோட்பாடு எங்கே? யாருக்காக, என்ன செய்கிறது? என்ன செய்யப் போகிறது? என்பதைத் தெளிவுபடுத்த வேண்டுவதற்காக அந்தக் குழப்படி(?) வேலைகள் செய்யப்பட்டிருந்தன. குழப்படி வேலைகள் என்பதை இப்படியும் சொல்லலாம் - பன்முக ஆய்வு.

2. தலித் - தலித் அல்லாதார் என்ற பிரிவினையை அக்கட்டுரைதான் உருவாக்கிவிட்டதாக மயில்வாகனன் அவர்கள் முடிவு செய்து கொண்டு... (பக். 17. பாரா 2)

இந்தப் பிரிவினை சாதி வடிவமைக்கப்பட்ட ஆயிரமாயிரம் காலத்துப் பிரச்னை. அதைக் கௌதம சன்னாதான் துவக்கினார் என்ற வரலாற்றுப் பெருமையை உங்களுக்குத் தருவதற்கான சந்தர்ப்பம் இல்லை.

3. தலித் அல்லாதாரின் சுய விடுதலை எனும் தேவை தலித்தையும் தலித் அல்லாதாரையும் இணைக்கும் முக்கியப் புள்ளிகளுள் ஒன்று. (பக். 17 பாரா 4)

சுய விடுதலையை விரும்புகிற சுய விடுதலை அடைந்த தலித் அல்லாதார்களையும் கூட சந்தேகித்துத்தான் கட்டுரை இருக்கிறது. அது தான் 'கோளாறைக் குறி வைக்கும் தகராறுகள்' என வந்தது.

விழித்துக் கொண்டவர்கள் இதில் பெருமை கொள்ள ஏதுமில்லை தான். ஆனால் கட்டுரை விழித்துக் கொண்டவர்களையும் விழிக்க மறுப்பவர்களையும் ஒரே தளத்தில் வைத்துக் குற்றம் சாட்டுகிறதே, இது அவசியமானது தானா?

4. தலித்துகள் - சாதியினர் என்ற புதிய கண்டுபிடிப்பு (பக். 17 பாரா 9)

உச்சநீதிமன்றம் சொல்லிவிட்டது, கீழ்க்கண்ட சாதியை(?)ச் சேர்ந்தவர்களெல்லாம் சாதியற்றவர்கள் என்று - அதாவது இந்தப் பட்டியல் சாதியினரெல்லாம் சாதியற்றவர்கள்.

உச்சநீதிமன்றம் சொல்லிவிட்டது என்பதற்காக ஏற்றுக் கொள்ள வேண்டியது அவசியம் தானா? என்பதை சன்னாவே அறிவார். காரணம் நீதிமன்றக் கோட்பாடுகள் மனுதர்மக் கோட்பாடுகள்தான் என்பது ஏற்கனவே நிரூபணம் ஆன விசயம். ஆனால் இங்கே கட்டமைக்கப்பட்டிருக்கிற யதார்த்தம் எப்படி இருக்கிறது?

சாதி என்பது இரண்டு தளங்களில் இந்து மதத்தின் வன்முறை வடிவமாக இருக்கிறது. இந்த வடிவத்தை யார் வேண்டுமானாலும் பயன்படுத்த முடியும். கிறிஸ்தவம் பயன்படுத்தவில்லையா? இஸ்லாமும் பயன்படுத்துகிறதே! ஏன்? நாலு வர்ணத்திற்கும் வெளியே உள்ள அட்டவணைச் சாதியினருக்குள் இந்த வன்முறை வடிவம் இல்லையா?

'இந்து மதமும் சாதியும் - தலித்துகளின் வாழ்வில் எதிரிகளாக அமைந்திருக்கும் போது அவர்கள் ஒன்று திரள்வது' - திரளுகிறார்களா? - இங்கு சாதி வந்து தடையாக இல்லையா? - இருக்கிறதே!

அப்படியே இல்லை என்று வைத்துக் கொண்டாலும் இருக்கக் கூடாது என்று ஆசைப்பட்டாலும், இன்று தலித்துகள் திரளுகிற அணிகள் எப்படி அமைந்திருக்கின்றன. இதை எப்படிப் பார்ப்பது? தலித்தியம் என்பதற்குள் உள்ள பிரிவினையா? அல்லது தலித்தியமே பிரிவினையா? - பிரிவினை என்று சொல்லுவதற்கான நியாயங்கள் இதில் இல்லையா? பிரிவினைதான் என்பதை நியாயப்படுத்த வேண்டும் என்றே நான் நினைக்கிறேன் (பிரிவினை வாதம் என்பதை ராமதாசின் பிரிவினையோ, புலிகள் பிரவினையோ என எண்ணிக் கொள்ள வேண்டாம்.)

5. சாதி - இனவாதம் என்பதான ஒன்றுதான் என்பது இதிலிருந்து விளங்கும் (பக். 19 பாரா 2)

6. தலித்துகள் அணி திரள்வது ஒரு விதத்தில் தேசிய இனம் - ஆக அணி திரள்வதாக எடுத்துக் கொள்ளலாம் (பக். 19 பாரா 5)

ஆக, சாதி இன வாதமாகவும், தலித்தியம் தேசிய இன வாதமா கவும் ஆகிறது. எனது சந்தேகமும் அதுதான். தேசிய இனக் கோரிக்கை என்பது முதலாளித்துவத்தின் கோரிக்கையாக உள்ளபோது... நாம் தலித்தியத்தை எப்படிச் சொல்வது? என்பதுதான் கேள்வி.

குறிப்பு - 'இந்தியன்' என்று தேசிய இனம் இருப்பதாக கௌதம சன்னா சொல்லியிருக்கிறார். யாராவது 'பொடா'வுக்குப் பயப்படா தமிழின ஆர்வலர்கள் இதற்கு விளக்கமளிக்கலாம் அல்லது சன்னாவே செய்யலாம் - எனது மயக்கம் தீரும்.

7. தலித்துகளின் அணி திரட்டல் பிரிவினை வாதமாக மாற்றப்

படுகிறது என்பதெல்லாம் ஆய்வு முறையற்ற கருத்துக்கள் (பக். 19 பாரா 6)

தலித்துகளை யார் யாரெல்லாம் எப்படியெப்படி அணி திரட்டிக் கொண்டிருக்கிறார்கள் என்பதை விரிவாகத் தொகுத்துப பார்த்தால், இங்கே நடக்கும் பிரிவினைப் போக்குகளை நாம் இனம் காண முடியும். இது ஒரு வகையான பிரிவினை வாதம்தான். உள்ளுக்குள் நடைபெறும் இச்செயல் எப்படி தலித்தல்லாதாரை இணைக்கும் புள்ளியை நெருங்க முடியும்?

8. தலித்துகளின் நெடுங்காலப் போராட்டச் சிந்தனை வரலாறு அறிந்தவர்கள் அதை மார்க்சியத்திற்கு எதிராகக் கொண்டு போய் நிறுத்தவில்லை. (பக். 20 பாரா 1)

அப்படியானால் மார்க்சியத்திற்கு எதிராகக் கொண்டுபோய் நிறுத்துபவர்கள் தலித்தியவாதிகள் இல்லையா? - மார்க்சியத்திற்கு எதிராகக் கொண்டு போய் தலித்தியத்தை நிறுத்தும் கோட்பாட்டாளர் களைக் குறித்து கௌதம சன்னா அவசியம் ஒரு கட்டுரை எழுத வேண்டும். இது வெளிப் படையாகப் பேசப்படாத வரையில் தலித்தி யத்திற்குள் உள்ள சாதியப் போக்குகள் தலித்துகளை அணி திரட்டுவதைத் தடுக்க முடியாது. அவ்வாறு திரட்டப்படுவதுதான் பிரிவினை. மற்றபடி மார்க்சியத்திற்கு எதிராகக் கொண்டு போய் நிறுத்தாதவர்கள் குறித்து மகிழ்ச்சியே!

9. புதிய தலித்தியம் கண்டு பிடிப்பாளர்கள் தான் அதற்குக் காரணம். (பக். 20 பாரா 1)

மீண்டும் கேட்கலாம். யார் அந்த புதிய தலித்தியக் கண்டுபிடிப்பாளர்கள்? அவர்களின் நோக்கமென்ன? அமெரிக்காவி டமிருந்து பணமாகவோ, தத்துவமாகவோ கைக்கூலி வாங்குபவர்களா அவர்கள்? இன்று அமெரிக்கா, இந்தியாவில் 'தலித் மூலதனம்' உருவாக்குவதற்காக கோடிக் கணக்கான டாலர்களை வங்கிக் கடன் நிதியாக வழங்கத் தயாராகவிட்ட நிலையில், தன்னார்வத் தேசத் துரோகக் கும்பல்களும், அரசும் அதை வாங்கிடத் தேவையான முன் தயாரிப்புகளில் இறங்கி விட்டதையும், அரசுகளில் இதில் முந்திக் கொண்டது மத்தியப் பிரதேசத்தின் 'திக் விஜயசிங்' தான் என்பதும் 'போபால் பிரகடனம்' வந்ததற்கு இதுதான் அடிப்படைக் காரணம் என்றும் தெரிய வந்திருக்கிறதே, இதையெல்லாம் பற்றி தலித்திய அறிவுஜீவிக் கோட்பாட்டாளர்களாவது கேள்வி

எழுப்ப மாட்டார்களா? இவையெல்லாம் திட்டமிடப் படாமல் இயல்பானதாக உருவாகியிருக்கும் என்பதை ஏற்றுக் கொள்ள தலித்துகள் என்ன இன்னும் இளிச்சவாயர்களா?

10. தலித்துகளைச் சாதியாகப் பார்ப்பதும், அதற்கு ஒரு பார்ப்பனச் சாயம் பூசுவதும் சரியானது தானா? (பக். 20 பாரா 9)

பார்ப்பனச் சாயம் பூசுவது என்பதெல்லாம் மிகவும் மிகை. உட் சாதி முரண்பாட்டிற்கான - தலித் அல்லாதாரிடமும்கூட நிலவுவதற்கு என்ன காரணம்? அடிப்படை? பார்ப்பனச் சாதிகளுக்குள்ளும் இருக்கும் சவுண்டிப் பார்ப்பான் போன்றவற்றிற்கும் என்ன அடிப்படை?

சாதிகளாகப் பார்க்கக் கூடாது என்பது நமது விருப்பம் தானே தவிர நிலவும் சூழ்நிலை அல்ல. ஒன்றுபடுதல் என்பதற்கு அர்த்தமே முரண்பாடுகளை விளங்கிக் கொள்ளுதலும், விலக்கிக் கொள்ளுதலும் தான்.

எனது சந்தேகம் 'புதிய தலித்தியம்' எனப் பெயரிடப்பட்டிருக்கும் இயம் பார்ப்பனியச் சதி வேலையா? என்பதுதான.

11. முற்போக்கு என்ற பெயரில் தலித்துகள் வரலாறு ஒழிக்கப் பட்டது சரிதானா? (பக். 20 பாரா 9.)

முற்போக்கில் (எதைக் குறிப்பிடுகிறார் என்பது புரிகிறது) தலித்துகள் என்ற தனித் தொகுதி அதாவது Reservation கிடையாது. எனவே தலித்துகளது வரலாறு பொதுமைப்படுத்தப்பட்டது. "இந்தத் தவறுக்குத்தானே அல்லது இதைத் தவறு என எண்ணித்தானே இப் போதைய முற்போக்குவாதிகள் பிராயச்சித்தம் தேடித் தவித்துக் கொண்டிருக்கிறார்கள்".

12. சாதியற்றவர்கள் - சாதியவாதிகள் என்ற பரிசீலனை இதுவரை கவனிக்கப்படாமல் இருந்ததும் சரிதானா? (அதே பக். அதே பாரா)

வரையறைகளுக்குப் பெயரிடுவது நமது விருப்பம்தான் என்றாலும் கூட வரையறைகளின் தன்மை நமது விருப்பத்தினால் அமைவ தன்று. மேலும் இது கவனிக்கப்படாத பரிசீலனையும் அல்ல. முரண்பாடுகள் பற்றிப் பேசாமல் இணக்கம் காண முடியாது. ஆனால் முரண்பாடுகளை மட்டுமே வலியுறுத்தினாலும் இணக்கம்

காண இயலாது.

இனி, சுருக்கமாக முடித்துக் கொள்ளலாம். தலித்தல்லாதாரைக் கடுமையாகச் சந்தேகிப்பது மற்றும் குற்றம் சாட்டுவதில் உள்ள கவன ஈர்ப்பை மட்டுமே மையமாகக் கொண்டு கட்டுரை இயங்கியது குறித்த எதிர் வினைதான் எனது கட்டுரை. தலித்தியத்தின் கோட்பாடுகளைத் துல்லியப்படுத்தும் முயற்சியாக கௌதம சன்னாவின் கட்டுரையை நான் உணர்கிறேன்.

கோட்பாட்டை விரும்பாதவர்களை, 'கோட்பாடு' என்பதையே மறுப்பவர்களை தலித்தியத்தின் தளபதிகளாக உருவாக்கும் போக்கு இருக்கிறது. அவர்கள் மென்மேலும் வெற்றி பெறுவார்களேயானால் தலித் - கோட்பாடு அற்றதாகக் கூட ஆகிவிடும் அபாயம் இருக்கிறது.

சமூக மாற்றத்திற்கென திட்டங்கள் வகுத்துக் கொடுக்க வேண்டிய கட்டத்தில் தலித்தியம் இருக்கிறது. பகையையும் நட்பையும் இனம் கண்டு கொள்ள வேண்டிய அவசியம் இருக்கிறது. பகையையும் பயன்படுத்தக் கூடிய சந்தர்ப்பங்களில் சிக்கிக் கொள்ளாமல் கையாள வலிமையும் திறமையும் தேவைப்படுகிறது.

அனகோண்டா பாம்பு போன்று விழுங்க வரும் பார்ப்பனியத்திடமிருந்து தப்பிக்கும் வழிமுறையும், எதிர்க்கும் போர் முறையும் கற்றுக் கொள்ள வேண்டிய அவசியமிருக்கிறது.

எல்லாவற்றிற்கும் மேலாக, அமெரிக்கக் கோட்பாடான 'தலித் மூலதனம்' - இதைத் தீவிரமாக்க அரசு மற்றும் அரசுசாரா துரோகக் கும்பல்கள் - இது வெற்றி பெறுமானால் நாம் மேலும் பின் தள்ளப்படுவோம் என்பது நிச்சயம்.

கௌதம சன்னா அவர்கள்தான் நிறைய எழுத வேண்டும், வெளிக்கொணர வேண்டும் என்ற வேண்டுகோளோடு, தலித்தியத்தை அடகு வைக்கும் குட்டி முதலாளியச் சிந்தனாவாதிகளிடமிருந்து அதைக் கைப்பற்ற வேண்டிய வேண்டுகோளையும் முன்வைத்து முடித்துக் கொள்கிறேன். 'முகத்தில் முகம்' பகுதியில் வந்ததையும் சன்னா வாசித்திருக்க வேண்டும். அதைப் போலவே முடிக்கலாம்.

தலித்துகள் விடுதலை தனியானதல்ல!
தலித்துகள் அல்லாமல் விடுதலையுமல்ல!

சாதி எதிர்ப்பின் ஊடாட்டம்

8.

தலித் - தல்லாதார், இடைவெளி முகிழ்க்கும் வினாக்கள் - கட்டுரையானது தொடங்கிய விவாதத்தில், மேலும், மேலும் விளக்கங்கள் வளர்ந்தபடி இருக்கின்றன. அது தொடர்பான கேள்விகளும் உண்மையைப் பார்க்க மறுக்கும் போக்கும்கூட மிகுந்த சலிப்பூட்டுவதாக இருக் கிறது.

யதார்த்தத்தை விளக்குவதற்கு அல்லது புரிந்து கொள்வதற்கு வார்த்தைகளை விட அனுபவமும், நடை முறையும் மிகச் சாதகமான கருவிகள் என்பது எப்படி உண்மையோ அப்படித்தான் பதிவு செய்யப்பட்ட அனுபவமும், நடை முறையும் யதார்த்தத்தை விளங்கிக் கொள்வதற்கு மிகச் சிறந்த கருவிகள், இந்த இரண்டுக்குமான வரலாற்று அணுகுமுறைகள் வேறுபட்டாலும், உண்மையைத் தேடுபவர் இதில் ஒன்றையோ, இரண்டையுமோ தேர்ந்தெடுத்துக் கொள்ள வேண்டும்.

இந்த அணுகுமுறைதான் தலித் - தல்லாதார் கட்டுரையில் மேற்கொள்ளப்பட்டது. அதே போல், கோட்பாடற்றதா -தலித் எனும் கட்டுரையின் முதல் பகுதி, இதில் இரண்டாவது வழியினைக் கையாண்டது. அதாவது, தலித் மக்களின் பதிவு செய்யப்பட்ட, ஆனால் வேண்டுமென்றே மறைக்கப்பட்ட வரலாற்றைக் கவனத்தில் எடுத்துக் கொள்ளக் கோரியது. இந்த வரலாற்று அணுகு முறையை, சிந்தனையை மறுக்கும்

கௌதம சன்னா)(155

போக்குதான் இன்னும் தொடர்கிறது.

கோட்பாடற்றதா தலித் கட்டுரைக்கு எதிர்வினை ஆற்றிய மயில் வாகனன் இதுபோன்ற வரலாற்றுப் பின்னணியை பார்க்கத் தவறுகிறார். எனினும், அவர் வைத்த கேள்விகளில் சில மட்டும் இங்கு விவாதத்திற்கு எடுத்துக் கொள்ளப் படுகின்றன. மற்றவை வேறொரு தருணத்தில் விரிவாக விளக்கப்படும்.

சாதியிலிருந்து சுய விடுதலை அடைந்த தலித் அல்லாதார், சுய விடுதலை அடையாத தலித் அல்லாதார் இருவரையும் ஒரே தளத்தில் வைத்துப் பார்க்கும் நோக்கம் கட்டுரைக்கு இல்லை. ஆனால், சுய விடுதலை அடைந்து விட்டதாகத் தங்களை நம்பிக் கொண்டிருக்கும் நபர்களின், ஊடாட்ட மனோபாவத்தையும், அதனால் விளைந்த நிகழ்வுகளையும் பாதிப்புகளையுந்தான் கட்டுரை கவனத்தில் எடுத்துக் கொண்டது.

சாதி உணர்வை ஒரே வெட்டில் வீழ்த்தி விட முடியாது என்பது உண்மைதான். அதே போல் சாதி உணர்விலிருந்து வெளிவந்தவர்கள் தங்களை அறியாமல் சாதிப்பான்மையை வெளிக்காட்டத்தான் செய்கிறார்கள் என்பதும் உண்மை. இவைகள் சுட்டிக்காட்டப் பட்டால்தான் அவை திருத்திக் கொள்ளப்படுவதற்கு வாய்ப்பு இருக்கும். இப்படி சுட்டிக்காட்டப்படுவதால் அவர் புண்படுவாரேயானால், அவர் இன்னும் விடுதலை பெறவில்லை என்பதையும், அவர் சாதி உணர்வின் நுட்பமான கட்டத்துக்கு மாறிவிட்டார் என்பதையும் அறிந்துக் கொள்ளலாம். ஆனால் இங்கு நடப்பது என்ன? சுட்டிக் காட்டப்பட்ட நிகழ்வு ஏதாவது நடக்குமானால், விடுதலை பெற்றதாக கூறிக்கொள்பவர் மிகுந்த கோபமடைகிறார். தேவையற்ற, சலிப்பூட்டும் எதிர்வினை இது. கோபப்படுவதைத் தவிர்த்து, சாதியின் நுட்பமான தளத்தைதாம் வந்தடைந்ததற்கான வழியை ஆராய்வதும், அதனால் ஏற்படக்கூடிய பாதிப்புகளிலிருந்து பிறரைக் காப்பாற்றுவதற்கான வழிகாட்டுவதும் அவர் செய்யும் வேலையாக இருக்க வேண்டும். இந்த தடம் மாறிய நிலையினை நேர்மையாக ஒத்துக் கொள்வதுதான் அறிவியக்கத்தின் நல்ல வளர்ச்சி நிலையாகத் தெரிகிறது. ஏனெனில் தற்போது நவீனமாய் வளர்ந்து கொண்டிருக்கும் சாதியின் நுட்பமான வடிவமும் ஆய்விற்கு உரியதுதானே.

இந்த தேவையில்தான் தலித் அல்லாதார் குறித்த சந்தேகம்

சுட்டிக் காட்டப்பட்டது.

தலித்துகளின் சாதி - உணர்வைக் குறித்து பலவாறான விவாதங்கள் தற்போது எழுப்பப்படுகின்றன. ஒடுக்கப்பட்ட மக்கள் தங்களை உணர்வது ஒரு சாதிய உணர்வாக அடையாளம் காணப்படுகிறது. மயில்வாகனன் தன் கட்டுரையின் எண் 4 ,7, 10, 12 குறிப்புகளில் குறிப்பிட்டிருப்பவை ஒரே தளத்தில் இயங்குபவை, அதாவது, தலித்துகளின் 'சாதி உணர்வு' எனும் தளத்தில்.

தலித்தல்லாத பல அறிவு ஜீவிகளிடம் இதுபோன்ற விமர்ச்சனப் போக்குகளைக் காண்கிறோம். எனவே இது குறித்து மிக விரிவாக விவாதிப்பது நல்லதாகப்படுகிறது.

அ) தலித்துகள் சாதியற்றவர்கள் என்பது உச்சநீதிமன்றம் அண்மையில் உறுதி செய்தது. இது குறித்து எதிர்வினை கட்டுரையில், (எண் 4) 'உச்சநீதிமன்றக் கோட்பாடுகள் என்பது மனுதர்மக் கோட் பாடுகள் தான்' என்று கூறப்பட்டுள்ளது. இந்த உண்மையை ஒத்துக் கொள்வதில் நமக்குத் தயக்கமில்லை. ஏனென்றால் மனுதர்மம் கூறுவதைத்தான் உச்ச நீதிமன்றமும் உறுதி செய்கிறது. மனுதர்மம் 'அவர்ணர்கள்' (அவர்ணா) என்று தீண்டாத மக்களைத்தான் குறிப்பிடுகிறது. அவர்ணர்கள் என்பதற்கு வர்ண மற்றவர், சாதியற்றவர் என்று பொருள். மனு தர்மப்படி இயங்கும் நீதிமன்றம் இதை உறுதி செய்ததில் வியப்பேதுமில்லை. உச்ச நீதிமன்றம் புதிய சிந்தனைகளைத் தரும் உயர்ந்த இடம் என்று நினைப்பவர்களுக்கு வேண்டுமானால் இது புதியதாகத் தெரியலாம். உச்சநீதிமன்றம் 'மனு'வின் தொடர்ச்சி தான்.

(ஆ) உச்சநீதிமன்றக் கருத்து கோட்பாட்டு வடிவிலானது என்றாலும் நடைமுறையில் இதை அணுகுவது கடினமாகத் தோன்றலாம். இதற்கு மறைக்கப்பட்ட பக்கங்கள் நமக்குக் கை கொடுக்கின்றன.

தலித் மக்களின் வாழ்முறை என்பது 'பார்ப்பனீயத்திற்கு' எதிரான, பெருமத வழிபாட்டிற்கு எதிரான வாழ்முறை என்பது முன் இரு கட்டுரைகளிலும் சுட்டிக் காட்டப்பட்டது: இன்னும் சில உதாரணங்களைப் பார்ப்போம்.

ராமாயணம், மகாபாரதம் போன்ற இதிகாசங்களின் நூல்கள்

- அவை 'சுவடியாய்' இருந்த போதும் சரி, அச்சடித்த நூலாய் உருமாற்றம் பெற்ற போதும் சரி, தலித் சேரிக்களுக்குள் கொண்டு செல்வதற்கு தலித்து கள் தடை விதித்திருந்தனர் என்பது பலருக்குத் தெரியாது. இந்த இதிகாச நூல்கள் சேரிக்குள் வருவது 'தீட்டாக' கருதப்பட்டது. பின்பு வேறு வேறு வடிவங்களில் இவைகள் தலித் மக்களிடம் புழங்கக் காண்கிறோம். ஆனாலும், இன்றும் கூட இந்த இதிகாச நாயகர்கள். தலித் மக்களின் வழிபாட்டிற்குரிய தெய்வமாக இருக்கிறார்களா? இல்லை என்பது தான் விடை. சாதி காப்பாற்றும் இத்தெய்வங்கள் குத்திக் கிழிக்கும் கிண்டல்களால் சின்னா பின்னப்படுவதை, தலித்து களின் கலை வடிவமான தெருக்கூத்துக் கலையின் கதை அமைப்பிலும் நிகழ்த்தப்படும் போதும் காணலாம்.

அதேபோல் தலித்துகளின் வழிபாட்டை 'சிறுதெய்வ' வழிபாடு என்று சாதி இந்துக்கள் ஒதுக்கியதும், கூடவே தமிழகத்தில் கிறித்துவம் பரப்ப வந்த மிஷனரிகள் கூட இதை ஏற்று, தலித் மக்களின் வழிபாட்டை 'பேய்' வழிபாடு என்று கூறியதைக் கவனத்தில் எடுத்துக் கொள்ள வேண்டும்.

இன்னும் நுணுக்கமாகப் பார்க்க விரும்புவோர், இன்று பரவலாக மேற்கொள்ளப்படும் நாட்டார் வழக்காறு ஆய்வுகளையும், மானுடவியல் ஆய்வுகளையும் கூர்ந்து நோக்கினால் விளங்கும். பல ஆய்வுகளின் முடிவுப்படி, தலித் மக்களின் பண்பாடும், வாழ்வியலும் பெரு தெய்வ, பார்ப்பனீய இந்து மதத்திற்கு எதிரானது என்று நிரூபிக்கப்பட்டுள்ளன.

வெளிப்படையாகத் தெரியும் இந்த வேறுபாடுகளை, தலித்தல்லாத அறிவு ஜீவிகள் ஏற்பதில்லை. பார்ப்பனீய பண்பாட்டை எதிர்த்து வெளி கிளம்பும் அவர்கள் தலித் மக்களின் பண்பாட்டையும் பார்ப்பனீய பண்பாடாக இனம் காண்கிறார்கள். இரண்டையும் ஒரே தளத்தில் வைத்து எதிர்க்கிறார்கள். இதனால் விளைந்த கேடுதான் ஈடு செய்ய முடியாததாக இருக்கிறது.

முற்போக்கு துரத்திவிட்ட பார்ப்பன சாமிகள் இன்று தலித்துகளை நோக்கி படையெடுக்கின்றன. இதுவரை ஒதுக்கப்பட்ட தலித் அவர்ண சாமிகள் இன்று பெருசாமியாக அரவணைக்கப்படும் புதியப் போக்கிற்கு காரணம் என்ன? தலித் மக்களின் வரலாறு மறுக்கப்பட்டது தானே? அவர்களையும் இந்துக்களாகவும்

பார்த்ததுதானே? இது பார்ப்ப னீயச் சக்திகளுக்கு சாதகமாகப் போய்விட்டது. முற்போக்கு விளைவித்த பிற்போக்கு இது.

இ) சாதியவாதிகள் - சாதியற்றவர்கள் என்பது நமது விருப்பப் படியான வரையறை அல்ல, சமூகப் பண்பாடுகளின் சுட்டுப் பெயர்கள். இவைகள் இதுவரை தேவையான அளவு கவனிக்கப் படவில்லை. இப்படி கவனிக்க விடாமல் எது தடுத்தது என்பதுதான் கேள்வி.

இப்படி தலித்துகளின் வாழ்வியலையும், தலித் அல்லாதாரிடம் இருக்கும் மனப்போக்கையும், கவனிக்க வேண்டும் என்று சுட்டிக் காட்டினால் 'தலித்துகளிடமும் உட்சாதிப் பூசல் இல்லையா? அவர்கள் அணி திரள்வது ஒட்டுமொத்த தலித்-தாகவா?' என்று நுட்பமாக எதிர் வாதம் செய்யப்படுகிறது. இது சரியா?

முதலில், தலித்துகள் மீது இருக்கும் குற்றச்சாட்டுகளை வகைப்படுத்திக் கொள்வோம்.

- தலித்துகளிடம் ஒற்றுமை இல்லை.
- அவர்களிடம் உட்சாதிப் பூசல் இருக்கிறது.
- படிக்காத தலித்துகள்தான் போராட வருகிறார்கள்.
- படித்த தலித்துகள் ஏழை தலித்துகளுக்குப் போராடுவதில்லை.

இந்த சாட்டுகள் வைக்கப்பட்ட போதும் கூடவே நிகழும் வினை களையும் பார்ப்போம்.

படித்த முன்னேறிய தலித்துகள் தங்கள் சாதியைச் சொல்வதில்லை. உதாரணமாக - இளையராஜா தன் பிறந்த சாதியைத் திரும்பிக் கூடப் பார்ப்பதில்லை, அவருக்கு தலித் என்ற உணர்வே இல்லை என்று குறை கூறப்படுகிறார். உயர் பதவியிலுள்ள தலித்துகளும் இப்படித்தான் இருக்கிறார்கள் என்று கூறப்படுகிறது.

ஆனால், உண்மையில், படித்த தலித் ஒருவன் தன் தலித் உணர்வை கூர்மையாக வெளிப்படுத்தினால் - அவன் சாதி வெறி பிடித்தவனாகத் தான் கருதப்படுகிறான். மிகுந்த நாசுக்காக அவனது உட்பிரிவு சுட்டிக்காட்டப் படுகிறது.

எனவே, படித்த தலித்துகளின் சுய அடையாள வெளிப்பாடு தடுமாற்றத்திற்கு உள்ளாக்கப்படுகிறது என்றால், படிக்காத பாமர

தலித்துகளின் உணர்வுதான் மேலும் கூர்மையாக, சாதியாக அடையாளம் காணப்படுகிறது.

'தலித்' என்ற வார்த்தை மிக அண்மையில் அறிமுகமான அரசியல் அடையாளம். இது கட்டமைத்திருக்கும் அரசியல் உணர்வை, புரிதலை, அனைவரும் ஒரே மட்டத்தில் புரிந்து கொள்ள முடியுமா? கல்வியறிவற்ற, பெரும்பான்மையுள்ள தலித் மக்களிடையே இது சாத்தியமா?

ஆனால் சாத்தியமாக வேண்டுமென்பது எதிர்பார்ப்பு. எப்படி? அனைத்து பாட்டாளிகளும் புரட்சிகர உணர்வு கொண்டவர்களாய் இருந்தால், புரட்சியை முன்னெடுக்கும், புரட்சியை முழு வாழ்க்கையாகக் கொண்ட நபர்கள் ஏன் தேவை? பாட்டாளிகளில் பிற்போக்குத்தனமான, பத்தாம் பசலியான நபர்களும் பெரும்பான்மையாக இருக்கிறார்கள். பின், பாட்டாளிகள் புரட்சிக்குத் தகுதியானவர்கள் என்று அடையாளப்படுத்துவது, அந்த வர்க்கத்தின் ஒட்டு மொத்த குணத்தின் அடிப்படையில் தான். இது போன்ற பார்வை தான் 'தலித்' மீது வேண்டும்.

பாமர தலித் மக்கள், 'தலித்' என்ற அரசியல் வார்த்தையின் கட்டுமானத்தைப் பற்றி அறியாமலிருந்தாலும், தாங்கள் ஒடுக்கப்பட்ட மக்கள் என்ற அடிப்படையில்தான் ஒடுக்குமுறைக்கு எதிராகக் கிளர்ந் தெழுகிறார்கள். இதில் உடனடியாக அவர்களை ஒருங்கிணைப்பது அவர்களது சொந்தப் பிரிவுதான். இது குறைந்த பட்சப் பாதுகாப்புக் கான உத்திரவாதம். இவை அரசியல் மயமாகும் போது மெல்ல மெல்ல மறையும்.

கடந்த தேர்தலில்(1999), ஏராளமான சாதிக் கட்சிகள் தோன்றின. தோன்றிய அக்கட்சிகள் முதலில் சாதிச் சங்கங்களாகவும் பின்பு அரசியல் கட்சிகளாகவும் மாறின. இக்கட்சிகள் தங்கள் பரம்பரையின் வீரத்தையும் நாடாண்ட மக்கள் நாங்கள்தான் என்பதையும் வலியுறுத்தின. சாதித் தலைவர்கள் தேசியத் தலைவர்களானதும் தேசியத் தலைவர்கள் 'சாதி'த் தலைவர்களா னதும் கடந்த தேர்தலில்தான். இந்தக் கட்சிகள் ஏதாவது ஒன்று மக்கள் சமத்துவத்தை முன் வைத்ததா? சாதி ஒழிப்பை முன்வைத்ததா? இல்லை என்பது விடை.

உட்பிரிவாக அணி திரண்டாலும் தலித் கட்சிகள் மட்டும்தான் சாதி ஒழிப்பை முன் வைத்தன. விடுதலைச் சிறுத்தைகள், புதிய

தமிழகம் ஆகியன சாதிய வாதத்தைக் கடுமையாக எதிர்த்தன.

தலித்துகளின் சாதி ஒழிப்பு, சாதி எதிர்ப்பு எனும் கொள்கையில் அவர்களுக்கு நண்பர்களே இல்லாமல் போனது எப்படி? தலித்தல்லாத சாதியக் கட்சிகள் தமது சாதியை உயர்த்திப் பிடித்ததுடன் சாதியைக் காப்பாற்றிக் கொள்ள அதிகாரத்தைக் கோரின, - தலித் இயக்கங்களோ சமத்துவத்தை, மனித உரிமையைக் கோரின. தலித்தல்லாதவர்களுடன் என்றும் இணையாத் தகாதக் முரண்பாடுகள் இவை.

(ஈ) இனி, உட்பிரிவுக்கு வருவோம். தலித்துகள் உட்பிரிவு ரீதியாக அணி திரண்டிருக்கிறார்கள் என்பது உண்மைதான். அவர்கள் ஒருவருக்கொருவர் எதிராக, கொள்கை ரீதியாக அணி திரண்டிருக் கிறார்களா? அவர்கள் எப்படி அணி திரண்டாலும் மைய நோக்க மென்பது சாதி ஒழிப்பு தானே. இன்னும், நுணுகினால்,

(உ) தலித்துகள் மத்தியிலேதான், சுய விமர்ச்சனம் என்பது இருக்கிறது.

உட்பிரிவுகளில் வெளிப்படும் மோதல்கள், ஒடுக்குமுறைகள் கடுமையாக விமர்ச்சிக்கப்பட்டுள்ளன - பட்டு வருகின்றன. இதற்கான காரணங்கள் கவனமாக ஆராயப்பட்டு தீர்வுகள் எடுக்கப்படுகின்றன.

'கோவேறு கழுதைகள்' எனும் இமயத்தின் நாவல் தலித்துகளின் உட்பிரிவுக் கொடுமையைப் பேசுவதாலேயே அது மேல்சாதிக்காரர் களால் கொண்டாடப்பட்டது. இன்றும் இப்படி உட்பிரிவு ஒடுக்கு முறைக்கு எதிரான இலக்கியங்கள் தோன்றியபடி இருக்கின்றன. மேலும், அருந்ததியர்களின் முன்னேற்றத்திற்குக் கூடுதல் முன்னுரிமை அளிக்க வேண்டும் என்பதை அனைத்து தலித் தலைவர்களும், அறிவு ஜீவிகளும் ஒத்துக்கொள்கின்றனர். இந்தச் சுய விமர்ச்சனப் போக்கும், அதற்கான தீர்வை நோக்கிய நகர்தலும், எந்த தலித் அல்லாத இயக்கங் களிடமும் காண முடியாது. தலித்துகளிடம் காணப்படும் இப்போக்கு முற்போக்கானது இல்லையா? எனவே -

- தலித்துகளிடையே ஒற்றுமை இல்லை என்று கூறும் அதே வேளை, அவர்களை உட்பிரிவாய்ப் பகுப்பதும்.

- தலித் ஒருவர் தான் தலித் என்பதாலேயே, அவரது சாதி எதிர்ப்பு உணர்வை மறுத்து, அவரைச் சாதியாக அடையாளம் காண்பதும்.

- தலித் மக்களின் வாழ்வியலும், பண்பாடும் சாதிக்கு எதிராக இருக்கும் நிலையைப் பார்க்க மறுத்து அதைச் சாதியாகப் பார்ப்பதும்,

தலித் விடுதலைக்கு மட்டுமல்ல, தலித் அல்லாதார் விடுதலைக்கும் வழி தராது. தலித்துகளை சாதியாகப் பார்ப்பது சாதிய மனப்பான்மைக்கும், சாதி எதிர்ப்பு நிலைக்கும் இடையிலான ஒரு தடுமாற்றமுள்ள மனப்போக்காகும். தடுமாற்றமுள்ள முற்போக்கினால் எதையும் உறுதி யாகக் கூற முடியாது.

மயில்வாகனன் மட்டுமல்ல, அவரைப் போன்ற பலரும் இப்படி தடுமாற்றத்திற்கு உள்ளாவதைக் காண்கிறோம். உறுதியான முடிவிற்கு அவர்கள் வருவார்கள். தலித்துகளின் விடுதலைக்குப் பங்களிக்க வரும் தலித் அல்லாத அறிவு ஜீவிகள், தலித்துகளிடையே இருக்கும் உள் முரண்பாடுகளைப் பெரிதுபடுத்துவதல்ல, அதைப் பிற்போக்காக பார்ப்பதல்ல முன் நிபந்தனை.

அதைவிட, தங்களிடமுள்ள ஊசலாட்ட மனோபாவத்தை விட்டொழிப்பது தான் முன் நிபந்தனை. தலித்துகள் கோரும் சாதியற்ற சமூகத்திற்கும்கூட இதுவே முன் நிபந்தனை.

8.2 ஊடாட்டமா? தள்ளாட்டமா?
சன்னாவின் எதிர்வினை குறித்து
- குருசாமி மயில்வாகனன்

"சாதியிலிருந்து சுய விடுதலை அடைந்த தலித் அல்லாதார், சுய விடுதலை அடையாத தலித் அல்லாதார், இருவரையும் ஒரே தளத்தில் வைத்துப் பார்க்கும் நோக்கம் கட்டுரைக்கு இல்லை" (பக். 25 பாரா 5) என்பது உண்மையானால் கட்டுரையின் தலைப்பு "தலித் அல்லாதாரின் சாதி எதிர்ப்பின் ஊடாட்டம்" என்ற இப்போதைய கட்டுரையின் தலைப்பிலோ அல்லது இதே அர்த்தம் தொனிக்கும் வேறு சொற்களிலோ வந்திருக்கும். ஆனால் 'தலித் அல்லாதார் -இடைவெளி முகிழ்க்கும் வினாக்கள்' என்ற தலைப்பில் எழுதப்பட்டக் கட்டுரை ஒட்டு மொத்த மாக தலித் அல்லாதாரை குற்றம் சுமத்தித் தான் எழுதப் பட்டிருந்தது. அதனால் தான் தொடர்ந்து எதிர்வினையும் வந்தது.

ஆனால், இப்போது அந்தப் புள்ளி அழிக்கப்படுவது சந்தோசமான விசயம்தான். இதற்காகத்தான் கட்டுரையாளரை, கோபத்தை எதிர்கொள்ள வைக்கிற, தேவையற்றதாகக் கருத வைக்கிற, சலிப்பூட்டுகிற எதிர்வினை புரியப்பட்டது.

ஆனாலும், கட்டுரையாளருக்கு இவ்வளவு சலிப்படைய வேண்டிய அவசியம் இதற்குள் வந்திருக்க வேண்டியதில்லை. விவாதங்கள் சலிப்பூட்டவதாக அமைவதற்கு எது காரணமாக இருக்கும்?

சலிப்படைவது நமது மனநிலை மட்டும்தான். யதார்த்தம் போர்க்களமாக இருக்கிறது. ஆயுதங்களைக்

கூர்மைப்படுத்தி சுத்தம் செய்வதை சலிப்பானதாகக் கருதக் கூடாது. முதலில் சலிப்பிலிருந்து விடுதலையடைய வேண்டும்.

சாதி வெறும் சுட்டுச் சொல்லாக : வர்ணமும் சாதியும் வேறு வேறானது என்பதால் அவர்கணர்கள் எனப்படுவது சாதியற்றவர்கள் என்று பொருள் கொள்ளத்தக்கது அல்ல. பள்ளர், பறையர், சக்கிலியர் மற்றும் பிற அடையாளங்கள் நிகழ்கால சாதிய அடையாளங்கள்தான் என்பதை மறுக்க வேண்டியதில்லை. அவைகளை ஏற்க வேண்டியதுமில்லை.

அதே நேரம் யதார்த்தத்தில் நிலவும் 'தலித்துகள் சாதியாகப் பிரிந்து இருப்பது' என்ற பார்வையானது தலித் அல்லாதோர் சாதியாகப் பிரித்துப் பார்ப்பது என்பதிலிருந்து முற்றிலும் வேறுபட்டது. உட்பிரிவு களைச் சுட்டும் அடையாளச் சுட்டுச் சொல்லாக மட்டுமே இங்கு 'சாதி' சொல் பயன்படுத்தப்படுகிறதேயன்றி, தலித் அல்லாத சாதி ஆதிக்கவாதிகளிடம் நிலவும் 'சாதி' என்ற ஆதிக்க மனப்பான்மைச் சொல்லாக அல்ல, என்பதைக் கட்டுரையாளர் விளங்கிக் கொள்ள வில்லை என்றே தோன்றுகிறது.

பார்ப்பன சாமிகள் தலித்துகளை நோக்கி படையெடுப்பதற்கும், தலித் அவர்ண சாமிகள் இன்று பெருசாமியாக அரவணைக்கப்படும் போக்கிற்கும் காரணம் முற்போக்கு துரத்தியதனால் அல்ல. இந்திய முற்போக்கிற்கு அவ்வளவு வலிமை இருந்ததா என்பதும் ஆய்வுக்குரியது. ஆனால் இன்று அதற்குக் காரணம், இன்றைய 'இந்துத்துவ பாசிசத்தின் உள்நோக்கத்துடனான அவசியத் தேவை' என்பதுதான்.

ஆனால் இது பார்ப்பனிய சக்திகளுக்கு எவ்வாறு சாத்தியமானது? மேலும் அவர்ணர்கள் வர்ண சாமிகளை ஏன் ஏற்றுக் கொண்டார்கள்? சாதியற்றவர்கள் சாதியச்சாமிகளை ஏன் வணங்குகிறார்கள்? மேலும் சாதியற்றவர்களுக்குள் உள்ள பிரிவினைகளுக்கு என்ன காரணம்? என்பதும் கூட இன்னும் விளக்கப்படவில்லை. சாதி உள்ளவர்களுக்குள் உள்ள பிரிவினையும் கூடத்தான்.

மள்ளர் மலர் டாக்டர் குருசாமிச் சித்தரின் கேள்விகளையும் கூட இதோடு சேர்த்து வைத்துப் பதில் தேட முயற்சிக்கலாம்.

கட்டுரையாளர் தலித்துகள் மீது இருக்கும் குற்றச்சாட்டுகள் என்று வகைப்படுத்தியிருக்கும் 4 புள்ளிகளும் குற்றச்சாட்டுகள்

அல்ல, யதார்த்தங்கள்தான். அதிலும் கடைசிப் புள்ளியில் படித்த தலித்துக்கள் என்பதைவிட 'பணக்கார தலித்துக்கள் ஏழை தலித்துகளுக்கு போராடுவதில்லை' என்றே வைத்துப் பார்க்க வேண்டும்.

படித்த உயர் பதவியிலிருக்கும் தலித்துகள், அதிகார யந்திரத்திடம், நிவாரணம் கேட்டு வரும் ஏழை தலித்துகளின் பிரச்னைகளைக் காது கொடுத்துக் கேட்டு, தகுந்த மற்றும் சாத்தியமான ஆலோசனைகளைக்கூட சொன்னாலே போதும். ஆனால் அவர்கள் தலித்துகள் தங்களைத் தொந்தரவு செய்வதாகக் கருதுகிறார்கள். கடைநிலை ஊழி யரிலிருந்து இந்திய ஆட்சித் துறைச் (இ.ஆ.ப.) சேவை (?) செய்பவர்கள் வரை இதே நிலை தானே நிலவுகிறது! அவர்களுக்கும் அதிகார வர்க்கப் புத்திதானே முன்னே வந்து நிற்கிறது.

கட்டுரையாளர் குறிப்பிடும் உதாரணமான இளையராஜா கூட படித்து அதனால் முன்னேறிய தலித் அல்ல என்பதைக் கவனத்தில் கொள்ள வேண்டும். வர்க்கத்துக்கே உரிய குணாம்சத்தைப் பெறுகி றார்கள். இது இயற்கையானதுதான்.

அனைத்துப் பாட்டாளிகளுமே புரட்சிகர உணர்வு கொண்டவர்களாய் (?) இருந்தாலும் கூட புரட்சியை முன்னெடுக்கும், புரட்சியை முழு வாழ்க்கையைக் கொண்ட நபர்கள் அல்ல, தோழர்கள், தேவைப்படத் தான் செய்வார்கள். அது புரட்சியில் கட்சி வகிக்கும் பாத்திரம் குறித்த விசயங்களோடு இணைந்ததாகும்.

வர்க்கத்தின் ஒட்டு மொத்த குணத்தின் அடிப்படையில் பாட்டாளிகள் புரட்சிக்குத் தகுதியானவர்கள் என்று அடையாளப் படுத்தும் பார்வை போன்றே 'தலித்' மீதும் வேண்டும் என்றால், பாட்டாளிகளுக்குள் கட்டுரையிலுள்ள பிற்போக்குத்தனம், பத்தாம்பசலித்தனம் போன்றவைகளோடு கட்டுரையில் விடுபட்ட மூடநம்பிக்கை, ஆணாதிக்கம், சாதிய மனோபாவமும் இருப்பதைச் சேர்த்தால் அது போல தலித்துகளிலும் பிற்போக்குத்தனம், பத்தாம்பசலித்தனம், மூட நம்பிக்கை, ஆணாதிக்கம், சாதிய மனோபாவம் - இவைகளும் இருப்பது தான் உண்மையாக இருக்க முடியும்.

இவை தலித்துகளுக்கு அரசியல் மயமாகும்போது மெல்ல மெல்ல மறையும் என்ற உண்மை தலித்தல்லாத பாட்டாளிகளுக்கும் மெல்ல

மெல்ல மறையும் என்ற உண்மையோடு ஒத்துப் போவதுதான்.

தலித் அல்லாதாரிடம் நிலவுவது போன்று தலித்துகளிலிடையேயும் ஒற்றுமை இல்லை என்பதும், அவர்கள் உட்பிரிவாய்ப் பகுக்கப் பட்டிருக்கிறார்கள் என்பதும் புறநிலை யதார்த்தங்கள். கற்பனை அல்ல, இதை விளங்கிக் கொண்டு அதை ஒழிக்க நினைப்பது தடுமாற்ற முள்ள மனப்போக்கும் அல்ல.

'தலித்துகள் விடுதலை தனியானதல்ல! தலித்துகள் அல்லாமல் விடுதலையுமல்ல!' என்பது உள் முரண்பாடுகளைப் பெரிது படுத்தி அதைப் பிற்போக்காகப் பார்க்கும்முன் நிபந்தனையல்ல. மேலும் அது தலித்துகளும் தலித் ஆதரவாளர்களும் கோரும் சாதியற்ற சமூகத்திற் கான முன் நிபந்தனையுமல்ல. அது ஒரு முன் முழக்கம்!

இந்த முன் முழக்கம் தலித்தையும், தலித் அல்லாதாரையும் இணைக்கும் முக்கியப் புள்ளிகளுள் பிரதானமானது என்பதுதான் நான் வலியுறுத்திக் கூற விரும்புவது.

சாதி உணர்விலிருந்து வெளிவந்தவர்கள் கூட தங்களை அறியாமல் சாதிப்பான்மையை வெளிக்காட்டத்தான் செய்கிறார்கள் என்பது சில இடங்களில் நடைபெறலாம். அதே நேரம், வெளிக்காட்டப்படும் மனப்பான்மை அனைத்தையும் சாதிப் பான்மை என்று முத்திரை குத்தி குற்றம் சுமத்துவது எவ்வகையிலும் நியாயமானதல்ல. அவசியமானதல்ல. கோபப்படுவதாக எண்ணாமல், சலிப்படையாமல் பாருங்கள். எல்லாச் சாதிக்குமான செயல்படும் சொற்கள் இருப்பதை நீங்கள் அறிவீர்கள். பள்ளப் புத்தி, பறப்பம்மாத்து, கொறக்குசும்பு போன்ற சொல்லாடல்கள் இப்போதும் கூட தலித் மக்களிடம் புழக்கத்தில் உள்ளது. இவைகள் காரணப் பெயர்கள் என்று (ஆதிக்க சாதியினருக்குப் போலவே) கூட நான் கேள்விப் பட்டிருக்கிறேன்.

தலித்துகள் மீதான விமர்சனம் வரும்போது விமர்சன நோக்கத்தை சாதிய அடிப்படையில் அணுகி அம்பலப்படுத்த வேண்டியது அவசியமான ஒன்று. ஆனால் விமர்சனத்தையும் சாதியின் நுட்பமான தளம் என்று ஒதுக்குவது சரிதானா?

இளையராஜா - கே.ஏ. குணசேகரன் பிரச்சனையில் எல்லோ ருமே கே.ஏ. குணசேகரன் பக்கமே நிற்கிறார்கள். இளையராஜா தலித் என்பதால் அவர் தரப்பை யாரும் நியாயப்படுத்தமுடியாது. அதே

நேரம் இளையராஜா தனது வழக்கை தலித் அல்லாத ஒருவர் மீது வைத்திருந்தால் அனைவரும் யார்`பக்கம் நின்றிருப்பார்கள் என்பதைக் கற்பனை செய்து கொள்க. பேராசிரியர் அ. மார்க்ஸ் சொல்லுவது போல குணசேகரனின் நூலில் உள்ள கடைசிக் கட்டுரையில் உள்ள இளையராஜாவின் மீதான மெல்லிய விமர்சனத்தை 'தலித் முரசு' மறுத்தி ருக்கிறது என்கிற வியப்பையும் இதோடு சேர்த்துப் பார்க்கலாம்.

சாதியற்றவர்கள் என்ற பூர்வகால நிலையானது, நிகழ் காலத்துடன் முரண்பட்டு உங்களைத் தள்ளாட வைக்கிறது. ஆதியில் சாதியற்றோ அல்லது சாதியுடனோ இருந்தாலும்கூட எதிர் காலத்தில் சாதியற்ற சமுகம் அமைக்கும் நோக்கத்தையும் இது தள்ளாடச் செய்கிறது. மாறுதலுக்கான போராட்டத்தைப் புறநிலை, நிகழ்கால எதார்த்தங் களிலிருந்து நாம் துவங்குவது என்பதை வலியுறுத்துவது சாதி எதிர்ப்பின் ஊடாட்டமல்ல, அதுவே இந்தத் தள்ளாட்டத்தைத் தடுத்து நிறுத்தும்.

தொடர்ந்து நான் எழுப்பியிருக்கிற பல்வேறு கேள்விகளுக்கும் விடையைத் தேடுவது "தலித்தியத்தின் கோட்பாடுகளை மேலும் துல்லியப்படுத்தும் கௌதம சன்னாவின் முயற்சிகளுக்கு" உதவும் என்றே நினைக்கிறேன். கட்டுரையாளரின் அறிவார்ந்த உழைப்பைக் காலம் இப்போது கோரி நிற்கிறது.

8. ௨௯ தலித் தல்லாதார் இடைவெளி

தங்களை இந்த இழிந்த நிலைக்குத் தள்ள பிரதான காரணமாக இருந்த இழிவான சதுர்வர்ண அமைப்பை நிலை நிறுத்துவதற்குப் பெருமளவுக் கருவியாக இருந்தவர்கள் இந்த சூத்திரர்கள்தான். எனினும் அதே சமயம் சூத்திரர்கள் தான் சதுர் வர்ண அமைப்பை ஒழிக்க முடியும்.

- டாக்டர்.அம்பேத்கர்
(சூத்திரர்கள் யார் - எனும் நூலின் முன்னுரையில்)

தலித்தல்லாதார் என்ற கட்டுரை வெளியிடப்பட்ட பிறகு வெளியான எதிர்வினைகள் எவ்வளவு நுட்பமான தளங்களை வெளிக்காட்டியது என்பதைக் காணும்போது தனிப் பட்ட முறையில் எனக்கு ஆச்சர்யம் ஏதும் உண்டாக வில்லை. அக்கட்டுரைகளுக்கு எதிர்வினையாற்றிய மயில்வாகனும் சரி, எதிர்வினையைக் கமுக்கமாக வெளிப்படுத்திய மற்றவர்களும் சரி, அவர்களுக்குக் கூற வருவது என்னவெனில் எதையும் ஒரு வரலாற்றுக் கண்ணோட்டத்தோடு அணுகுங்கள் என்பது தான். அரசியல் வரலாற்றுக்கு அதுதான் அரிச்சுவடி.

தலித் அல்லாதார் கட்டுரை மட்டுமல்ல, அதைத் தொடர்ந்து வந்த மூன்று கட்டுரைகளும் வரலாற்றுப் பின்னணியைத் தவறவிடவில்லை. அதனால்தான், சாதி யின் நுட்பமான தளங்களை இனம் காணுவது

தவிர்க்க முடியாமல் போனது. ஏனெனில் சாதியின் வரலாறும், இயக்கமும் அப்படிப்பட்டது.

ஒரு தீண்டத்தகாதவன் சாதியைப் பார்ப்பதற்கும், ஒரு சாதி இந்து சாதியைப் பார்ப்பதற்கும் பெருத்த வேறுபாடு உண்டு, இந்த வேறு பாட்டை தலித் அல்லாதவர்களால் புரிந்து கொள்ள முடியவில்லை, இதில்தான் சிக்கலே இருக்கிறது.

இந்தியாவில் சாதியைப் பற்றி விளக்கியவர்கள் முற்போக்கு பேசுபவர்களாயினும், இடது சாரிகளாயினும் நிறைய பேர் இருக்கிறார்கள், மனித சமூக வரலாற்றை இந்திய சூழலோடு எழுதிய ராகுல சாங்கிருத்யாயன். வர்ணத் தோற்றத்தைப் பற்றியும், சாதியின் தோற்றத் தைப் பற்றியும் விரிவாக எழுதினார். ஆனால் அவர் எங்கேயும் தீண்டாமைத் தோற்றத்தைப் பற்றி எழுதவில்லை, ராகுல்ஜி ஒரு பிரபலமான ஜனரஞ்சக நடையில் எழுதிய மார்க்ஸிய அறிஞர். அதேபோல், மிகவும் தீர்க்கமாக எழுதிய மற்றப் பிற இடதுசாரி ஆய்வாளர்கள், வெளிநாட்டு இந்தியவியல் ஆய்வாளர்கள், காங்கிரஸ் அறிவுஜீவிகள், திராவிட இயக்க முற்போக்கு அறிவு ஜீவிகள் எவரேனும் தீண்டாமை குறித்துத் தெளிவாக தம்முடைய ஆய்வினை மேற்கொண்டிருக்கிறார்களா? இல்லைவே இல்லை என்பதை உறுதியாகக் கூறமுடியும். ஆனால் இவர்களெல்லாம் சாதியைப் பற்றித் தீவிரமாக ஆய்வு செய்திருக்கிறார்கள்.

தீண்டாமையின் மூலத்தைக் கண்டடைவதில் பெரும்பாலும் முனைப்பு காட்டியதில்லை என்றால் என்ன பொருள், அது அவர்களுக்கு அது புரியாத புதிராய் இருந்திருக்க வேண்டும், அல்லது அவர்கள் அக்கறை இன்றி இருந்திருக்க வேண்டும் என்றெல்லாம் சொல்லி தட்டிக் கழிக்க முடியாது. ஏனெனில் எது அவர்களிடம் தாக்கத்தை உருவாக்கியதோ அதிலிருந்துதான் அவர்கள் ஆய்வுகளை செய்தார்கள். சாதிதான் அவர்களிடம் தீர்க்கமான தாக்கத்தை உருவாக்கி யிருந்தது. நன்மையாகவோ, தீமையாகவோ அது அவர்களை பாதித்தி ருக்கிறது. அந்தத் தாக்கத்தினால் அவர்கள் சாதியை ஆராய்ந்திருக்கிறார்கள். ஆனால் தீண்டாமை என்பது அவர்கள் உணராத ஒன்று. அதனால்தான் அதன் தோற்றத்தைக் குறித்து அறிந்துக் கொள்வதில் தாக்கமின்றிக் கிடந்தார்கள், இன்னும் கிடக்கிறார்கள்.

எனினும், தீண்டாமை தோற்றம் ஒரு புரியாத புதிர் அல்ல,

பண்டிதரும், அம்பேத்கரும் அவர்கள் காலத்திலேயே தீண்டாமையின் தோற்றம் குறித்து விரிவாக ஆய்வு செய்து மிகச் சிறந்த நூல்களாக வெளியிட்டுள்ளனர். அயோத்திதாசப் பண்டிதர் பத்து வருடமும், அம்பேத்கர் பதினைந்து வருடமும் தீண்டாமையின் மூலத்தைக் கண்டடைய செலவழித்து வெளியிட்ட அவர்களின் முடிவுகள் பரவலாக விவாதிக்கப் படவில்லை என்பது ஒருபுறமிருக்கட்டும், இது போன்ற ஒரு முனைப்பை தலித் அல்லாதார் ஏன் காட்ட வில்லை. அதற்குக் காரணம் என்ன? இதுதான் இடைவெளி முகிழ்க்கும் மர்மம்!

அப்படியே மீறி, தீண்டாமை குறித்து தலித் அல்லாத அறிவு ஜீவிகள் வைத்திருக்கும் கருத்துக்கள் ஒளியூட்டக்கூடிய அளவிலா இருந்தது. தம்முடைய இலக்கிய மேதைமையைப் பறைச்சாற்றி அவர்கள் வெளியிட்ட பத்தாம் பசலித்தனமான கருத்துக்கள் முற்ற முடிவானதாகவே அவர்கள் கருதியதால் இன்று மட்டுமல்ல என்றுமே 'தீண்டாமையின் தோற்றம்' குறித்த ஆய்வுகளே தலித் அல்லாதாரிடம் இல்லாமல் போய்விட்டது.

இப்படி, தலித்தல்லாதாரிடம் தீண்டாமை குறித்து உண்டான அலட்சியம் எல்லோரிலும் ஒரே மாதிரியாக நிகழ்ந்தது தற்செயலானது அல்ல! இதில்தான் வரலாற்றுபடியான உளவியலின் தொடர்ச்சியுள்ளது. ஏனெனில், தலித் தல்லாதார் சாதியை அனுபவித்து இருக்கிறார் கள். அதிலுள்ள தீட்டு, இடைவெளி, ஏற்றத் தாழ்வு என அவற்றின் எல்லா அனுகூலங்களையும் பார்த்திருக்கிறார்கள். அதனால் அதே அளவு கோல்களைத் தீண்டாமைக்கும் பொருத்தி பிரச்சினையை எளிமையாக்கிக் கொண்டார்கள். இப்படி எளிமையாக்கப்பட்டதால் ஏற்பட்ட பிரதிகூலங்களை அனுபவிப்பது தலித்துகள்தான்.

அதனால்தான் தலித்துகளை சாதியின் அடையாளத்திற்குள் திணிக்கும் போக்கு தொடர்ந்து நடைபெறுகிறது. தலித்துகளின் சாதியற்ற நிலை ஒரு கடந்த கால நிகழ்வாயிருந்து, நிகழ்கால யதார்த்தத்துடன் அது முரண்டு பிடிக்கவில்லை. தலித்துகளின் கடந்தகால வரலாறு மறைக்கப்பட்ட போது, அவர்களின் சாதியற்ற நிலையும் மறைக்கப்பட்டது. இப்படி மறைப்பதில் ஒரு அனுகூலம் உண்டு. தீண்டத்தகாதவர்களின் பிரச்சினைக்கு அவர்களையே பொறுப்பாக்க முடியும். இப்படி பொறுப்பாக்கும் போக்கு தான் நிகழ்கால முரண் பாடாக வெளிப்படுகிறது.

மனித பயத்தின் மூலத்தை ஆராய்ந்த சிக்மண்ட் பிராய்ட், அதை மனிதனின் மரணத்தோடு மட்டும் பொதுவாய் தொடர்பு படுத்திப் பார்க்கவில்லை, மிகுந்தக் கூர்மையாக மனிதனின் பிறப்போடு அது தொடர்புடையது என்று விளக்கினார். மேற்கத்தியச் சூழலின் சமூகப் பொருளாதாரக் கட்டமைப்பு மற்றும் தனி மனித சுதந்திரத்தின் வெளிப்பாடு மட்டும் காரணமல்ல, குழந்தை பிறப்பின்போது உருவாகும் உயிரியல் தனிமையும் பிரிப்பும் இதற்கு பொதுவானக் காரணிகள். இந்த உயிரியல் தனிமைப் படலை உலகச் சூழலுக்கு பொதுவில் வைத்துப் பார்க்க முடியும். ஆனால் இது மட்டும் போதாது, ஏனெனில் பிராய்ட் உணர்ந்துக்கொள்ள முடியாமல் இருந்த அம்சம் இந்தியத் துணைக் கண்டத்திற்கே உரித்தான தனியம்சம். அதுதான் சாதி. பயத்தின் மூலத்தை இதனோடு தொடர்புபடுத்திப் பார்த்தால் விரிவானத் தளம் மட்டுமல்ல, புதிய பார்வையும் நமக்குக் கிடைக்கும். நீண்ட காலமான விடுவிக்கப்படாத ஒரு புதிரின் மர்மத்தைப் புரிந்துக் கொள்ளவதற்கான முன்வடிவமும் கிடைக்கும்.

பயம், அதன் வெளிப்பாட்டு வடிவத்தில் வன்மையான இடத்தைப் பெற்றிருப்பது அதிகாரம். பயமும் - அதிகாரமும் ஒரு நாணயத்தின் இரண்டு பக்கங்கள், அதனால்தான் இந்தியச் சமயங்கள் இறப்பை வெல்வது போலவே பிறப்பையும் வெல்ல முயன்றன. இரண்டு பயமும் ஒன்றிலிருந்து ஒன்று பிரிக்க முடியாதவை.

பிறவிப் பெருங்கடலை நீந்திக் கடந்து மரணத்திற்குப் பிறகு பேருண்மையோடு ஒன்றுவதற்கு மதங்கள் போதிக்கும் வழி, அதிகாரத்தைத் தொலைத்து விடுவது தானே! பற்றற்று போவது தானே! ஆனால் இந்தியச் சமூகத்தில் இது எளிதில் நிகழ்ந்து விடக்கூடியதா?

ஒரு சாதி இந்து தன் முன்னோர்கள் பேசும் பற்றற்ற நிலையைக் குறித்து ஏராளம் பேசுவார். ஆனால் ஒரு போதும் அதைக் கடைபிடிக்க மாட்டார். தன் மரணம் பற்றிய பயத்தைவிட தன் பிறப்பு பற்றின பயம் அவரை துரத்திக் கொண்டே இருக்கும், தன் பிறப்பைப் பற்றின, தான் பிறந்த சாதிப் பற்றின சிறு சந்தேகம்கூட அவரை நிலைகுலையச் செய்யும், தன் முன்னோர்கள் பிறப்பில் காட்டிய சர்வாதிகாரத்தைச் சாதியைக் காப்பாற்றிக் கொள்ளும் பயத்தைத் தானும், தன் எதிர்கால சந்ததியும் காப்பாற்றிக் கொள்ள ஓயாமல் போராடுகிறார். இப்படி உருவான பிறவி பயத்தின்

..................................கௌதம சன்னா)(171

உளவியல் கட்டமைப்பு சாதியிலிருந்து வெளியேறிவர்களாகத் தம்மை நம்பிக் கொண்டிருப்பவர்களிடம் வெளிப்படாமல் போய்விடுமா?

சாதி ஒரு நாணயம் என்றால் அதன் ஒரு பக்கம் பயமும், மற்றொரு பக்கம் அதிகாரமும் கொண்ட ஒற்றை. சாதி ஒரு குழுவாக கலப்பு வராமல் தனித்துவத்தோடும், தனித்தும் இருக்க எப்போதும் தன்னைத் தற்காத்த படியும், தனக்கு மேலே உள்ள சாதிக்கு கட்டுப்பட்டு இரட்டை பயத்துடன் இருக்கிறது. அதே நேரம் தனக்கு கீழே உள்ள சாதியின் மீது தனது ஆதிக்கத்தை செலுத்தி அதிகாரத்தை நிலை நிறுத்திக் கொண்டேயிருக்கிறது. இதில் குழப்பம் வரும் சூழல் எதுவென வும் அதற்குத் தெரியும். ஆகவே ஒவ்வொரு சாதியும் தனது அதிகாரத் தினைப் பாதுகாத்துக் கொள்ள பிறப்பினைக் கண்காணிக்கிறது. எப்போதும் தனது கட்டுக்குள் வைத்துக்கொள்ள முனைகிறது. தொடர்ந்த கண்காணிப்பினால் தன்னைத் தானே சந்தேகப்படுகிறது. இந்த சந்தேகத்தோடு ஆயிரக்கணக்கான ஆண்டுகளாக அது போராடி வந்துள்ளது. எனவே எத்தனையோ தலைமுறைகள் கடந்து நிலைத்து விட்ட, அவர்களே அறியாமல் அவர்களது தலையுள் அலையும் பிறப்பு எனும் பிறவி பயத்தை தலித் அல்லாதவர்களால் அவ்வளவு எளிதில் தொலைத்து விட முடியுமா ?

இந்த பயத்தை மறைக்க அவர்கள் தொடர்ந்து கைக்கொள்வது அதிகாரத்தைத்தானே. பிறப்பில் கலப்பு ஏற்பட்டால் சாதி கலையும், படி நிலைக் குலையும், அதிகாரம் மறையும். இந்த நிலையை தலித் அல்லாதாரால் ஏற்றுக்கொள்ள முடியுமா? தலைமுறைகளை நிர்ணயிக்கும் மரபார்ந்த மூலமாக நிலைபெற்றவைகள் தம்மை முற்போக்காய் காட்டிக்கொள்ளும் தலித்தல்லாதாரிடம் மறைந்துப் போய் விடும் என்பது மகிழ்ச்சிக்குரிய நம்பிக்கையாக இருக்கலாம், ஆனால் அது கசப்பான நடைமுறை உண்மை. ஏனெனில், நடப்பதில் கவனமின்றி நடப்தைப் போல, தன் செயலில் அவர் தன் சாதி உணர்வை வெளிக் காட்டக் கூடிய சந்தர்ப்பத்தை ஒரு தலித்தல்லாதார் உணர்வதைவிட ஒரு தலித்தால் எளிதில் உணர முடியும், ஏனெனில் சாதியின் நுட்பமான தளத்தை அதனால் பாதிக்கப்பட்டவர் களால்தான் எளிதில் உணர்ந்து கொள்ள முடியும். இதைச் சுட்டிக்காட்டுவதால் அதனுடைய பாதிப்பு கூட தலித்துக்குத்தான்.

கெடுவாய்ப்பாக, நம் சூழலில் ஒரு விசயத்தை நேர்மையோடு

விவாதிப்பது அருகிக் கொண்டு வருகிறது. புரிதலின், புரிந்து கொள்ளலின் அனுபவமின்மை, தன்னிலை சார்ந்த புரிதல் ஆகியன இதற்கு பெரும் தடைகள். லுட்விக் மார்குஸ் என்பவர் நீட்சேவைப் பற்றிப் பேசும்போது கூறியக் கருத்தை இங்கு நினைவுப் படுத்திக்கொள்வது பொருத்தமாயிருக்கும். லுட்விக் மார்குஸ் கூறுகிறார் :

> அதிகாரத்தை விரிவுபடுத்தி; அதன்மூலம் ஆதிக்கம் செய்வது தான் எல்லா அரசியலும் பின்பற்றும் முறை என்பது வெளிப் படை, ஆதிக்கம் செய்வது எந்தக் குறிக்கோளுக்காக என்பது தார்மீகப் பிரச்சினை, தார்மீகவாதிகள் அதிகாரம் பற்றி பேசினால் அதை கண்டனம் செய்வதற்குத்தான் பேசுவார்கள்.

இது எவ்வளவு நுட்பமானக் கருத்து என்பதை ஒப்பிட்டுப் பார்க்கும்போது தலித்துகளது நிலைபாட்டிற்கு தார்மீக நியாயம் மட்டுமல்ல, வரலாற்று நியாயமும் இருக்கிறது என்பது விளங்கும். தம்மை ஒருங்கிணைத்து, ஒரு குழுவாக இயங்க முனைவது சமூகப் பாதுகாப்பை அடிப்படையாகக் கொண்டதாக இருந்தாலும், அதன் நோக்கம் வெறும் சேர்ந்து இயங்குவது மட்டுமல்ல. சாதியின் இருப்பை, அதன் அதிகார எதிர்ப்பையும் உள்ளடக்கியதாக இருக்கிறது. அதனால்தான் தலித் இயக்கங்களின் பிரிக்க முடியாத அம்சமாக சாதி எதிர்ப்பும், தீண்டாமை ஒழிப்பும் இருக்கிறது. இந்த இரண்டு அடிப்படைகளும் இல்லாது எந்த ஒரு தலித் இயக்கத்தையும் இந்தியாவின் எந்த மூலையிலும் பார்க்க முடியாது. அதேவேளை இந்த அடிப்படைகள் வைத்திருக்கக் கூடிய எந்தத் தலித்தல்லாதாரின் இயக்கத்தையும் காண முடியாது. ஒரு சில முற்போக்க அமைப்புகள் சாதி ஒழிப்புக் குறித்து பேசினாலும் அதை ஒரு செயல் திட்டமாக என்றைக்குமே அவை முன்வைத்தது இல்லை. அதனால்தான் தலித் இயக்கங்கள் தனிமைப்பட்டும், துணையின்றியும் இயங்குகின்றன. பெரியாரின் இயக்கம்கூட வெறும் கடவுள் மறுப்பு இயக்கமாக சுருங்கிப் போனதற்கு இதுதான் காரணம். எனவே, ஒரு தலித் தல்லாதவருக்கு இருக்கக் கூடிய தார்மீகம் வெறும் வெளிப்பாடாக மட்டுமே இருந்துவிட்டுப் போவதுதான் பிரச்சினை. ஏனெனில் அதை தார்மீக பொறுப்பாக அவர் கருதி, அதில் முனைப்பு காட்டினால் அங்கிருந்து தான் அவருக்குப் பிரச்சனைகள் தொடங்குகின்றன.

தார்மீகப் பொறுப்பை ஏற்றுக்கொண்டால் அவர் கடந்த

காலத் திற்கும் எதிர்காலத்திற்கும் இடையில் ஒரு போராளியாக நிற்க வேண்டும், கடந்த காலத்தின் குற்றங்களுக்கு தான் தார்மீக பொறுப்புள்ளவராய் மிளிர வேண்டும். தமது சாதி வழி நடவடிக்கைகளால் வெளிப்படையாகவும் நுட்பமாகவும் வெளிப்பட்ட உணர்ச்சிகளால் பாதிக்கப் பட்டவர்கள் அவரிடம் நிவாரணம் கோரவில்லையானாலும், அதைக் கணக்கில் எடுத்துக் கொள்ள வேண்டும், அதை மறுப்பது தனது சுற்றுப் புறத்தையே மறுப்பதாகும். இதை உணர்ந்து கொண்டால் எதிர்காலத் தில் உறுதியான நடவடிக்கைகளில் அவர் நிலைக்க முடியும். ஏனெனில் சாதி எதிர்ப்பு என்பது தலித் அல்லாதாருக்கு ஒரு தன்னிலை எதிர்ப்பாகும். எனவே தன்னுடைய தார்மீகத்தை நிலை நிறுத்திக் கொள்வதற்கு தொடர்ந்த விழிப்புணர்வு என்பது எப்போதும் தேவைப்படுகிறது. இந்த விழிப்புணர்வு மங்கும்போது சலிப்பும், நான் எவ்வளவோ செய்தேன் என்ற விரக்தியும் ஏற்பட்டு, இந்த தலித்துகளே நன்றி கெட்டவர்கள் என்று கூறும் எத்தனையோ பேரை நீங்கள் பார்க்க முடியும்.

இப்படி, கூர்மையாகச் சுட்டிக்காட்டுவதால் தலித்துக்கும், தலித் அல்லாதாருக்குமான இடைவெளி, அதிகரிப்பதும், தலித்துகளுக்காகப் போராட வரும் தலித்தல்லாதாரின் பங்களிப்பு குறையும் என்று ஒரு வாதம் வைக்கப்படுகிறது. இது தலித்தையும், தலித்தல்லாதாரையும் இணைக்கும் புள்ளியின் வேறுவடிவம், இது சிதையாதா?

சாதியைத் தம் ரத்தத்தோடு தொடர்பு படுத்திக்கொண்டு இருக்கும் ஒரு சாதி இந்து தலித்திடம் நெருங்கி வருவார் என்பது வெறும் போதனைகளால் நிகழ்ந்துவிடக் கூடியதல்ல. அது சமூக மாற்றத்தோடும், உற்பத்தி உறவுகளில் ஏற்படும் வளர்ச்சியோடும் தொடர்புடையது. சமூக வளர்ச்சி ஏற்படுத்தும் நெருக்கடி தவிர்க்க முடியாமல் சாதி இந்து எனும் தலித்தல்லாதாரை நிச்சயம் நெருக்கும். இந்தச் சமூக வளர்ச்சிக்கான தூண்டுகோல்களில் விழிப்புணர்வு பெற்ற தலித் தல்லாதாரின் பங்கு அவசியமாகவும் அதிகமாகவும் இருக்கும்.

அதேபோது, தலித்துகளின் பிரச்சினைக்குப் போராட வரும் தலித்தல்லாதாரின் வருகைக்கு எப்போதும் தலித்துகளிடம் வரவேற்பு இருக்கும். ஆனால் அதுவல்ல முக்கியம், சாதி உணர்வில் தறிகெட்டலையும் தலித்தல்லாதாரை தார்மீக வட்டத்திற்குள் கொண்டு வரும் பிரச்சினைதான் பெரும் பிரச்சினை, இதைச்

செய்வதற்குதான் இங்கு ஆட்களே இல்லை. இதை நேர்மையோடு செய்தாலே தலித்துகளுக்குப் பேருதவியாய் இருக்கும். ஆனால், சாதியை விட்டு வெளியேறியதாக நம்பும் தலித் தல்லாதாருக்கு இதில் உருவாகும் சங்கடம் உணரக் கூடியதுதான், என்றாலும் தவிர்க்கக் கூடியதுதான். அதற்கான வழி முறைகளும் ஏராளமுள்ளது தலித்தல்லாதார் முனைப்புக் காட்டி, விரும்பி அந்த வழிகளைக் கண்டுபிடித்தால் தவிர.

எனினும், வெறும் விருப்பத்தின் அடிப்படையில் அல்லது ஒரு பாணியின் (Fashion) அடிப்படையில் செயல்படக்கூடாது. ஏனெனில் விருப்பமும் பாணியும் மாறக்கூடியது. அது நீடித்து இயங்காது. பிறகு உருவாகின்ற இடைவெளி தொடர்ந்து அதிகரிக்கும். அது அதிகரிக்க, அதிகரிக்க தமது செயல்பாடுகளின் வரட்டுத் தன்மையை மறைத்துக் கொள்ள தலித்துகளையே குற்றவாளிகளாக்கும் போக்கு தலித்தல்லாதாரிடத்தில் தலையெடுக்கும். இதைவிடத் தார்மீக வீழ்ச்சி தலித்தல்லாதாருக்கு ஏதுமில்லை. அதேநேரம் தலித்துகளுக்கு தீண்டாமைக் கொடுமையைவிட இது மோசமான பொதுத்தள அவமானமாக மாறிவிடும்.

சூழ்நிலையின் எச்சரிக்கைகள் நம்மைத் தூண்ட... தலித்தையும் தலித் அல்லாதாரையும் பிரிக்கும் புள்ளிகள் ஏராளமானவைகள் இருந்தாலும், அவை நெடுங்காலம் நீடித்து வருபவை. உடனடியாக அழிக்க முடியாதவை. ஆனால் இணைக்கும் புள்ளிகளைக் கண்டு பிடிப்பது தலித்துக்கு மட்டுமானத் தேவையல்ல. அது தலித் அல்லாதாருக்குமான அவசியத்தேவை. உண்மையில் சொல்லப்போனால் இதுதான் மேற்கொள்ள வேண்டிய பணிகளிலேயே கடினமானது.

இப்படி இணைப்புகளை முன்னெடுக்கிறோம் என்ற நினைப்பில் தலித்துகளுக்கு ஏதாவது கருணைக் காட்டலாம், சிறு உதவிகளைச் செய்யலாம், சிறு அரசியல் கோரிக்கைகளை முன்னெடுக்கலாம், பகுதி நேர ஆர்ப்பாட்டங்களை செய்யலாம், மாலை நேர கூட்டங்களை மட்டுமே நடத்தலாம் என முனைவது தலித்துகளுக்கு கேடுகளையே விளைவிக்கும். இப்படி சில முற்போக்காளர்களும், இடதுசாரிகளும் நடந்துக் கொண்டமுறை தலித்துகளின் நெடுங்கால அரசியல் வரலாற்றை பற்றின அறியாமையின் வெளிப்பாடுகள்தான். அனுகூலச் சத்ருவைவிட அனுகூலச் சினேகிதன் பல நேரம் அதிக ஆபத்துக்களை விளைவிப்பான் என்பது அனுபவ மொழி.

எனவே தலித்தையும் - தலித்தல்லாதாரையும் இணைக்கும் புள்ளி நுட்பமான பிரச்சினைகளைக் கொண்டுள்ளது என்பதைக் காண மறுப்பது விழிப்புணர்வுள்ளவருக்குச் சரியல்ல. அப்படி தொடர்ந்து மறுப்பதன் மூலம் "அறியாமையின் விளிம்பிலிருந்து அதன் மையத்தை நோக்கி பயணம் செய்யும் சாகசத்தைத்தான்" அதில் நாம் காண முடியும்.

இப்படி, இப்பிரச்சினைகள் சுட்டிக் காட்டப்படுவதால் நான் வேண்டாதவனாகக் கருதப்படலாம், ஆனால் ஒரு தார்மீகத்தைப் பொறுப்பாக ஏற்றுக்கொள்பவன் என்ற நிலையில் என்னையும், என்னையொத்த தோழர்களையும் நிந்திக்கும் தலித்தல்லாதார் எப்போதுமே ஆதரிப்பதில்லை என்பதும் தெரியும், அப்படித் தெரிவதால் அதிசயம் ஏதும் நிகழ்ந்து விடப்போவதில்லை.

நம்பிக்கையின் ஒளிக்கீற்றுகள் ஒளிப்பெருக்கிக் கண்ணாடியில் வைத்து சுருக்குவதும், பெருக்குவதும் தார்மீகத்தின் வலிமையான படிப்பிலிருந்துதான் சோதிக்கப்படும். சோதிக்கப்பட்டுக் கொண்டிருக்கும்.

எனவே, தலித் கருத்தியலுக்குப் பங்களிக்க வரும் தலித்தல்லாதாருக்கு வைக்கக்கூடிய வேண்டுகோள் என்னவெனில், சமூகத்தைப் படிப்பதும் அதைப் புரட்டிப் போடுவதும் எவ்வளவு சவால் நிறைந்த பணி என்பதை சொல்லத் தேவையில்லை, அதிலும் நம் சமூகத்தின் சாதியக் கட்டமைப்பையும், தீண்டாமையின் மூலத்தை கண்டடைவதும் ஓர் அறிவியல் என சொல்லத் தேவையில்லை. எனவே இந்தச் சவாலை நீங்கள் முன்னெடுக்க வேண்டும். தலித்துக்கும் தலித்தல்லா தாருக்குமான இடைவெளிகளின் அளவு பெருகுவதும் அருகுவதும், இணைப்புப் புள்ளிகள் பலமாவதும் இது போன்ற பணிகளிலிருந்தாவது தொடங்கட்டும்.

மேலும், தலித்துகளுக்காக குரல் கொடுத்து, இணைப்பு புள்ளிகளை வலிமையாய் கட்டியமைக்க முன்வரும் நேரத்தில் தலித் அல்லா தோரே உமது தார்மீகத்தை உமது உரை கல்லில் சோதித்துப் பார்த்துக் கொள்ளுங்கள், அதை தலித்துகளிடம் சோதித்துப் பார்க்காதீர்கள். "சாதி எதிர்ப்பும் தீண்டாமை ஒழிப்பும் தலித்துகளின் நோக்கமாக இருப்பது போல், சாதி ஒழிப்பும் தீண்டமை விடுப்பும் உங்களது சொந்தப் பிரச்சனைகளாக சுவீகரித்துக் கொள்ளுங்கள்". தன்னை உணர்ந்து, தன் சுற்றத்தை

உணர்ந்து, தன்னிலிருந்து தொடங்குங்கள். இந்த சவாலை நீங்கள் முன்னெடுங்கள். தலைமுறைத் தலைமுறையாய் உங்கள் மூளை யின் மடிப்புகளில், அதன் இண்டு இடுக்குகளில் மறைந்து படிந்திருக்கும் சாதியின் அதிகாரப் பிசுக்குகளை கண்டு போக்குங்கள். இதுதான் அறிவு சார்ந்த செயல்பாடாக இருக்க முடியும்.

எனவே,

நரகத்தின் வாயிலில் பின்வருமாறு எழுதப்பட்டிருப்பதை போல, அறிவியலின் வாயிலிலும் இந்தக் கோரிக்கை வற்புறுத்தப்பட வேண்டும்:

இங்கே அவநம்பிக்கைளை அகற்றிவிடுங்கள்:

எல்லாவிதமான கோழைத் தனங்களையும் ஒழித்துவிடுங்கள்.

- கார்ல் மார்க்ஸ்

※

வகுப்புவாரி மறுநிகரித்துவமும் சுயநிர்ணய உரிமையும் ஒரே கருத்தை வெளியிடும் இரண்டு வெவ்வேறான சொற்றொடர்களே. எனவே, தீண்டத்தகாதவர்களின் வகுப்புவாரி மறுநிகரித்துவ சுயநிர்ணய உரிமையின் தேவையை ஏற்றுக் கொண்டால் அதை அவர்களிடமிருந்து பறிக்க முடியாது.

- டாக்டர்.அம்பேத்கர்
'வாக்குரிமைக்கான சவுத்பரோ பிரபு குழு'விடம்
30.7.1919 அன்று அளித்த சாட்சியத்தில்.
AWS Vol 17:72

※

இயல் மூன்று
இட ஒதுக்கீடு

09. காவியின் நிழலில் இட ஒதுக்கீடு
அரசமைப்புச் சட்ட மறு ஆய்வின் மறுபக்கம்
☙❧

காகிதத்தில் மட்டும் அளிக்கும் உத்திரவாதத்தை நான் விரும்பவில்லை. ஒட்டுமொத்த சமுதாயமே எங்களுக்கு எதிராக இருக்கும்வரை, எங்களுக்கு அளிக்கப்பட்டதில் பத்தில் ஒரு பங்கைக்கூட நாங்கள் எக்காலத்திலும் கண்டிப்பாக அனுபவிக்க முடியாது.

- டாக்டர். பி.ஆர். அம்பேத்கர்

பாரதிய ஜனதா கட்சி கூட்டணியின் தலைமையில் அமைந்த அரசு அமைத்த அரசமைப்புச் சட்ட மறு ஆய்வுக் குழு, இந்து பயங்கரவாதத்தின் ஓர் அங்கம் என்ற குற்றச்சாட்டு பரவலாக எழுந்தது. பாரதிய ஜனதா கட்சி ஆட்சிக் கட்டிலில் அமருவதற்கு முன்பிருந்தே அரசமைப்புச் சட்டத்தை மாற்றி யமைக்க வேண்டுமென அக்கட்சி பல ஆண்டுகளாகக் கோரி வந்தது, இப்போது அது ஆட்சிக் கட்டிலில் அமர்ந்தவுடன் அரசமைப்புச் சட்ட மறு ஆய்வுக் குழுவை அமைத்தது. மேலும் தன் செயலுக்கு பங்கம் வரக்கூடாது என்பதற்காக தலித் சமூகத்தைச் சேர்ந்த வரும், உச்ச நீதிமன்றத்தின் முன்னாள் நீதியரசருமான வெங்கடாசலய்யா அவர்களை அக்குழுவிற்குத் தலைவ ராக நியமித்து தனது திட்டத்தைச் செயல்படுத்தத் தொடங்கியுள்ளது. அதனால், பாஜக அரசை எதிர்த்த ஆர்ப்பாட்டங்கள் தொடங்கி விட்டன,

எனினும் இந்தக் குற்றச்சாட்டுக்களும் ஆர்ப்பாட்டக்

கூக்குரல்களும் பித்தலாட்ட அரசியல் விளையாட்டிற்காகத் தான் நடைபெறுகின்றன என்பது இந்த உண்மையின் மறு பக்கம். காங்கிரஸ் மற்றும் மாநிலக் கட்சியினர் இது குறித்த பெரிய நெருக்கடிகள் ஏதும் கொடுப்பதாக இல்லை. இவர்களின் அறிக்கைகள், ஆர்ப்பாட்டங்கள் எல்லாம் வெறும் நாடகம்தான். டாக்டர். அம்பேத்கர் எழுதிய அரசமைப்புச் சாசனம் திருத்தப்படுகிறது என்று கூறி, தலித் வாக்குகளைத் தம் பக்கம் இழுக்கும் முயற்சியின் அங்கங்கள்.

முற்போக்குப் பேசும் கட்சிகள், இடதுசாரிகள் மற்றும் தலித் அமைப்புகள், பாஜக அரசு அமைத்த அரசமைப்புச் சட்ட மறு ஆய்வில் - இந்து பயங்கரவாதத்தின் நிர்ப்பந்தத்திற்கு வளைந்து , இட ஒதுக்கீட்டை ரத்து செய்துவிடும் என்று அந்தக் குழுவை எதிர்க்க ஆரம்பித்தனர்; விரைவிலேயே அவற்றின் எதிர்ப்புகளும் மங்கிவிட்டன. திருவனந்த புரத்தில் நடைபெற்ற ஒரு கூட்டத்தில் பிரதமர் வாஜ்பேயி பேசும்போது, இடஒதுக்கீடு பாதுகாக்கப்படும் என்றும், முந்தைய ஆண்டில் நிரப்பப்படாத இடங்களும் நிரப்பப்படும் என்றும் கறாராகக் கூறினார். அவ்வளவுதான்; எல்லோருக்கும் பயம் தெளிந்துவிட்டதோடு, எதிர்ப்பும் மங்கிவிட்டது.

ஆனால் உண்மை நிலவரம் அப்படியில்லை! "இட ஒதுக்கீடு எங்களுக்கு வேண்டாம்" என்று இடஒதுக்கீட்டிற்காகப் போராடுபவர்கள் சொன்னால் கூட, இந்து பயங்கரவாத சக்திகள் அதைக் கொடுக்காமல் விடப் போவதில்லை என்பதுதான உண்மை. எனவே இடஒதுக்கீடு அரசமைப்புச் சட்ட மறு ஆய்விலும் உறுதி செய்யப்படும். ஆனால், அரசு அளித்த வெற்று வாக்குறுதிகளுக்கு, முற்போக்கு மற்றும் தலித் சக்திகள் அமைதியாகிவிட்டமை பல சந்தேகங்களை எழுப்புகிறது. இதற்குப் பின் வேறு ஏதேனும் சதிகள் இருக்குமோ!

கெடுவாய்ப்பாக அரசமைப்பு மறு ஆய்வில் இட ஒதுக்கீடு கைவிடப் படக்கூடாது என்பதைவிட, சட்டப்படி - முறையாக முழு மையாக நடைமுறைப் படுத்தப்படத் தேவையான காப்புகளை உருவாக்க வேண்டும் என்பதைத்தான் இவர்கள் கேட்டிருக்க வேண்டும். எனினும் அரசமைப்புச் சட்ட மறு ஆய்வுக்குப் பிறகு இட ஒதுக்கீடு கொடுக்கப்படும் என்ற நிலையில், இரண்டு கேள்விகள் தலித் அரசிய லுக்கு அவசியம்.

1. இடஒதுக்கீட்டை எந்த வடிவத்தில் கொடுக்கப் போகிறார்கள்?

2. ஏன் கொடுக்கப் போகிறார்கள் ?

இவைகளுக்கு பெறும் பதில்கள் இந்து பயங்கரவாதச் சக்திகளின் உள்முகத்தை நமக்கு வெளிப்படுத்தும்.

இட ஒதுக்கீட்டை எப்படிக் கொடுக்கப் போகிறார்கள்?

- இட ஒதுக்கீடானது தனது வீரியத்தை இழந்து - வெறும் வடிவாக மட்டுமே இனி இருக்கும். இதற்கான வேலைகள் ஏற்கெனவே நடந்து வருகின்றன. அவற்றைப் பார்ப்போம்:

மண்டல் குழு பரிந்துரை மீதான உச்ச நீதிமன்றத் தீர்ப்பானது, அந்த வழக்கிற்கான எல்லையை மீறி இருந்தது. அதாவது இட ஒதுக்கீடு 69 சதவிகிதம் மீறாமல் இருக்க வேண்டும் என்பதோடு, பதவி உயர்விலும் இட ஒதுக்கீடு கூடாது என்று தீர்ப்பளித்தது. இதன் விளைவுகள் எவ்வளவு மோசமாக இருந்தது என்பதும், அதனால் இந்தியத் துணைக் கண்டமே எப்படி கொந்தளித்துப்போனது என்ற வரலாற்றை அவ்வளவு எளிதில் மறந்து விட முடியாது. எது எப்படி இருந்தாலும் உச்ச நீதிமன்றத் தீர்ப்பானது இட ஒதுக்கீட்டை நீர்த்துப்போகச் செய்வதற்கான மிக வன்மையான தீர்ப்பு என்பது சொல்லாமலே விளங்கும்.

மேலும், 12.8.1999 அன்று உச்சநீதிமன்றம் ஒரு தீர்ப்பை வழங்கியது. அதன் சாரம் என்னவென்றால், மத்தியப் பிரதேசம் மற்றும் உத்திரப் பிரதேசத்தின் பிற்படுத்தப்பட்ட மாணவர்களுக்கு மருத்துவ உயராய்வுப் படிப்புகளில் நுழைவுத் தேர்விற்காகச் சிலச் சலுகை மதிப்பெண்கள் வழங்குவதாக மாநில அரசுகள் அறிவித்தன. இதை எதிர்த்து உயர் சாதியினர் வழக்கு தொடுத்தனர். இதற்குக் கீழ்க் கண்டவாறு உச்சநீதி மன்றம் தீர்ப்பளித்தது:

> பிற்படுத்தப்பட்ட மாணவர்களுக்கு அளிக்கப்பட்ட சலுகை மதிப்பெண்கள் செல்லாது. இது மட்டும் வழக்கிற்கான தீர்ப்பு. - ஆனால், அதையும் மீறி இரண்டு அம்சங்களை நீதிமன்றம் குறிப்பிட்டது - அவை :
>
> 1. உயராய்வு மருத்துவ கல்விகளில் இடஒதுக்கீடு கூடாது; தகுதியை மட்டுமே இனி அடிப்படையாகக் கொள்ள வேண்டும்.

2. படிப்படியாகப் பொறியியல் போன்ற பிற தனித்திறன் படிப்புகளுக்கும் இதை விரிவாக்க வேண்டும்.

இதைத் தொடர்ந்து இந்தத் தீர்ப்பினைப் பின்பற்றி சென்னை உயர் நீதிமன்றமும் 20.9.99 அன்று ஒரு தீர்ப்பை வெளியிட்டது. அண்ணாமலை பல்கலைக் கழகத்தில் மருத்துவ முதுநிலை படிப்புக்கான இட ஒதுக்கீடு தொடர்பான வழக்கில் அளித்த தீர்ப்பில் :

1. மருத்துவ முதுநிலை (எம்.டி.) படிப்புகளில் இட ஒதுக்கீடு கூடாது. (தீர்ப்பு எல்லை)

2. இட ஒதுக்கீட்டை எப்படி நடைமுறைப் படுத்த வேண்டும் என்பதை அந்தந்தப் பல்கலைக் கழகங்களே முடிவு செய்து கொள்ளலாம்.

இந்தத் தீர்ப்பும் தன் வழக்கு எல்லையை மீறிய தீர்ப்பாகும். ஏனெனில், அரசின் கொள்கையை நீதிமன்றம் பல்கலைக் கழகத்திடம் ஒப்படைத்துள்ளது. ஒரு அப்பட்டமான அரசமைப்பு மீறல், இது ஒரு புறமிருக்க, இந்த இரண்டு தீர்ப்புகளும் மத்தியில் பா.ஜ.க. பராமரிப்பு அரசாக இருக்கும் நேரத்தில் வெளிவந்தன என்பதுதான் மிகுந்த அரசி யல் முக்கியத்துவம் வாய்ந்ததாகும். ஏனெனில், பாரதிய ஜனதா அரசின் மீது இந்தப் பாவத்திற்கான பழி விழாது. தன்னால் இவை நடை பெறவில்லை என்று அது தப்பித்துக் கொள்ள வாய்ப்பிருந்தது.

நீதிமன்றப் படிகளில் இடஒதுக்கீடு கதறிய இந்தக் கதை அதோடு முடிந்து விடவில்லை. தொடர்ந்தது :

பல்கலைக் கழக மானியக் குழு (UGC) நடத்தும் எம்.பில், பிஎச்.டி பட்டப் படிப்பிற்கான தகுதி மதிப்பெண்களை முதுநிலை படிப்பில் 50 சதவிகிதமாகக் குறைக்க வேண்டும் என்று தலித் மாணவர்கள் கோரினர். ஆனால், அவர்கள் கோரிக்கை ஏற்கப்படாததால், உச்சநீதிமன்றம் சென்று தங்களுக்குச் சாதகமானத் தீர்ப்பை (அதாவது 50 சதவிகிதம் போதும்) கடந்த ஆண்டு பெற்றனர். ஆனால் பெற்று என்ன பயன்?

மார்ச் 2000இல், எம்.பில்., பிஎச்.டி. படிப்புகளுக்கு இனி இட ஒதுக்கீடு இல்லை என்று பல்கலைக்கழக மான்யக் குழுவின் (யு.ஜி.சி) அதிகாரப்பூர்வமாக அறிவித்து விட்டது. இந்த முடிவானது, ஒரே நேரத்தில் உச்சநீதிமன்றத்தின் இரண்டு தீர்ப்புகளை எதிர் கொண்டது.

....கௌதம சன்னா)(183

1. வழக்குத் தீர்ப்பின் படி பிற்படுத்தப்பட்ட வகுப்பினருக்கான இட ஒதுக்கீட்டை ரத்து செய்தது,

2. தலித் மாணவர்கள் பெற்ற தீர்ப்பை ஒன்றுமே இல்லாமல் செய்துவிட்டது.

மேற்கூறியவை அனைத்தும் அரசமைப்பு விதி 15(4)யை அப்பட்டமாக மீறியுள்ளன. என்பது மட்டுமல்ல நீதி மன்றங்கள் மற்றும் அரசு நிர்வாக மையங்களால் இட ஒதுக்கீட்டின் உள்ளடக்கம் படிப்படியாக அழிக்கப்பட்டு வருகிறது என்பதைத்தான் இவை தெளிவாக உணர்த்துகின்றன. வடிவம் உங்கள் கையில் தரப்படும்; இதைக் கொண்டு 'மாயலோக' பயணமும் மேற்கொள்ளலாம். எனவே நமது வாழ்வை மேம்படுத்திக் கொள்ளலாம் அல்லவா !

இவை சட்ட நடைமுறைக்குட்பட்டு நடைபெறும் கீழ்த்தரமான நடவடிக்கைகள் என்றாலும், இடஒதுக்கீட்டை நடைமுறைப் படுத்தும் அரசு நிர்வாகத் துறைகளில், மேல் சாதியினருக்குத் திருட்டுத் தனமாக பணிகளை ஒதுக்குவதும், பொதுத்துறையைத் தனியார் மயமாக்குவதன் மூலம், இட ஒதுக்கீட்டை நடைமுறையில் இல்லாமல் செய்யும் வேலையும் நடைபெற்றே வருகிறது.

இந்து பயங்கரவாதச் சதிகள் இவ்வாறாக தலித் மக்களின் வாழ்வியல் உரிமைகள் அனைத்தையும் - ஒன்றன் பின் ஒன்றாகப் பறித்து வந்தாலும், மக்களின் கவனம் இதன் மீது பட்டுவிடக்கூடாது என்று வலுவாகத் திசைத் திருப்பப் பட்டது; இதற்கு இயக்கங்களும் பலியாயின.

மண்டல் தீர்ப்பின்போது, மண்டலின் மீதான எதிர்ப்புதான் விளம்பரப் படுத்தப் பட்டது. மற்றத் தீர்ப்புகளின் குறிப்பாக மருத்துவ உயராய்வுத் துறைகளில் (Super Speciality Courses) இடஒதுக்கீட்டை உச்ச நீதிமன்றம் ரத்து செய்த போது, தலைவர்களின் ஒரு சில அறிவுரைகளும் வெற்று சவடால்களும் தவிர, சென்னை சட்டக் கல்லூரி மாணவர்கள் மற்றும் தலித் மாணவ-மாணவியர் கூட்டமைப்பு* நடத்திய அனைத்துக் கல்லூரி மாணவர் - மாணவிகள் நடத்திய பேரணிகள், ஆர்ப்பாட்டங்கள், கருத்தரங்கம் மற்றும் அவர்கள் வெளியிட்ட வெளியீடுகள் போன்றவை, மேலும்,

---

*தலித் மாணவ-மாணவியர் கூட்டமைப்பு இந்நூலின் ஆசிரியரால்1999 ஆம் ஆண்டு அமைக்கப்பட்டதாகும்

டெல்லி, பீகார் போன்ற இடங்களில் மாணவர்களின் சிறு ஆர்ப்பாட்டங்களைத்தவிர வேறெதுவும் நடைபெறவில்லை. கெடுவாய்ப்பு என்னவென்றால், மருத்துவத்துறை மாணவர்கள் இதைப் பற்றி எந்த அக்கறையும் இன்றி இருந்தது தான் மிகப் பெரிய வேடிக்கை.

ஆனால், யு.ஜி.சி. முடிவிற்கு இதுபோன்ற சிறு சலசலப்புக்கூட இல்லை. இந்து பயங்கரவாதச் சக்திகளுக்கு நிலைமை தெளிவாக விளங்கி விட்டது. இட ஒதுக்கீடு என்ற வார்த்தையை எடுத்தால் மட்டுமே இவர்கள் எகிறுவார்கள். அதனைக் காயடித்தால் கேட்க மாட்டார்கள் என்பதைப் புரிந்துக் கொண்டார்கள். ஏனெனில் இது போன்ற வேலைகள் அவர்களுக்குப் பழக்கமானவைகள்தானே.

இந்திரா காந்தி கொலையின்போது, 4000 சீக்கியர்கள் படு கொலை செய்யப்பட்டனர். காரணம், இந்திராவைக் கொன்றவர் ஒரு சீக்கியர் என்பதால். ஆனால், காந்தியை கோட்சே என்ற சித்பவன் பார்ப்பனர் கொலை செய்தாலும், ஒரு பார்ப்பனர் கூட கொல்லப்பட வில்லை. மாறாக, கொலை செய்யப்பட்டது முஸ்லிம்கள்தான். முஸ்லிம்களுக்குச் சாதகமான போக்கை கடை சி காலத்தில் காந்தி மேற்கொண்டதால், கொலை நடக்கும் படியான சூழல் உருவாகிவிட்டது என்று பிரச்சாரம் செய்யப்பட்டது. காந்தியைக் கொன்ற கொலைகாரன் தனது செயலை நியாயப்படுத்திக் கொள்ள நீதிமன்றம் ஒரு களமாக இருந்தது. எப்படிப் பார்த்தாலும் இது அப்பட்டமான பாசிச வடிவம்.

இதுபோன்ற முறை தான் இடஒதுக்கீடு தொடர்பான தீர்ப்புகள் வந்த போதும் கடைப்பிடிக்கப்பட்டன, 1999இல் வெளிவந்த இரண்டு தீர்ப்புகளின்போது, மய்ய அரசின் உறுதித் தன்மை மீது மக்களின் கவனம் திருப்பப்பட்டது. ஆனால், யு.ஜி.சி. யின் முடிவு மக்கள் பார்வைக்கே வரவில்லை. அரசமைப்புச் சட்டம் மறு ஆய்வு செய்யப் படும் இந்த நேரத்திலும் திசை திருப்புதல்கள் கடைப்பிடிக்கப் படுகின்றன.

இப்போது அரசமைப்பு மறு ஆய்வுக்கு வருவோம். அரசமைப்புச் சட்ட மறு ஆய்வில் இடஒதுக்கீடு எவ்வாறு அணுகப் படவேண்டும் என்பதற்காக எஸ்.சி. / எஸ்.டி. இட ஒதுக்கீடு குறித்த தங்களின் ஆலோசனைகளை அனுப்பி வைக்கும்படி, 'குழு'வானது விளம்பரம் செய்திருந்தது. அதே நேரத்தில் இவற்றை விழுங்கக் கூடிய வகையில்

கிரிக்கெட் சூதாட்டச் செய்திகளை அதிகமாக அதிகமாக வெளியிட்டுப் பரபரப்பினை உண்டாக்கின பத்திரிக்கைகள். இதனால் மக்களின் கவனம் திசைத் திருப்பப்பட்டு கிரிக்கெட் சூதாட்டத்தின் மீது குவிந்தது. மய்ய அமைச்சர் ஒருவர் அசாருதின் பதவி விலக வேண்டும் என்று அறிக்கை வெளியிட்டுக் களத்தை மேலும் சூடாக்கினார்.

கிரிக்கெட் சூதாட்டம் எப்போதும் இல்லாத அளவில் இப் போது மட்டும் ஏன் கண்டு கொள்ளப்பட்டது என்பதின் பின்னணி இதுதான். முன்னாள் கிரிக்கெட் ஆட்டக்காரர் அமர்நாத், 'கிரிக்கெட் கட்டுப்பாட்டுக் குழு சர்க்கஸ் கூடாரம்' என்று வர்ணித்துக் கூறியபோது, அதன் செயல் உள்ளடக்கம் ஊழல் என்று அவர் குற்றம் சாட்டிய போது, கண்டு கொள்வதற்கு அன்று ஆளே இல்லை. (கிரிக்கெட் என்பது சர்வதேசச் சூதாட்டம் என்பது வேறு செய்தி) ஏனெனில், இந்து பயங்கரவாதிகளுக்கு அப்போது பிரச்சனை ஏதுமில்லை.

எனவே, அரசமைப்புச் சட்ட மறு ஆய்வுக் குழுவிடம் அளிக்கப்பட்ட இடஒதுக்கீடுத் தொடர்பான அறிக்கைகள் மீது சமூகத்தில் ஒரு பரந்த விவாதமும், தேவைப்பட்டோர் அளிக்க வேண்டிய அறிக்கைகள் பற்றின பரப்புரையே நடைபெறா வண்ணம் திசை திருப்பப் பட்டு விட்டது. எனவே, இடஒதுக்கீட்டு கொள்கை மீதான தலித் மற்றும் பிற்படுத்தப்பட்ட மக்களின் ஆலோசனைகள் என்னவானது என்பதும் வெளிச்சத்திற்கு வரவிடாமல் தடுக்கப்பட்டுள்ளது. இது மேலும் தொடரும். குழுவின் பணி முடியும் வரையில், அல்லது வேறொரு சதி புதிதாகக் கூட உருவாக்கப் படலாம்.

இந்து பயங்கரவாதச் சக்திகள் எவ்வளவு சுயநலத்துடனும், முன் எச்சரிக்கையுடனும், நுணுக்கத்துடனும் செயல்படுகின்றன என்பதற்கும் தலித் மற்றும் முற்போக்க சக்திகள் எப்படியெல்லாம் கோட்டை விட்டுள்ளன என்பதற்கும் இது ஒரு நல்ல சான்று. எனவே, தலித் மற்றும் முற்போக்கு இயக்கங்கள் இனி முடிவு செய்து கொள்ளட்டும். கொல்லைப்புற வழியாக நடை பெறும் சதிகளை (வெள்ளை அறிக்கை பொய்யையும் சேர்த்து) கவனிக்காமல், 'இட ஒதுக்கீடு' என்ற வார்த்தை மட்டும் வாழ்ந்தால் போதும் என்று நினைக்கிறார்களா? அல்லது உண்மையான உள்ளடக்கத்தோடும் முழு நடைமுறையோடும் வேண்டும் என்று கோருவார்களா?

எனவே வருங்காலத்தில் இந்து சக்திகள் வழங்கும் இட ஒதுக்கீடு, அதிகாரத்தில் பங்கில்லாத - பொம்மை ஒதுக்கீடாகத்தான் இருக்கும் என்பது நூறு சதவிகிதம் உண்மை.

பிரிட்டிஷ் அரசு இந்தியர்களுக்கு விடுதலை கொடுத்துவிட வேண்டும் என முடிவெடுத்தத் தருணத்தில் சுதந்திர இந்திய அரசாட்சியை நேபாள மன்னரிடம் கொடுத்துவிட வேண்டும் என்று பார்ப்பனர்கள் கோரிக்கை வைத்தனர். இது கடுமையான எதிர்ப்பிற்கு உள்ளானதால், காங்கிரசிடம் கொடுக்கப்பட்டது என்பது ஒரு செய்தி. இந்தச் செய்தியால் வரும் முடிவென்ன? பார்ப்பனர்கள் தோற்கடிக்கப் பட்டார்கள் என்பதுதான். வெளிப்படையாக பார்ப்பனர் தோற்றனர். ஆனால், காங்கிரஸ் மட்டும் யாருடைய கட்சி? எந்தப் பங்கமும் இல்லாமல் அதிகாரம் வேறு பெயரில் பார்ப்பனருக்குக் கைமாறியது. வேறுவழியின்றி டாக்டர் அம்பேத்கர் அரசில் பங்கேற்று இடஒதுக்கீட்டின் மூலம் சில அதிகாரங்களை பெற்றுத் தந்தார். அவர் வாழும் போதே இடஒதுக்கீட்டு அதிகாரம் காங்கிரஸ் - பார்ப்பன சேவைக்குத் தான் பயன்பட்டது. இது குறித்து அவரே நிறைய விமர்சனம் செய்திருக்கிறார். அவர் மறைந்த பிறகுள்ள நிலைமைதான் எல்லோருக்கும் தெரியுமே.

அரசியல் நிலைமை இதுவென்றால் பணித்துறையிலும் இதே நிலைதான். அதற்கு இன்னொரு காரணமும் உண்டு; அது மிகவும் முக்கியமானது. ஏனெனில், இடஒதுக்கீட்டை இந்து சக்திகள் காத்து வருவதற்கு இதுதான் அடிப்படை. இட ஒதுக்கீட்டை முழுவதுமாக எடுத்து விட்டால் என்ன நடக்கும்? ஓரிரு ஆண்டுகளுக்கு ஆர்ப்பாட்டம், கூட்டம், ஊர்வலம், அறிக்கை அவ்வளவுதான். பிறகு மக்கள் பழக்கப்பட்டு விடுவார்கள். 'எல்லாம் பன்னாட்டு நிறுவனத்தால் வந்தது; தனியார் மயம்' என்று அமைதியாகி விடுவார்கள். ஆனால், மீண்டும் ஒரு புத்தெழுச்சி தோன்றும். இயற்கை எப்போதும் வெற்றிடத்தை வைப்பதில்லை அல்லவா. சமூக இயக்கமும் அப்படித்தான். இந்தப் புத்தெழுச்சியானது இட ஒதுக்கீட்டினைக் கேட்காது. மாறாக, அரசியலின் அனைத்து அதிகாரத்தையும் கேட்கும். ஒடுக்கப்பட்ட மக்கள் நேரடியாக அரசியல் பங்கினைக் கோருவார்கள். கடும் எதிர்ப்புகளை உருவாக்கி அதிகார வர்க்கத்தை, ஆண்டைச் சாதிகளை அசைத்து வீழ்த்துவார்கள், அப்போது அவர்கள் பெறும் அதிகாரப் பகிர்வு தற்போது இட ஒதுக்கீடு கொடுக்கும் அளவை விட அதிகமாக இருக்கும்.

இதை எந்த இந்து சக்திதான் விரும்பும்? சிந்தித்துப் பாருங்கள், இவ்வளவு பரிதாபமான நிலையை இந்துத்துவ சக்தியால் சீரணிக்க முடியுமா? இவ்வளவு முன் எச்சரிக்கையுடன் அவர்கள் அரசியலில் காய் நகர்த்துகிறார்கள். அரசமைப்புச் சட்டத்தின் மீது 'புனிதக் காதல்' ஏதுமில்லாதவர்கள் அதை எப்போதும் எதிர்த்தே வந்துள்ளனர் என்றாலும், உண்மையிலேயே அரசமைப்பு மாற்றம் பெறும்போது தமது நிலையை மறந்து விட்டார்கள் - ஆக எதிர்ப்பாளர்களின் ஆழ்மனநிலை பாதிப்பிற்குள்ளாகி தம்மையறியாமல் தமக்கு எதிராகவே நிற்கிறார்கள்.

ஏனெனில், மாற்றம் செய்வதான முயற்சிகள் எடுப்பவை பாசிச இந்து சக்திகள். பார்ப்பனீயத்தின் வெற்றி பெறுவதில் உள்ள முக்கிய உத்தியே தம்மை எதிர்ப்பவர்களையே தமக்குச் சாதகமாகச் செயல்பட வைப்பதுதான். தம் எதிரிகளின் ஆழ்மன இயக்கத்தில் உள்ள தார்மீக ஆற்றலை சிதைப்பதின் மூலம் அது தனது வெற்றியை உறுதி செய்துக் கொள்கிறது. எப்படியேனும் அது திசைத்திருப்பலை சாதித்து விடுகிறது. திசைத் தப்பி திரிகிறோம் என்ற உணர்வதற்குள் காரியம் முடிந்து போயிருக்கும். எனவே திசை தப்பியிருக்கிறோமா அல்லது பாதையில் உறுதியாக இருக்கிறோமா என்பதை காலம் கடப்பதற்கு முன் உறுதிசெய்துக் கொள்ளுங்கள்[1].

---

1. தலித் முரசு - ஆகஸ்டு 2000

10 எதிர்கால அரசமைப்பு...?

போர்களையும் போரில் ஏற்படும் வெற்றிக் களிப்புகளையும், படமெடுத்து மகிழ்ச்சியடைவதில், அமெரிக்கர்களுக்கு அளவில்லா ஆனந்தம். இதுவரை, இரண்டு உலகப் போர்களையும் சேர்த்து அமெரிக்கா தூண்டியும், ஆயுதம் கொடுத்தும், ஆயுத வியாபாரத்திலும் கள்ளச் சந்தையிலும் தன்னுடைய ஆயுதங்களை விற்றும் உலகை போர்ச் சூழலில் வைத்து லட்சக்கணக்கான மக்க ளைக் கொன்று குவித்தது, எனினும் தன் சொந்த மண்ணில் வேறு நாட்டு குண்டு ஒன்றுகூட விழாமல் தப்பித்து வந்தது அமெரிக்கா.

அதுவுமின்றி, தனது சர்வதேச கலை ஊடகமான 'ஆலிவுட்' திரைப்படங்களில் அமெரிக்கா காட்டும் வீர சாகசங்கள் அந்நாட்டையே வீரர்களின் தேசமாகச் சித்திரித்தன. ஆனால் அமெரிக்கா கட்டமைத்த இந்தப் புனைவுகளையெல்லாம் 'இரட்டை கோபுரத் தகர்ப்பு' பொய்யாக்கி விட்டது. இரட்டை கோபுரம் தகர்க்கப்பட்ட போது, நூற்றுக் கணக்கானோர் உயிர் பயத்தில் ஜன்னல் வழியாகக் குதித்த வேதனைக்குரிய 9/11 காட்சிகளை உலகமே நேரடியாகப் பார்த்தது. ஆனால், அமெரிக்கர்களது அதி மனிதர்களோ அல்லது எந்த 'சூப்பர் மேனும்' அவர்களைக் காப்பாற்ற பறந்து வரவில்லை. பிறகு என்ன ஆனது?

ஒரு கோழைக்கு ஏற்படும் அதீதத் துணிச்சலோடு, 'பயங்கரவாதத்தை அழிக்கிறேன்' என்று ஆப்கானத்தில் தாலிபான்களுக்கு எதிரான போரை அறிவித்து விட்டது அமெரிக்கா. தொல்குடிகளான செவ்விந்தியர்களையும்,

கடத்தி வரப்பட்ட கறுப்பின அடிமைகளையும், ஆண்டுக் கணக்கில் கொன்று, தன் அகிம்சையை நிலை நாட்டிய நாடு கடத்தப்பட்ட ஐரோப்பியக் குற்றவாளிகளால் உருவான அமெரிக்கா - இன்று பயங்கரவாதத்தை அழிக்க கருநெய் (Petrolieum) வளம் மிகுந்த கிழக்காசியப் பரப்புகளில் களமிறங் கியுள்ளது!

ஒரு போருக்கு இந்திய அரசு ஆதரவு தெரிவித்திருப்பது வரலாற்றில் இதுவே முதல் முறை. ஆளும் இந்து பயங்கரவாதிகள் கூட்டணி, பயங்கர வாதிகளின் அச்சுறுத்தலைக் காரணம் காட்டி இப்போரை ஆதரிப்பதன் மூலம் சர்வதேச அரசியல் போக்குகளில் தனக்கான முற்போக்கு இடத்தைக் கைப்பற்றிக் கொள்ளவும் அதன் மூலம் தனது இந்துப் பயங்கரவாதச் செயல்களுக்கான சர்வதேச ஆதரவைத் திரட்ட வும் பா.ஜ.க அரசு முயன்றது. இந் நிலையில் முக்கியமாக, அரசமைப்புச் சட்டம் என்ன வடிவத்தைப் பெறும் என்பது குறித்த கேள்வி எழுகிறது.

பாஜக தலைமையிலான கூட்டணி அரசினால் அமைக்கப் பட்டன. அரசமைப்பு மறு ஆய்வுக் குழு மக்களின் நினைவிலிருந்து மங்கிப் போயிருக்கும் வேளையில், 2001 அக்டோபர் 30இல் அது தனது அதிகாரப்பூர்வ அறிக்கையை குடியரசுத் தலைவரிடம் அளித்தது.

எனவே குழு அமைக்கப்பட்ட போது அரசமைப்பு குறித்த போதிய புரிதல் இல்லாமல் எழுப்பிய எதிர்ப்பைப் போல் அல்லாமல் இனி வரக் கூடிய அறிக்கை எவ்வாறு அமையும் என்பதை உத்தேசித்துக் கொண்டால் நமது எதிர்ப்புகளை வடிவமைப்பதில் சிரமமிருக்காது. எனவே, அரசமைப்புச் சட்டம் எதெதில் மாறுதலைப் பெறும் என்பதை யூகிப்பதில் கடினம் ஏதுமில்லை. இந்து பயங்கரவாதிகளுக்கு எவை எவை தடையாக உள்ளன என்பதை இனம் கண்டால், பதில் பெறுவது எளிதாயிருக்கும். அந்த வகையில், சில முக்கியமான கூறுகளை மட்டும் இங்குப் பார்ப்போம்.

அரசமைப்புச் சட்ட முகப்புரை: எல்லா சட்டத்திற்கும் முகப்புரை என்பது, அதைப் புரிந்து கொள்வதற்கான 'சாவி' போன்றதென உச்ச நீதிமன்றம் கூறியுள்ளது. அரசமைப்புச் சட்டத்தின் முகப்புரை, We the people of India - 'இந்திய மக்களாகிய நாம்' என்று தொடங்குகிறது, இது, மிக முக்கியமான செய்தியை வழங்குகிறது. எப்படியெனில், முகப்புரை தயாரித்த குழு (நேரு) - We the nation of India - 'இந்திய

தேசமாகிய நாம்' என வழங்கியது. இதை மாற்றி 'இந்திய மக்களாகிய நாம் என வரையறையை மாற்றியமைத்தவர் டாக்டர் அம்பேத்கர்.

ஆனால் இது அவ்வளவு எளிதில் ஏற்றுக்கொள்ளப் படவில்லை. விவாதம் நடத்தது: 'இந்திய மக்கள் சாதிகளாலும், மொழிகளாலும் பிளவுண்டு, ஒரு தேசமாக அமையத் தகுதியற்று இருக்கிறார்கள். தேசமே இனி மேல் தான் உருவாகப் போகிறது. எனவே தேசம் என்று அழைப்பது பொருந்தாது' என்று அம்பேத்கர் வலியுறுத்தி வாதிட்டப்பிறகு அவரது கருத்து ஏற்கப்பட்டு முகப்புரையில் நிலைத்தது.

இந்தியா ஒரு தேசமல்ல; ஒரு கூட்டமைப்பு என்பது வரலாற்று உண்மை. குடிநாயகச் சிறப்பு வாய்ந்த இந்தப் பல்இனக் கூற்றை அங்கீகரிக்கும் முகப்புரையை இந்துப் பயங்கரவாதிகள் அழிக்க முனைகிறார்கள். சட்டப் பூர்வமான, முற்போக்கான இந்தச் சட்ட ஆயுதத்தைப் போராட்டக்காரர்கள் யாரும் பயன்படுத்திக் கொள்ளவேயில்லை என்பது வேதனைக்குரிய விசயம்.

மாறுதலுக்குள்ளாகும் என எதிர்பார்க்கப்படும் மற்றொரு முக்கிய அம்சம் அரசு நிர்வாக மற்றும் அதிகாரப் பிரிவினையாகும். ஒவ்வொரு நாடும் உலக அளவில் ஏற்றுக்கொள்ளப்பட்ட சில கோட்பாடுகளின் படி தமது நிர்வாக முறையை அமைத்துக் கொண்டுள்ளன. எனினும், இந்திய அரசமைப்புச் சட்டப்படி அரசு நிர்வாகமானது ஒரு நெளிவு சுளிவான முறையில் அமைக்கப்பட்டுள்ளது. குடியரசுத் தலைவர், அவருக்குக் மக்களால் கீழ் தேர்ந்தெடுக்கப்பட்ட உறுப்பினர்களைக் கொண்ட அவை, இதற்குப் பொறுப்பான பிரதமர், அமைச்சரவை மற்றும் இவர்களுக்கு உதவியாக நிர்வாகத் துறை. மேலும்அரசமைப்புக்குப் கட்டுப்பட்டு இயங்கும் நீதித் துறை. இந்த அமைப்பு முறையில்தான் தலைகீழ் மாற்றத்தை ஏற்படுத்த இந்து பயங்கரவாதம் முனைகிறது .

அதாவது, குடியரசுத் தலைவர் ஆட்சி முறையைக் கொண்டுவர முயலுகிறது. அதுவும் மான்டெஸ்க்யூவின் கோட்பாட்டின் படி இயங்கும் 'அமெரிக்க மாதிரி'யைக் கொண்டுவரத் துடிக்கிறது. மான்டெஸ்க்யூவின் கோட்பாடுபடி அமைச்சரவை மற்றும் நிர்வாகத் துறையானது தன்னிச்சையாக இயங்க வேண்டும். மக்களுக்கு நேரடியாகக் கட்டுப்பட வேண்டும் என்கிற அவசியம் இல்லை.

இந்த 'அமெரிக்க மாதிரி' இந்திய மக்களுக்குச் சாதகமானதா?

அமெரிக்க அரசு நிர்வாக வடிவத்தின்படி, அதிபர் - மக்களால் நேரடியாகத் தேர்ந்தெடுக்கப்படுகிறார். அமைச்சரவை என்பது கிடையாது. அதற்குப் பதில் மக்களால் தேர்ந்தெடுக்கப்படாத - நியமனத்தின் மூலம் அமர்த்தப்படும் செயலர்கள் இவர்கள் அமைச்சருக்கான அதிகாரத்துடன் இயங்குகிறார்கள். இவர்கள் மக்களவைக்குக் கட்டுப்படாமல், குடியரசுத் தலைவருக்கு மட்டுமே கட்டுப்பட்டவர்கள்.

இவர்களை யார் தேர்ந்தெடுத்துத் தருகிறார்கள் என்றால், அமெரிக்க முதலாளிகளும், உளவுத்துறையும்தான். இது தவிர, தன்னிச்சையாக இயங்கும் ஐம்பதுக்கும் மேற்பட்ட அமைப்புகள் உண்டு. இவைகளும் மக்களவைக்குப் பதில் சொல்லத் தேவையில்லை. இந்த அமைப்புகளில் மிக முக்கியமான ஒன்று அமெரிக்க வர்த்தக சபை.

சரி மக்களால் தேர்ந்தெடுக்கப்பட்ட அதிபராவது மக்களவைக் குக் கட்டுப்படுவாரா என்றால் அதுவும் இல்லை. மக்களவை உறுப்பினர்கள் விவாதம் செய்து தீர்மானமாக எடுத்த முடிவுகளை எளிதில் உடைத்தெறிந்த அதிபர்கள் பலருண்டு. அதுவுமின்றி இன்னும் பல கேலிக் கூத்துகளும் அங்கு நடப்பதுண்டு. 1800இல் பதவியேற்ற ஜெபர்சன், 'காங்கிரஸ்' அதாவது, மக்களவை பக்கமே போனதில்லை. இவருக்குப் பிறகு தேர்ந்தெடுக்கப்பட்ட பல அதிபர்கள் மக்களவைப் பக்கமே போகவில்லை, இந்த நகைக்கத்தக்க நடைமுறை 100 ஆண்டு கள் நீடித்தது, பின்பு 1900ஆம் ஆண்டு உட்ரோ வில்சன் அவர்கள் தான் மக்களவைக்கு வந்தார். பின்பு அதிபருக்கு என்னதான் வேலை என்று கேட்கத் தோன்றும். அவர் வேலையைத்தான் செயலாளர்களும், தன்னிச்சை அமைப்புகளும் செய்கின்றன.

அமெரிக்க அதிபர்களின் அதிகப்பட்ச வேலை என்னவென்றால், அண்டை நாடுகளை மிரட்டுவது; போர் முழக்கம் செய்வது. உலகத்திற்கு சமாதானத்தை வழங்குவதாக வாக்குறுதி அளிப்பது. ஜார்ஜ் புஷ், வேலையின்றி இரண்டாம் வகுப்பு மாணவர்களுக்கு வகுப்பெடுத்ததைப் படித்திருப்பீர்கள். அவர் ஆப்கான் மீது போர் அறிவித்த போது, காங்கிரஸ் அனுமதியைக் கூட கேட்கவில்லை. அது மறுத்திருந்தாலும், அவர் அதை எளிதில் மீறலாம். இது தான் அமெரிக்க அரசமைப்பின் சிறப்பு. அதன் மொத்தப் பிரிவுகள் வெறும் 7 மட்டுமே.

395 பிரிவுகளும் 10 அட்டவணைகளும் கொண்ட இந்திய அரசமைப்பில், குடியரசுத் தலைவருக்கு அதிகாரம் இல்லாமலில்லை. ரப்பர் ஸ்டாம்ப் குடியரசு தலைவர் என்றும் பொம்மை குடியரசுத் தலைவர் என்று விமர்ச்சிக்கப் பட்டாலும் அவருக்கு உச்சப்பட்ச அதிகாரமுள்ளது. ஆனால் அதை அவர்கள் பெரும்பாலும் பயன்படுத்தியதில்லை. கெடு வாய்ப்பாக, முதன் முறையாக அவர் தனது அதிகாரத்தைப் பயன்படுத்தியது தலித்துகளுக்கு எதிராகத்தான், 1951ஆம் ஆண்டு 'தலித்துகள் இந்து மதத்திலிருந்தால்தான் இட ஒதுக்கீட்டு உரிமையைப் பெற முடியும்' என்று இந்து வட்டத்திற்குள் கொண்டுவந்தது குடியரசுத் தலைவரின் அதிகாரமிக்க ஆணைதான். தலித் மக்களின் சட்டப்பூர்வமான மதத் தகுதியை, பலவந்தமாகக் குடியரசுத் தலைவர் ராஜேந்திர பிரசாத் நிர்ணயித்தார்.

எனினும், இந்திய அரசமைப்பின்படி குடியரசுத் தலைவரின் அதிகாரம் கட்டுக்குள்தான் இருக்கிறது. இதுதான் இந்துப் பயங்கரவாதி களுக்குப் பிடிக்கவில்லை. நாட்டை ராணுவ வெறி மயமாக்குவதற்கு இந்த அமைப்பு முறைதான் அவர்களுக்குத் தடையாக உள்ளது. இதை அகற்ற, பாஜக அரசு முயற்சிக்கின்ற வகையில் அரசமைப்பினை மீறிச் செயல்படுகிறது. அதற்காகப் பல பரிசோதனைகளை அது செய்து வருகிறது ஆனால் அதனுடைய பரிசோதனை முயற்சிகள் எந்த எதிர்ப்பையும் பெறவில்லை. அந்தப் பரிசோதனை முயற்சிகள் சிலவற்றைப் பார்ப்போம்:

முதலாவதாக, பிரதமருக்கு ஆலோசகர்கள் நியமிக்கப்பட்டனர். இவர்கள் 'கேபினெட்' அதிகாரத் தகுதியைப் போல அதிகாரம் பெற்றவர்கள் என அறிவிக்கப்பட்டுள்ளனர். பிரதமர் வாஜ்பேயிக்கு மூன்று ஆலோசகர்கள் நியமிக்கப்பட்டுள்ளனர். இவர்கள் மக்களவைக்குக் கட்டுப்பட்டவர்கள் அல்ல! ஆனால் இவர்கள்தான் அனைத்துத் துறை களின் அதிகாரத்தையும் தீர்மானிக்கிறார்கள். இது, அமெரிக்கச் செயலர் முறை மாதிரியாகும். இந்த ஆலோசகர்கள் அமைச்சகங்கள் நிராகரித்த பல திட்டங்களுக்கு அனுமதியளித்துள்ளனர், அதனால் கடுமையான விமர்ச்சனங்கள் வந்தன. எனினும் அவர்களின் சோதனைகள் தொடர்ந்தன.

அதேபோல், ராணுவத்தில் கொண்டு வந்த முக்கிய மாற்றம். முப்படைத் தளபதியாக குடியரசுத் தலைவர்தான் இருந்து வந்தார். முப்படைத் தளபதிகளும் குடியரசுத் தலைவர் முன்புதான் ஒன்றுகூடிப் பேச வேண்டும் என்பது மரபு. ஒரு ராணுவப் புரட்சி ஏற்பட்டு

விடக் கூடாது என்பதற்காகத்தான் இவ்வாறு உருவாக்கப்பட்டது. ஆனால் இதை மாற்றி, இந்துப் பயங்கரவாதிகள் கூட்டணி - முப்படைகளுக்கான அதிகாரத்தை குடியரசுத் தலைவரிடமிருந்து பறித்து, தனியாக ஓர் முப்படைத் தளபதியை நியமித்துள்ளது. பிற்காலத்தில் அதனது முயற்சிகள் ஏதாவது கோளாறில் மாட்டிக் கொண்டால், ராணுவப் புரட்சி மூலம் தன் அதிகாரத்தைக் காத்துக் கொள்வதற் கான முன் ஏற்பாடு இது.

இட ஒதுக்கீட்டைப் பற்றி யாரும் கவலைப்படத் தேவையில்லை. அரசமைப்பில் நிலையாக அது இருக்கும். ஆனால் நீக்கப்படும் என்கின்ற பயமுறுத்தலை தொடர்ந்துக் கொடுத்து வரும் ஏனெனில் நமக்குப் போராடுவதற்குக் காரணங்கள் தேவையல்லவா! இந்த திசைத் திருப்பலின் மூலம் உண்டான நமது கவனச் சிதறலினைப் பயன்படுத்திக் கொண்டு, சாதாரண அரசாணைகள் மூலம் இட ஒதுக்கீட்டின் நடை முறைகளைக் கட்டுப்படுத்தி விடும். இதுவுமில்லாமல் அரசுத்துறை தொழில்கள், அமைப்புகள் தனியார் மயமான பிறகு, அங்கு இட ஒதுக் கீடு என்ற கேள்வி எழப்போவதில்லை.

இன்னும் மாநில, மய்ய அதிகாரப் பிரிவினை மற்றும் நிதிப் பகிர்வில் பெருத்த மாற்றமுண்டாகும். இது போல் இன்னும் ஏராளமானவை காத்திருக்கின்றன. ஆனால், அரசமைப்பின் கோட்பாட்டு ரீதியான பிரிவுகளுக்கு எழப்போகும் மோசமான நிலைதான் கவலையளிக்கும்படி உள்ளது.

எது எப்படியிருந்தாலும், இந்த வேதியர்களின் குடுமி சும்மா ஆடவில்லை. அது அமெரிக்காவால் ஆட்டப்படுகிறது என்பது மட்டும் இப்போது போதும். தனது 'நாஜி' கொள்கைகளுக்குச் சட்ட வடிவம் கொடுக்கும் இந்துப் பயங்கரவாதத்தின் இந்த ஏற்பாட்டின் விளைவுகளை - தொலை நோக்கோடு பார்க்க, சிந்திக்க, முறியடிக்க முற்போக்கு இயக்கங்கள் தவறி விட்டன என்பதே உண்மை.[1]

---

1. தலித் முரசு

11
இட ஒதுக்கீட்டில் தலித் கிறித்தவர்கள்

இந்தியாவின் வரலாறு ஒரு சாபக்கேடு, வெறும் துரோகங்களும் ஏமாற்று வித்தைகளும் நிறைந்தது - வஞ்சிக்கப்படும் தலித் மக்கள் வேறு எவ்வாறு நினைக்க முடியும். அவர்கள் இந்து மதத்தைத் தழுவினாலும் கிறித்துவ மதத்தைத் தழுவினாலும் வஞ்சனைகள் ஒரே மாதிரியானதுதான்.

தலித் கிறித்தவர்கள் தங்களைத் தமது சொந்த மக்களுடன் இணைக்க - அரசியல் வார்த்தையில் சொல்வதானால் 'அட்டவணைச் சாதிகள் பட்டியலில் இணைக்கக் கோருகிறார்கள்'. எனினும் தொடர்ந்து புறக்கணிப்பிற்கு உள்ளாகி வருகிறார்கள் என்பது அறுபது ஆண்டுகளுக்கு மேலான வரலாற்றுச் சான்று.

தலித் கிறித்தவர்களின் இந்தக் கோரிக்கை வெறும் சலுகைப் பெறுவதற்கான கோரிக்கை என சாக்கு செல்லி இந்து மத அடிப்படைவாதிகள் எதிர்க்கிறார்கள், தொடர்ந்து முட்டுக்கட்டை இடுகிறார்கள். அப்படியே சலுகைப் பெறுவதற்கான கோரிக்கை என ஒரு வாதத்திற்கு வைத்துக் கொண்டாலும் அதைப் பெறுவதற்கு தலித் கிறித்தவர்களுக்குத் தகுதி இல்லையா?

அதாவது தலித் கிறித்தவர்கள் மீதான தீண்டாமைக் கறை அழிந்து விட்டதா? என்று கேட்கப்படும் எதிர் கேள்விகள் இந்துப் பயங்கரவாதிகளைச் சலனப்படுத்துவது இல்லை, எனவே தொடர்ந்து தமது எதிர்ப்பை நிலை நிறுத்தியிருக்கிறார்கள்: இதன் பின்னணியில் இந்துப்

பயங்கரவாத அரசியல் கட்டமைத்திருக்கும் நீடித்த அரசியல் ஆளுமைக்கான காரணிகள் இருந்தாலும், தமது நிலைப்பாட்டை நியாயப்படுத்த பின்வரும் காரணங்களை இந்து பயங்கரவாதிகள் முன் வைக்கின்றனர், அவை:

1. தலித் கிறித்தவர்கள் உயர்ந்துவிட்டார்கள், காரணம் கிறித்தவ மதத்தில் தீண்டாமை இல்லை.

2. தலித் கிறித்தவர்கள் ஏற்கெனவே சிறுபான்மையினர் பிரிவு பெறும் சலுகையைப் பெறுகின்றனர், அட்டவணைச் சாதிகள் பட்டியலில் சேர்ப்பதின் மூலம் இரட்டைச் சலுகைகள் பெறுவார்கள், இது கூடாது.

3. இந்து மதம் அழியும் - காரணம்; சலுகைப் பெற்ற தலித் கிறித்தவர்களால் தலித் இந்துக்களும் கிறித்தவ மதத்திற்கு மாறிவிடுவர்.

இந்தக் காரணங்களில் ஏதாவது தார்மீகப் பலம் இருக்கிறதா?

தலித் கிறித்தவர்கள் உயர்ந்து விட்டார்கள் எனபதும் கிறித்தவ மதத்தில் தீண்டாமை இல்லை என்று சொல்லப்படுவதும் முரண் பாடானவை கேள்விகள்.

கிறித்துவ மதத்தில் தீண்டாமை இல்லை என்பது உண்மைதான், ஆனால் கிறித்தவ மதத்தைப் பின்பற்றுபவர்களிடம் இல்லை என மறுக்க முடியுமா? இதைச் சாதி இந்துக்கள் மட்டுமல்ல சாதிக் கிறித்தவர்கள் கூட மறுக்க முடியாது.

இந்தியக் கிறித்தவச் சமூகத்தில் தீண்டாமை ரகசியமாக(?) பாதுகாக்கப்பட்டு வந்தாலும் அவ்வப்போது வெளிவரத்தான் செய்கின்றன. கிறித்தவர்களிடையே நிலவிவரும் சாதி மற்றும் தீண்டாமை குறித்து சில நிகழ்வுகளைப் பார்ப்போம்:

பிரான்சு நாட்டின் பாரிஸ் நகரத்திலிருந்து வெளிவரும் பத்திரிக் கையான 'லா மண்ட்' வெளியிட்ட ஒரு செய்தி கடல் கடந்த சான்று:

> இந்தியாவில் பல நுற்றாண்டுகளாக தீண்டத்தகாதோர் என்று அழைக்கப்படும் பலர் இந்து மதத்தினுடைய சாதி வேறுபாட்டிலிருந்து தப்பிக்கும் நம்பிக்கையோடு

கத்தோலிக்கராய் மதம் மாறியிருக்கின்றனர். ஆனால் தாழ்ந்த சாதி வகுப்பிலிருந்து தப்ப முடிந்திருப்பதை அது அர்த்தப் படுத்தவில்லை. இதன் விளைவாகத் தாழ்ந்த சாதி மற்றும் உயர்ந்த சாதி கத்தோலிக்கர்கள் செபிப்பதற்கு தேவாலயம் செல்லுகையில் தனித்தனிப் பகுதி களில் உள்ள இருக்கைகளில் உட்காருகின்றனர்.

லா மண்ட் பிரபலமான பிரெஞ்சு இதழ். கத்தோலிக்கத்தில் நிலவும் பழைமை வாதப் போக்குகளை அம்பலப்படுத்திய அந்த இத ழின் செய்தியை இந்தியாவில் கிறித்தவத்தைப் பரப்பும் பணியில் உள்ள 'விழிப்புணர்வு' எனும் இதழ் தனக்குச் சாதகமாக வெளியிட்டுள்ளது. எனவே இது ஒரு கிறித்தவ சாட்சி.

அடுத்த ஒரு சாட்சி, பரபரப்பு மிக்க சென்னை பழைய வண்ணாரப்பேட்டை (சுழல் மெத்தை அருகில்) உள்ள ஒரு சி.எஸ்.ஐ தேவாலயத்தில் நடை முறையில் இருந்த சாதிப் பாகுபாடு 1990ஆம் ஆண்டுகளில் பல சர்ச்சைகளை உருவாக்கியிருந்தது. தேவாலயத்தில் நடைபெறும் ஆராதனைகளின் போது தேவாலயத்தில் உள்ள இருக்கைளில் குடிசைப் பகுதிகளில் இருந்து வரும் கிறித்துவர்கள் (இவர்கள் பெரும்பாலும் தலித்துகள்) அமர தனி இருக்கைகள் ஒதுக்கப்பட்டிருந்தன, எனவே குடிசை மக்கள் ஒரு பக்கமும் வியாபாரி வர்க்கமாய் உள்ள நாடார்கள் உள்ளிட்ட பிற இடைச்சாதிக் கிறித்தவ வகுப்பினர் ஒரு பக்கமும் அமர்ந்தனர். மேலும், தேவாலயத்திற்குள் நடந்த பந்தி விருந்தில் குடி சைப்பகுதி மக்களுக்கு ஓர் உணவும், மற்றவர்களுக் ஓர் உணவும் தனித் தனி இடங்களில் பரிமாறப்பட்டதால் பெரும் சச்சரவு உண்டானது. எனவே தொடர்ந்து முரண்பாடுகள் இருந்து வந்ததுடன் ஒரு கட்டத்தில் பெரும் தகராறும் நடந்து எல்லாம் அம்பலப்பட்டுப் போனது.

இதே காலக்கட்டத்தில் இன்னும் தெளிவாய் அம்பலத்திற்கு வந்த சம்பவமொன்றை 12.08.1990 அன்று தாய் வார இதழ் 'ஓர் ஆயர் படும்பாடு' என்ற தலைப்பில் ஒரு செய்தி வெளியிட்டது.

பேராயர் மாசிலாமணி அசரியா அவர்களை எதிர்த்து தமிழகத் தென் பகுதி வியாபாரத்தில் ஆதிக்கம் செலுத்தும் ஆதிக்கச் சாதி கிறித்தவர்கள். சென்னை கலைவாணர் அரங்கில் ஒரு கூட்டம் போட்டனர். பேராயர் அசரியா அவர்கள் பதவி விலக வேண்டும்

என்றும் அப்படியே பதவி விலகவில்லையெனில் புதிய சபை உருவாக்கப்படும் எனத் தீர்மானம் போட்டனர். இதை எதிர்த்த சமூக சேவகர் ஜான் தேவவரம்[1] அவர்கள் அடித்து வெளியேற்றப்பட்டார். எனினும் அறிவித்தப்படி விரைவிலேயே நாடார்கள் தங்களுக்கென தனியொரு சபையை அமைத்துக் கொண்டனர்.

இன்றும் தகித்துக் கொண்டிருக்கக்கூடிய உதாரணம் வேண்டுவோர் மதுராந்தகத்திற்கு அருகில் உள்ள தச்சூர் கிராமத்தில் பிரச்சினையைப் பார்க்கலாம்: தச்சூர் கிராமத்தில் தலித் கிறித்தவர்களும் ரெட்டி கிறித்தவர்களும் கத்தோலிக்கர்களாய் உள்ளனர். இவர்களுக்கென பொதுத் தேவாலயம் உள்ளது. தேவாலயத்தில் தனித்தனி அமர்விடம், மாதா தேர் எப்போதும் 'சேரி வலம்' வருவதில்லை என அப்பட்டமான தீண்டாமைப் பிரச்சினைத் தலை விரித்தாடுகிறது. 12.02.1997 அன்று முதல் நடைபெறும் திருவிழாக்களில்கூட மாதா தேர் நிலை பெயர வில்லை. ஏனெனில் மாதா சேரிக்கு வந்தாக வேண்டுமல்லவா! தொடர்ந்து கலவரம், தாக்குதல், எனத் தொடர்ந்து கொண்டிருக்கிறது. (இது குறித்து விரிவாக நான் எழுதிய 'ஓடாத தச்சூர் மாதா தேரும் ஓடி விளையாடும் சாதியும்' எனும் விரிவான கள ஆய்வுக் கட்டுரையைக் காண்க)

இவைபோன்ற ஆயிரமாயிரம் சான்றுகள் உண்டு, பதிவு செய்யப் படாதவையோ இன்னும் ஏராளம், எனினும் தலித் கிறித்தவர்கள் தீண்டாமையின் நிலைபெற்ற இருப்பிடமான சேரியில்தான் இன்னும் வசிக்கின்றனர், மேலும் சாதிக் கலவரங்கள் எழும் போதெல்லாம் தலித் கிறித்துவர்கள் என்ற காரணத்திற்காக அவர்கள் விட்டுவைக்கப்பட்ட தில்லை. மாவீரன் 'இம்மானுவேல் சேகரனி'லிருந்து, பஞ்சமி நில மீட்பிற்காக குண்டடிப்பட்டு மாண்ட 'ஜான் தாமஸ்' வரை போதுமான சான்றுகள் இருக்கின்றன.

இப்படி தலித் கிறித்தவர்கள் தீண்டாமையில் உழலும் போது அவர்கள் உயர்ந்து விட்டார்கள் என்று கூறுவது ஏதோ ஏளனம் செய்வது போல் உள்ளதல்லவா!

இனி, தலித் கிறித்துவர்கள் எந்தெந்த வகையில் உயர்ந்துவிட்டார்கள் என்று பார்ப்போம்: சமூகரீதியான சான்றுகளுக்கு

---

1. தற்போது இவர் பௌத்தம் தழுவி போதி தேவவரம் என பெயர் ஏற்றுள்ளார். காஞ்சீவரம் மாவட்டம், குன்றத்தூர் அருகே உள்ள புத்தவேடு விகாரின் அறங்காவலராக உள்ளார்.

முன் கண்ட பகுதியே விளக்கங் களாக அமைந்துவிடும் என்பதால் பொருளாதார வளத்தில் தலித் கிறித்தவர்கள் நிலை எவ்வாறு இருக்கிறது எனப் பார்ப்போம்:

இந்தியா முழுவதும் உள்ள ஒவ்வொரு கிராமத்திலும் ஊரின் ஒதுக்குப் புறத்தில் தனிமையில் சேரியில் வாழ்கின்றனர். அவர்களின் ஒட்டுமொத்த பொருளாதார நிலையினை விளக்குவது சலிப்பேற்றக் கூடிய ஒன்று என்பதால் சில சான்றுகளை மட்டும் பார்ப்போம்: 1980ஆம் ஆண்டு செங்கற்பட்டு மாவட்டத்தில் தலித் மக்களின் நிலவுடைமை தொடர்பாக மேற்கொள்ளப்பட்ட ஓர் ஆய்வில் கிடைத்த முடிவுகள் தலித் மக்களின் பொருளாதார நிலையை மட்டுமல்ல தலித் கிறித்தவர்களின் பொருளாதார நிலையையும் வெளிச்சம் போட்டுக் காட்டியது.

ஏனெனில் மேற்கொள்ளப் பட்ட ஆய்வு சேரிப்பகுதியிலேயே எடுக்கப்பட்டதால் அதில் தலித் கிறித்தவர்களின் மதிப்பு தனித்துக் காட்டப்படவில்லை. அட்டவனையில் உள்ள இந்தப் பொதுவான புள்ளி விவரத்தின் படி தலித் மக்கள் பெரும்பாலும் கூலி விவசாயிகள் என்பது தெளிவாகிறது, அடுத்தடுத்து எடுக்கப்பட்ட ஆய்வுகள் உய்ர்ந்துள்ளதைக் காட்டினவே தவிர குறைந்துபோனதாக அவை எதுவும் காட்டவில்லை.

	விவசாயக் கூலிகள்	1ஏக்கருக்குக் குறைவாக	1-5 ஏக்கர்	1-5 ஏக்கர்	10க்கு மேல்
பார்ப்பனர்	0	0.2	0.2	0	0
முதலியார்	0.2	0.6	8.1	9.4	18.1
வன்னியர்	24.2	36.6	30.5	62.2	39
ரெட்டி	0	0.1	0	1.3	11.5
பறையர்	73.5	52.2	40.3	6.4	4.9
பிறர்	2.1	10.3	20.7	20.7	26.5
	100	100	100	100	100

இந்தப் பொதுவான புள்ளி விவரத்திற்கு வலு சேர்ப்பது போல கிறித்தவர்களிடையே எடுக்கப்பட்ட ஆய்வு ஒன்று அமைந்துள்ளது. 1991 ஆம் ஆண்டு வேலூர் கத்தோலிக்க மறைமாவட்ட நிர்வாகத்தினால் கத்தோலிக்க தாழ்த்தப்பட்டோர் நிலைமை குறித்து எடுக்கப்பட்டதாகும், ஆய்வின் படி:

மறை மாவட்ட மக்கள் தொகை 49,97,666 பேர்.

கத்தோலிக்கர்கள் 84,842 பேர்.

கத்தோலிக்க தலித் கிறித்தவர்கள் 69,340 (81,95%)

(அதாவது 14,644 தலித் கிறித்தவக் குடும்பங்கள்) இதில் நிலவுடைமைப்பெற்ற குடும்பங்கள் நிலை வருமாறு:

நிலவுடைமை	குடும்பம்	ஏக்கர்
நிலமற்றோர்	10,940 (74.7%)	..
புன்செய்	2,026 (13.7%)	2,540
நன்செய்	933 (6.3%)	1,226
கிரையப்புன்செய்	945 (5.3%)	1,256

இந்த அட்டவணையில் காணப்படும் புள்ளிவிவரப்படி நிலமற்ற தலித் கிறித்தவ விவசாயக் கூலிகளின் சதவிகிதம் 74.7%மாக இருக்கிறது, முதல் அட்டவணையில் தலித் விவசாயக் கூலிகளின் சதவிகிதம் 73.5%மாக இருக்கிறது என்பதை ஒப்பிட்டுப் பார்ப்பதின் மூலம் புரிந்துக்கொள்ள முடியும், மேலும், இதே நிலைத்தான் மேற்கண்ட குடும்பங்கள் பெற்ற வேலை வாய்ப்புகளிலும் எதிரொலித்தது, அதன் படி:

வங்கியில் பணிபுரிவோர் 66 பேர்

இராணுவத்தில் பணிபுரிவோர் 717 பேர்

அரசு ஊழியர்கள் 790 பேர்

இரயில்வே ஊழியர்கள் 269 பேர்

பள்ளி/கல்லுரி ஆசிரியர்கள் 860 பேர்

சுயவேலை செய்வோர் 3,433 பேர்

இக்குடும்பங்களில் கல்வி கற்றோர் விவரம் :

பட்டதாரிகள் 1,385

மேல்நிலை கல்வி கற்றறோர் 1,684 (2.42%)

உயர்நிலைக் கல்வி கற்றோர் 3,176

இந்த அட்டவணையில் இல்லாத தலித் கிறித்தவர்கள் இடையில்

கல்வியை விட்டவர்களாகவும், கல்வி கற்காதவர்களாகவும் உள்ளனர் என்பது சொல்லாமலே விளங்கும்.

இப்படி கல்வியும் வேலைவாய்ப்பும் பெற்ற தலித் கிறித்தவர்களின் வாழ்க்கைத் தரம் பின் வருமாறு அமைந்துள்ளது.

தரம்	குடும்பங்கள்	விழுக்காடு
பணக்காரர்	96	0.65%
மத்திய மேல்தரம்	1,102	7.52%
கீழ் மத்தியத் தரம்	2,297	20.47%
வறிய நிலை	10,449	71.36%

இந்த அட்டவணையில் வறிய நிலையிலுள்ளவர்களைக் குறிப்பிடும் 71.36%-ஐ முந்தைய அட்டவணைகளுடன் ஒப்பிட்டுப் பார்த்தால் பெரிய வேறுபாடுகளைக் கண்டுபிடிக்க முடியாது. எனினும் தற்காலப் பொருளாதாரப் போக்குகளைக் கவனத்தில் எடுத்துக் கொண்டால் கீழ் மத்தியத் தரமும் மேல் மத்தியத் தரமும் என்ன நிலைக்கு வந்திருக்கும் என்பதை யூகிப்பதில் சிரமமிருக்காது.

இந்தத் தரவுகள் இந்தியாவின் சிறு பகுதிகுத்தானே பொருந்தும் என சாக்கு சொல்ல முடியாது. இவை பன்னாட்டு நிறுவனங்ககள் அதிகம் நிறுவப்பட்டு இருக்கும் சென்னைக்கு மிக அருகாமையில் இருக்கும் மாவட்டங்கள்.

மேலும், தென் மாநிலங்களில் மிகவும் முற்போக்கான மாநிலம் தமிழகம், பொருளாதார வளர்ச்சியில் மிகவும் பின்தங்கியுள்ள வட கிழக்கு வடமேற்கு, மத்திய மாநிலங்களுடன் ஒப்பிடுகையில் தமிழகம் மிகவும் மேம்பட்டுள்ளது என்பதும் ஏற்றுக்கொள்ளப் பட்ட உண்மை. எனவே தமிழகத்தின் விரைந்தப் பொருளாதார ஓட்டத்தில் ஏழை மக்கள் மேலும் மேலும் பின்னுக்குத் தள்ளப்படுவது விதிதானே!

எனவே இந்தப் புள்ளி விவரங்கள் தலித் கிறித்தவர்களின் வாழ்க்கைத்தர மேம்பாட்டில் எவ்வளவு பின்னடைந்திருக்கிறார்கள் என்பதைப் புரிந்துக் கொள்ள உதவும் என நம்புகிறேன்.

ஆனால், நமது மதிப்பிற்குரிய இந்து பயங்கரவாதிகள் சலிப்படையாமல் அடுத்தக் குற்றச்சாட்டுக்குத் தாவுகிறார்கள்: தலித் கிறித்தவர்கள் கல்வித் துறையில் மிகவும் உயர்ந்து விட்டார்கள்

ஏனெனில் பெரும் பாலான சிறந்த கல்வி நிறுவனங்கள் கிறித்தவ சபைகள் வசம் உள்ளன, தலித் கிறித்தவர்கள் அரசு கல்வி நிறுவனங்களில் கற்பதோடு கிறித்தவ நிறுவனங்கள் நடத்தும் கல்விக் கூடங்களிலும் பயில்கின்றனர் எனப் பலவாறு பேசுகின்றனர், ஆனால் இதில் அவர்கள் தம்மை அறியாமல் ஒத்துக்கொள்ளும் உண்மை என்னவெனில் இந்து இயக்கங்கள் நடத்தும் கல்வி நிறுவனங்களில் தலித் கிறித்தவர்களை அவை சேர்த்துக் கொள்வதில்லை எனும் உண்மையைத்தான்!

எனினும், தலித்துகளின் கல்வி நிலை குறித்து ஒப்பீட்டளவில் சிறிது விளக்கமாகப் பார்ப்பது நல்லது: தலித்துகளின் கல்வி நிலை குறித்து 1981ஆம் ஆண்டு சோதனை முறையில் ஓர் ஆய்வு மேற்கொள்ளப்பட்டது. திருச்சி, புதுக்கோட்டை, நெல்லை ஆகிய மாவட்டங்களைத் தவிர்த்து தமிழகத்தின் பிற மாவட்டங்களில் அந்த ஆய்வு மேற்கொள்ளப்பட்டது:

தலித் மக்களின் கல்வி நிலை 1981

பிரிவு	கல்விக்கு உகந்த வயது	கல்வியறிவு பெறாதவர்கள்	பள்ளி செல்லாமல் பெற்ற கல்வி		பள்ளிக் கல்வி பெற்றவர்கள் வகுப்பு வாரியாக			
1	2	3	முறைசார்	முறைசாரா	1-5	6-8	9-10	11-12
ஆண்கள்	7,91,706	3,54,276	6,305	1,24,328	1,55,284	79,979	64,336	10,984
பெண்கள்	7,70,137	5,09,598	3,038	52,782	87,719	41,664	29,664	4,106
மொத்தம்	15,61,843	8,63,874	9,343	2,17,110	2,43,003	1,21,643	93,780	15,090

sources: Courses of India 1981 part IV-A Social Cultural Tables PP 884-885

(மேற்கண்ட அட்டவணையில் முறை சார் கல்வி என்பது முதல் வகுப்பில் சேர்ந்து 5-ம் வகுப்புவரை தொடராமல் இடையில் விலகுதல் ஆகும்)

இந்த அட்டவணையில் தலித் கிறித்தவர்களை அடையாளம் காண்பது கடினமல்ல ஏனெனில் இந்த ஆய்வு முழுவதும் சேரியில் எடுக்கப்பட்டது என்பதால் இதில் தலித் கிறித்தவர்களும் அடங்குவர்.

இந்த ஆய்வைத் துல்லியப்படுத்தும் விதமாக தலித்துளில் உள்ள உட்பிரிவுகளைக் கணக்கில் வைத்து ஆய்வு மேற்கொள்ளப்பட்ட போது பின்வரும் முடிவுகள் வெளிவந்தன, அதன்படி:

ஆதி திராவிடர்	83.32%
பள்ளர்	83.87%

அருந்ததியர்	86.88%
பறையர்	84.97%
சக்கிலியர்	85.48%
சாம்பர்	88.11%
குறும்பர்	85.48%
வள்ளுவர்	64.08%
மாதாரி	93.01%

1981 ஆய்வின்படி தலித் மக்களில் பெரும்பான்மையினர் கல்வியறிவைப் பெறவில்லை எனக் காட்டுகிறது, எனினும் இந்த விவரங்களை வேலூர் மறைமாவட்ட கத்தோலிக்க ஆயம் எடுத்த ஆய்வின் முடிவுகளோடு எவ்வாறு ஒத்துப் போகிறது எனப் பார்ப்போம்:

ஆய்விற்கு உட்பட்ட கத்தோலிக்கர்களின் எண்ணிக்கை 69,340பேர் இதில் :

கல்வியறிவற்றோர்	37,975	54.78%
பள்ளிச் செல்பவர்	19,107	27.77%
8-ம் வகுப்பு வரை	6,013	09.41%
10-ம் வகுப்பு வரை	3,176	04.58%
12-ம் வகுப்பு வரை	1,648	02.42%
பட்டதாரிகள்	1,385	01.44%

இந்த ஆய்விற்கு உட்பட்ட கத்தோலிக்கர் அனைவரும் கிறித்தவ கல்வி நிறுவனங்களில் பயின்றவர்கள் இல்லை என்பதைக் கவனத்தில் கொள்ள வேண்டும். எனினும் முந்தைய அட்டவணையோடு பெரிய அளவில் முரண்படவில்லை என்பதுடன் கல்வி கற்காதவர்களின் விழுக்காடு 54.78% - பட்டதாரிகளின் விழுக்காடு வெறும் 1.44% என்று இருப்பது மலைக்கும் மடுவுக்கும் உள்ள வித்தியாசத்தைக் காட்டுகிறது.

மேலும் பட்டியலில் உள்ள கல்வி கற்றவர்கள் தரமான கல்வி பெற்றவர்கள் என்பதை உறுதி செய்ய எவ்விதமான ஆதாரங்களும் இல்லை, ஏனெனில் தரமான கல்வி தரும் நிறுவனங்கள் பெரும்பாலும் கிறித்தவ மற்றும் இந்து அமைப்புகளிடமே உள்ளன.

இந்த நிறுவனங்களும் உயர்சாதி வகுப்பினருக்கும், பணக்கார வர்க்கத்திற்கும் சேவை செய்ய வேண்டியிருப்பதால் எவ்வகை தலித்தையும் அவை கண்டுக் கொள்வது இல்லை. எனவே தலித்துகள் எந்த மதத்தைச் சார்ந்திருந் தாலும் அவர்கள் அரசை மட்டுமே சார்ந்து இருக்க வேண்டிய நிலை உள்ளது. நிலைமை இப்படி அவலமாய் இருக்கும்போது தலித் கிறித்து வர்கள் இரட்டை ஒடுக்கு முறைக்கு ஆளாகின்றனர், கல்விக் கட்டணத்தை செலுத்தும் நடை முறையிலிருந்து படையாகத் தெரிந்துக் கொள்ள முடியும். ஏனெனில் இந்து எனக் கருதப்படும் தலித் ஒருவன் செலுத்தும் கட்டணத்தை விட கிறித்தவன் எனச் சொல்லிக்கொள்ளும் ஒரு தலித் 250% அதிகமாகச் செலுத்த வேண்டியுள்ளது.

தொழில்திறன் படிப்புகளான மருத்துவம், பொறியியல், சட்டப் படிப்புகளில் பெரும்பான்மையான பிற்படுத்தபப்ட்டோருடன் அவர்கள் போட்டியில் பின் தங்கிவிடுகின்றனர், தனியார் கல்வி நிறுவனங்களில் கல்வி கடுமையான விலைக்கு விற்கப்படுவதால் தலித் கிறித்தவர்கள் தங்களது பொருளாதாரச் சூழல் காரணமாகப் பின் தங்கிட நேர்கிறது.

யதார்த்தம் இரட்டைத் தளையைப் பூட்டி விட்டதைக் காட்டிய பிறகு தலித் கிறித்தவர்கள் இரட்டைச் சலுகைப் பெறுகின்றனர் என்ற வாதம் தார்மீக நெறிப்பட்டதாய் இருக்க முடியாது !

இந்நிலையில், தலித் கிறித்துவர்களுக்கு இரண்டுவிதமான தீர்வுகள் முன் வைக்கப்படுகின்றன, அவை:

1. தனியாக ஒதுக்கீடு தரலாம், அல்லது
2. நடைமுறையில் தலித்துகளுக்கு அளிக்கப்படும் ஒதுக்கீட்டிலிருந்து பங்கு தரலாம்.

இந்த இரண்டு ஆலோசனைகளும் தலித் அரசியலைப் புரிந்துக் கொள்ளாமலும், தம்மை இந்துவாகவே கருதிக்கொள்மல் மனப் போக்கிலிருந்து உருவானவை. எனவே இதன் விளைவுகளை தீர ஆய்வுக்கு உட்படுத்துவோம்.

1. தனியான ஒதுக்கீடு தரலாமா? கூடாது, ஏனெனில் இது தலித் அரசியல் ஒருங்கிணைப்பையும் பலத்தையும் சிதைப்பதில் போய் முடியும்.

தலித்துகள் சிதறடிக்கப் பட்ட பெரும்பான்மை. எனவே அரசியல் பலத்தில் அது ஆகச் சிறுபான்மையாக இருக்கிறது. மேலும் சிதறடிக்கப்பட்ட ஒரு சமூகமாக இருப்பதால் அதை இந்துக்களாக அடையாளப்படுத்தித் தமது பெருமதப் பண்பாட்டு வட்டத்திற்குள் கொண்டு வந்து தம்மை பெருபான்மையாகப் கட்டமைத்துக் கொண்டுள்ளது சிறியக் கூட்டமாக உள்ள இந்து ஆளும் வர்க்கம். இந்த சாதகமான அம்சத்தினால் அது என்றைக்கும் அதிகார வர்க்கமாவே நீடிக்கும் நிலை யுள்ளது. இந்தப் பெருபான்மை இந்துக் கட்டமைப்பைச் சிதைக்க வேண்டி யது தலித் அரசியலின் முன் தேவையாக இருக்கிறது, இதற்கு ஏதுவாக தலித் சமூகம் பலமுள்ள அரசியல் சமூகமாகத் தன்னைக் கட்ட மைத்துக் கொள்ள வேண்டும். அரசியல் தேவையும் சூழலும் இப்படிப் பட்ட நிபந்தனைகளை விதிக்கும் போது தலித் கிறித்துவர்களுக்கு தனி ஒதுக்கீடு தரலாம் என்ற யோசனை தலித் சமூக ஒருங்கிணைப்பைச் சிதைப்பதோடு, மத அடிப்படையில் தலித்துகளுக்கு எதிராக தலித்தையே நிற்க வைத்தவிடும் அபாயமும் உள்ளது.

வன்னியக் கிறித்தவர் எப்படி வன்னிய இந்து பெரும் ஒதுக்கீட்டுச் சலுகையைப் பெற்றுத் தமது சமூகப் பலத்தை வலுப்படுத்திக் கொள்கின்றனரோ அவ்வாறே தலித் கிறித்தவர்களும் பெற வேண்டும், தலித் அரசியல் களத்தை உறுதிப் படுத்த வேண்டும்.

2. நடைமுறையில் உள்ள ஒதுக்கீட்டிலிருந்து தரலாம் என்ற ஆலோசனையும் எதிர் விளைவுகளை உருவாக்கக் கூடியதாக இருந்தாலும் சில மாற்றங்களை ஏற்படுத்தினால் தலித்துகள் அனைவரும் ஏற்றுக் கொள்ளக் கூடிய தீர்வாக அது அமையும்.

ஆனால் யதார்த்தம் என்னவெனில் தற்பொது நடைமுறையில் உள்ள தலித்துகளுக்கு வழங்கப்படும் இட ஒதுக்கீட்டிலிருந்து தலித் கிறித்தவர்களுக்குப் பங்கு தருவதற்கு சாத்தியங்கள் குறைவு, மேலும் அரசமைப்புச் சட்டத்தில் அதற்கு இடமில்லை. அப்படியே இருக்கும் ஒதுக்கீட்டில் பங்கு கொடுப்பது அரசியல் தளத்தில் மேலும் பிரிவினையையும் முரண்பாடுகளையும் கூர்மைப்படுத்திவிடும். ஏனெனில் தலித் மக்களின் தொகைக்கு ஏற்ப இடம் இல்லாமையால் ஏற்படும் கடும் நெருக்கடி இதற்குக் காரணமாக அமையும். பிறகு புரட்சியாளர் அம்பேத்கர் போராடிப் பெற்ற இட ஒதுக்கீட்டின் அரசியல் முக்கியத்துவம் நீர்த்துப் போய் விடும்.

எனவே இப்பிரச்சினைக்குத் தீர்வுக் காண இரண்டு வழிகள் உள்ளன அவை :

1. தலித்துகள் இடஒதுக்கீட்டு உரிமையைப் பெற மதம் ஒரு தடையாக இருக்கக்கூடாது என்பதற்கு ஏதுவாக *1950* குடியரசுத் தலைவர் ஆணை ரத்து செய்யப்பட்டு தலித் கிறித்தவர்கள் அட்டவணைச் சாதிகள் பட்டியலில் சேர்க்கப்பட வேண்டும் (*1950* ரத்து செய்யப்பட் டாலே தலித்துகளுக்கான இந்து மத நிர்ப்பந்தம் நீங்கிவிடும்)

2. தலித்துகளுக்கு அட்டவணைச் சாதிகள் பட்டியலில் சேர்ப்பதற்கான மதத் தகுதி நீக்கப்பட்ட உடன் அனைத்து மதங்களிலுள்ள தலித்துகளையும் கணக்கெடுத்து அதற்கு ஏற்ப மத்தியிலும் மாநிலங்களிலும் இடஒ துக்கீட்டின் அளவு உயர்த்தப்பட வேண்டும்.

எனவே, இந்த இரண்டுத் தீர்வுகளும் தலித் அரசியலுக்கு வலு சேர்ப்பதுடன் அரசியல் அதிகாரத்தைக் கைப்பற்றுவதற்கான பெரும் மக்கள் திரட்சியையும் சாத்தியப்படுத்துகிறது. இந்தத் திரட்சி உருவா வதை எந்த இந்துதான் அல்லது ஆளும்சாதி இந்து வர்க்கம்தான் ஏற்றுக் கொள்ளும். அதனால்தான் எல்லா விதமான தரமற்ற, தார்மீகமற்ற சாக்குகளையும் அவர்கள் முன்வைக்கிறார்கள்.

எனவே, சாதி இருப்பதை ஏற்றுக்கொண்டால் தீண்டாமை நிலவுவதை கிறித்தவர்களும் இந்துப் பயங்கரவாதிகளும் ஏற்றுக்கொள்ள வேண்டும். சாதியும் தீண்டாமையும் கிறித்தவர்களிடையே நிலவுவதன் மூலம் இந்து மதம் கிறித்தவமாக இம்மண்ணில் வாழ்கிறது. விசித்திர மான முரணில் சிக்கியிருக்கும் தலித் கிறித்தவர்கள் தம்மைத் தம் சொந்த மக்களுடன் இணையும் காலம் கனியுமானல் அதுவே காலம் தலித் மக்களுக்குத் தரும் சிறந்த பாதுகாப்பு[2].

---

2. நம் வாழ்வு மாத இதழ் *2002*

கௌதம சன்னாவின் பிற புத்தகங்கள்

1. மதமாற்றத் தடைச் சட்டம் வரலாறும் விளைவுகளும் (மருதா வெளியீடு)

2. பண்டிரின் கொடை - இடஒதுக்கீடு எனும் சமூக நீதியின் மூலவரலாறு (பிளாக்டவுன் பதிப்பகம்)

3. க.அயோத்திதாசப் பண்டிதர் - இந்திய இலக்கியவாதிகள் வரிசை. (சாகித்ய அகாதெமி)

4. கலகத்தின் மறைபொருள் (பிளாக்டவுன் பதிப்பகம்)

5. குறத்தியாறு - காப்பிய புதினம் (பிளாக்டவுன் பதிப்பகம்)

6. *Dialogues On Anti-Caste Politics. Interviews with Gowthama Sannah by Dr.Hugo Gorringe & Dr.Michael A Collins* (பிளாக்டவுன் பதிப்பகம்)

7. அம்பேத்கரின் மனிதர் (எழிலினி பதிப்பகம்) 2023

தொகுப்பாசிரியாராக..

7. ஆண்களின் விடுதலை - அன்னை மீனாம்பாள் உரை (பதிப்பாசிரியர்) (கரிசல் பதிப்பகம்)

8. தமிழ் உயிர் - வண்ணங்களின் அதிர்வில் ஈழத் தமிழினத் துயரம் (ஓவியர்களின் படைப்புகள் தொகுப்பி) 2009 (விடுதலைச் சிறுத்தைகள் வெளியீடு)

9. தென்னிந்தியாவின் சமூக சீர்திருத்தத்தின் தந்தை க.அயோத்திதாச பண்டிதர் நூற்றாண்டு நினைவு மலர் (விடுதலைச் சிறுத்தைகள் வெளியீடு)

10. ஆதிதிராவிடர் வரலாறு - தலைவர்கள் - ஆவணங்கள். (பிளாக்டவுன் பதிப்பகம்)

11. ரெட்டமலை சீனிவாசன் - எழுத்துக்களும் ஆவணங்களும் - தொகுதி 1 (பிளாக்டவுன் பதிப்பகம்)

12. அம்பேத்கரியம் 50 தொகுதிகள். (2024)

z